# சிதம்பர ரகசியம்

முதற்பதிப்பு: 2023

First Edition: 2023

Chidambara Ragasiyam

சிதம்பர ரகசியம்

Indira Soundarajan

இந்திரா சௌந்தர்ராஜன்

ISBN: 978-93-5695-656-8



Pustaka
EBooks | Audiobooks | Paperback

Pustaka Digital Media Pvt. Ltd.
#7-002, Mantri Residency,
Bannerghatta Main Road, Bengaluru - 560 076
Karnataka, India

+91 7418555884

# சிதம்பர ரகசியம்

இந்திரா சௌந்தர்ராஜன்

Pustaka
EBooks | Audiobooks | Paperback

# 1

> "அடிமுடி அறியா ரகசியம் நான்;
> அடியவர் பிடியினில் அதிசயம் நான்."

நெடுநாட்களுக்குப் பின்... அதாவது, மிகச் சரியாக 13 ஆண்டுகளுக்கு பிறகு ராஜேந்திரன் தன் சொந்த கிராமமான மகேந்திர மங்கலத்துக்கு புறப்பட்டுக் கொண்டிருந்தான். திருச்சி மாவட்டத்தில் காவிரிக் கரையோரமாக தொட்டியம் என்கிற ஊருக்கு முன்பாக இருக்கிறது மகேந்திர மங்கலம்.

ஒரு காலத்தில் மிகப் பசுமையான ஊர்.

தென்னை, நெல், கரும்பு, வாழை என்று பணப் பயிர் செழித்துக் குலுங்கும் பூமி. எல்லாம் காவேரித்தாயின் கருணை. இப்போது காவேரிக்கே கருணை காட்டப்பட வேண்டிய நிலையில் இருப்பதால், பழைய பசுமையெல்லாம் இல்லை. அதில் கடந்த சில வருடங்களில் காவிரித்தாய் 'பாலைவனத்தாய்' ஆகிவிட்டாள். அவள் மேனி மேல் கிடந்த மணலை எல்லாமும்கூட ஒரு கூட்டம் திருடிக்கொண்டு போய்விட்டது. அதனால், ஊரே வறண்டு, காய்ந்து கிடக்கிறது.

ஒரு மாதம் மழை பெய்தால்கூட ஊருக்கு பழைய பசுமை வராது. அப்படியொரு வறட்சி. அதனாலேயே... 'ஊரில் இருக்கும்

அந்த இரண்டரை ஏக்கர் நிலத்தை விற்றுவிட்டால் என்ன?' என்கிற ஒரு எண்ணம் ராஜேந்திரனுக்கு தோன்றிவிட்டது - கூடவே ஒரு வீடும் உண்டு. அது இப்போது கந்தசாமி என்கிற குத்தகைத்தாரர் வசம் உள்ளது.

விளைவதில் மூன்றில் ஒரு பங்கும், வருடம் பத்தாயிரம் ரூபாயும் தர வேண்டும். இது 15 வருடங்களுக்கு முன்பு ராஜேந்திரனின் அப்பாவான திருஞான சம்பந்தம், அவர் உயிரோடு இருந்தபோது செய்திருந்த ஏற்பாடு. அவர் காலமாகவும்... பணமும் வரவில்லை. ஒரு பங்குவிளை பொருளும் வரவில்லை. கேட்டால், 'ஆற்றில் தண்ணீர் வராத நிலையில், விவசாயம் எப்படி செய்வது?' என்று குத்தகைக்காரன் பஞ்சப் பாட்டுப் பாடுகிறான்.

'நேரில் போனாலன்றி காரியம் ஆகாது' என்பது ராஜேந்திரனுக்கு தெரிந்துவிட்டது. அதுதான் கிளம்பிவிட்டான். ராஜேந்திரன் ஒரு டாக்டர், 'எம்.பி.பி.எஸ்.', 'எம்.டி.' என்று முடித்துவிட்டு ஒரு தனியார் நிறுவனத்தின் மருத்துவ ஆலோசகராகவும், மாலை நேரங்களில் தன் வீட்டிலேயே ஒரு பகுதியை 'கிளினிக்'கையும் வைத்துக்கொண்டு செயல்பட்டு வருகிறான். திருமணமாகி, ஆறு வயதில் ஆஷா என்கிற பெயரில் அழகான பெண் குழந்தை. தெய்வானை எனும் பெயரில் அழகான மனைவி... இதுதான் ராஜேந்திரன் குடும்பம்.

சென்னையின் சாபக்கேடுகளில் ஒன்றான நெருக்கடியான பகுதியில் ஒரு 'அபார்ட்மெண்ட்'டின் ஒரு பகுதியை மட்டும் வீடு என்கிற பெயரில் சொந்தமாக்கிக் கொண்டு வாழ்ந்து வரும் ஒரு மருத்துவன். டிரைவரான சுலைமான், காரை 'ஸ்டார்ட்' செய்திட... கிளம்பிவிட்டது அவன் பயணம்.

புறப்படும் சமயம் வானம் மேக மூட்டமாய் காட்சி தந்தது. "என்ன... வழியில் மழை பிடிச்சிக்குமா?" என்று ராஜேந்திரன் கேட்கவும் சுலைமான் சிரித்துவிட்டான்.

"என்னடா சிரிக்கறே?"

“சிரிக்காம என்ன சார் பண்ண? இப்படி தினமும் வானம் கோட்டை கட்டுது. புல்லுக்குக் கூட நாலு தூறல் விழ மாட்டேங்குது. காத்து வந்து கலைச்சி விட்டுறுது.”

“இது நடக்கறதுதானே?”

“இப்பல்லாம் இதான் சார் நடக்குது. ரெண்டு வருஷம் முந்தி, வெள்ளம் வந்ததே. அப்பபெஞ்ச மாதிரி ஒரு மழையெல்லாம் இனி கனவுலகூட சாத்தியம் இல்ல”

“ஏன் அப்படி சொல்றே?”

“வேற எப்படி சார் சொல்ல...? திரும்பின பக்கமெல்லாம் லஞ்சம். தாலிச் சங்கிலி பறிப்புன்னு ஊரே கெட்டுக் கிடக்கும்போது... மழை எங்க இருந்து கொட்டும்?”

சுலைமான் தர்ம நியாயங்களில் நம்பிக்கை கொண்டவன் என்பது அவனது பேச்சில் தெரிந்தது.

“அவன் சொல்றதுதான் சரி... மழையெல்லாம் வராது. நாம் அவ்வளவு புண்ணியமெல்லாம் பண்ணல” என்றபடியே காரின் பின்னால் ஏறி அமர்ந்துகொண்டாள் தெய்வானை. அவளைத் தொடர்ந்து கையில் ‘டேப்லெட்’ சகிதம் ஏறினாள் ஆஷா. அதில் ‘கம்ப்யூட்டர் கேம்’. ஆஷாவின் கவனம் எல்லாம் அதன் மேலேயே இருந்தது ஒரு எந்திர பொம்மை போல் நடந்து கொண்டாள்.

“சரி சரி... நாலு நாளைக்கு தேவையான துணிமணியை எடுத்துகிட்டேதானே?” ராஜேந்திரன் கேட்டான்.

“எடுத்துக்கிட்டேங்க... ஆமா, நாலு நாளா அங்கே தங்கப் போறோம்?”

“பின்ன?”

“ஐயோ... இன்னிக்கு போயிட்டு நாளைக்கு ராத்திரி வந்துடலாம்னு சொன்னீங்க?”

"இல்ல தெய்வானை... கூட ரெண்டு நாள் இருந்து, எப்படியாவது இடத்தை வித்துட்டு போயிடுங்கிறான் என் நண்பன் ராமச்சந்திரன்."

"அப்ப இடத்தை வாங்க 'பார்ட்டி'ங்க தயாரா இருக்காங்களா?"

"அவனுக்கு 'ரியல் எஸ்டேட்'தானே தொழிலு. ஒரு உரக் கம்பெனிக்காரங்களுக்கு காவிரிப்பாசன நிலம்தான் தேவைப்படுதாம். 'நல்ல விலை கிடைக்கும்'ன்னும் சொன்னான்."

"நல்ல விலைன்னா?"

"ஏக்கருக்கு அம்பது லட்சம்..."

ராஜேந்திரன் சொல்ல... வாயைப் பிளந்தாள் தெய்வானை. அப்படியே, "அப்ப ஒரு கோடிகிட்ட நமக்கு வரப் போகுதுங்களா?" என்று கேட்டாள்.

சிதம்பர ரகசியம் "என்ன பெரிய கோடி... இப்ப கோடிக்கெல்லாம் மதிப்பே இல்லை. ஐநூறு, ரெண்டாயிரம் எல்லாம் சில்லரையாயிடுச்சு. லட்சம், பத்து லட்சம்... இதுக்கு கொஞ்சம் மேல ஒரு கோடிதான் இப்ப குறைஞ்ச மதிப்பு. நூறு கோடிக்கு மேல! வெச்சிருக்கறவன் தான் இப்ப பணக்காரன்... தெய்வானை. அஞ்சாறு கோடி ரூபாய்களை இப்ப ஊருக்கு பல பேர் வெச்சிருங்காங்க."

என்றபடியே ராஜேந்திரன் ஏறிட... காரும் புறப்பட்டது. முன்னதாக சுலைமானிடம், 'கிளினிக்ல நான்கு நாட்கள் விடுமுறைங்கற போர்டை மாட்டிட்டேதானே?' என்று கேட்க "மாட்டிட்டேன் சார்..." என்றபடி காரை வீதியில் இறக்கினான்.

காரும் மகேந்திர மங்கலம் நோக்கி ஓடத் தொடங்கியது.

***

அந்த நாளைய வீட்டின் கதவை அவ்வளவு சுலபத்தில் திறக்க முடியவில்லை. சாவித் துவாரத்தில், குளவிக்கூடு இருந்து. சாவி 'நரநர' வென்று சப்தமிட்டது.

“திறந்தே ரொம்ப காலமாச்சு போல...” என்றபடியே கதவை நெட்டித் திறந்தான் கந்தசாமி. அவனைத் தொடர்ந்து ஒட்டடைக்குச்சி, விளக்குமாறோடு உள்ளே நுழைந்தாள் அங்கம்மாள்.

“பாத்து... கொஞ்சம்கூட தூசு தும்பு இருக்கக்கூடாது. டாக்டர் அய்யா கேட்டப்ப... வீடு புழக்கத்துலதான் இருக்கு. பூட்டியெல்லாம் வைக்கலேன்னு சொல்லிட்டேன்.”

என்றபடியே கந்தசாமி தன் பங்குக்கு நூலாம்படைகளை விலக்கத் தொடங்கினான். சுவரில் பெரிய பெரிய கருப்பு வெள்ளை புகைப்படங்கள். ஒன்றில் மகாத்மா காந்தியோடு காட்சி தந்தபடி இருந்தார் ராஜேந்திரனின் அப்பாவான திருஞான சம்பந்தம். அந்தப் படத்தை உற்றுப் பார்த்தான்.

“என்ன அப்படி பார்க்கறே” என்று தரையை கூட்டியபடியே கேட்டாள் அங்கம்மாள்.

“பெரியவரைப் பார்க்கறேன். கூடவே பாரு... மகாத்மா காந்தி.”

“அப்ப காந்தி நம்ம ஊருக்கு வந்துருக்காரா?”

“அப்படித்தான் இருக்கணும். இல்லாட்டி எப்படி இந்தப் போட்டோ வரும்?”

“அவ்வளவு பெரிசா நம்ப ஊரு?”

“அதுசரி... காஞ்சிப் பெரியவரே நம்ப ஊர்லதான் பாடம் படிச்சாராம். அது தெரியுமா உனக்கு?”

“அப்படியா?”

“பொறவு...! நம்ப ஊருக்கு பெரிய சரித்திரம் இருந்திருக்குல்ல...?”

“சரித்திரமா?”

“சரித்திரம் தெரியாதா உனக்கு? தஞ்சாவூர் கோவிலை கட்டின ராஜராஜசோழன் கூட நம்ப ஊர்லதான் வித்தை கத்துக்கிட்டானாம். அதாவது தெரியுமா?”

“இதெல்லாம்தான் சரித்திரமா?”

"பொறவு? நம்ப ஊரை என்னன்னு நினைச்சே?"

"அதெல்லாம் சரி! இப்ப தண்ணிக்கு செத்து... ஒண்ணுமில்லாமத்தானே கிடக்கோம்?"

'அதனால நம்ம ஊருக்கு இருக்கிற மதிப்பு குறைஞ்சிடாது. சரி... இந்த ஊருக்குன்னு ஒரு மழை லிங்கம் இருந்திருக்கு. அது தெரியுமா உனக்கு?'

இருவரும் கைக்கு கை... வாய்க்குவாய் என்று வேலை பார்த்தபடியே பேசினார்கள். அங்கம்மாள் விக்கித்தவளாக, 'மழை லிங்கமா...?' என்று கேட்டாள்.

"ஆமா...! காவிரி ஆத்துக்கு நடுவுல ஒரு கல்மண்டபம். ஆனா, அதுக்கு கூரை கிடையாது. அதன் நடுவுல ஒரு லிங்கம். அது பேர்தான் மழை லிங்கம். அதுல 108 குடம் தண்ணியை விட்டு சுத்தி வந்தா... மழை கொட்டோ கொட்டுன்னு கொட்டும்கறது ஐதிகம்."

கந்தசாமி... ஊருக்குள் சிலருக்கு மட்டுமே தெரிந்த விஷயத்தை மிக உற்சாகமாக சொன்னான். அங்கம்மாள், குப்பையை குவித்தபடியே அவனை நம்ப முடியாமல் பார்த்தாள்.

"என்ன பார்க்கறே?"

"இல்ல... இப்ப அப்படியொரு மண்டபமும் இல்ல. லிங்கமும் இல்ல! நீ எதை வெச்சு கதை அளக்கறேன்னு தெரியலியே!" என்றாள்.

"அளக்கறேனா...? கோட்டிப்புள்ள... அம்புட்டும் சத்தியம்!"

"அப்ப எங்க அது?"

"அது மட்டுமா... ஊருக்குள்ள ஒரு சிவன் கோவில் இருந்து, அதுவுமில்ல இப்ப காணாம போயிடுச்சு!"

"காணாம போக அது என்ன தங்கமா... வைரமாய்யா... கட்டிடம்யா! அது எப்படிய்யா போகும்?"

"அதெல்லாம் தெரியாது. ஆனா, கோவில் இருந்திருக்கு. மழை லிங்கமும் இருந்திருக்கு."

"அப்ப அது எங்கே போச்சு?"

"புதைஞ்சு போச்சுங்கறாங்க சிலர்... களவு போச்சுன்னு சொல்லுறாங்க சில பேர்... ஊருக்குள்ளேயே எங்கையோ இருக்குன்னும் சொல்றாங்க. ஆனா, எங்கன்னுதான் தெரியல?"

"போகட்டும் போ... நாம் நம்ம வேலையைப் பார்ப்போம்."

"ஆமா... டாக்டர் குடும்பம் எப்ப வருது?"

"எப்பவா...? வந்துகிட்டே இருக்காங்க! மளமளன்னு வேலையைப் பாரு. அவர் வந்து நிக்கறதுக்கு முன்னால நாம குப்பைகளை வாரி எரியணும்."

கந்தசாமி கூடுதல் வேகத்துக்கு மாறினான். அப்படியே ஒவ்வொரு அறையாகச் சென்றவன்... ஓர் அறையின் மேல் பாகம் உள்ள 'சேந்தி' எனப்படும் 'பரண்' பகுதியை பார்த்தான். அதன்மேல் கும்மிருட்டு. 'டார்ச் லைட்'டை அடித்துக்கொண்டு ஒரு ஏணி மேல் ஏறி... பரண் மேல் வெளிச்சம் பாய்ச்சியவன் அரண்டு போனான். அவன் பார்த்த நொடியில் ஐந்து தலை நாகம். எதிரே படம் விரித்தபடி நின்றிருந்தது.

'ஈஸ்வரா...' என்ற குரலோடு, அப்படியே ஏணியை தள்ளியபடி கீழே விழுந்தான். சப்தம் கேட்டு அங்கம்மாள் ஓடி வந்தாள். விழுந்து கிடப்பவனைப் பார்த்து பதைத்து, தொட்டு எழுப்ப முயன்றாள். அவனும் தட்டுத் தடுமாறி எழுந்தவனாக, "ஓடு அங்கம்மா... ஓடு மேல பாம்பு... அதுவும் அஞ்சு தலையோட..." என்றிட அங்கம்மாளும் வெலவெலத்துப் போய் பார்த்தாள்.

அந்த ஐந்து தலை நாகம், 'பரண்' முகப்புக்கு வந்து அவளைப் பார்த்தது. அங்கம்மாளின் விழிகள் இரண்டும் தெரித்துவிட்டன!

அப்போது வாசலில் கார் வந்து நிற்கும் சப்தம். டாக்டர் ராஜேந்திரன், மகள் ஆஷா... மனைவி தெய்வானையோடு காரில் இருந்து இறங்கிக் கொண்டிருந்தான்!

***

# 2

> ‘உருவம் இல்லா அருவம் நான்; உலகின் இரண்டு துருவமும் நான்!”

**கா**ரில் இருந்து ராஜேந்திரன் இறங்க... கந்தசாமியும், அங்கம்மாளும் புறமுதுகு தெரிக்க ஓடிவந்து அவன் மேல் விழுந்து அப்படியே வீதியில் சிதறினர். ‘டேப்’பைவிட்டு விலகவே விலகாத ஆஷாகூட விதிர்ப்போடு பார்த்திட... ராஜேந்திரன், கந்தசாமியைப் பார்த்து “என்னாச்சு கந்தசாமி... எதுக்கு இந்த ஓட்டம்” என்றான்.

“அய்யா... அய்யா...” என்று கந்தசாமி மூச்செறிந்தான்.

“நீ இருந்து சொல்லிட்டு வா... நான் போறேன்” என்று பிய்த்துக் கொண்டாள் அங்கம்மாள்.

‘தெய்வானைக்கு தொடக்கமே ஏதோ ஒரு பெரிய வில்லங்கம்’ என்பது தெரிந்துவிட்டது.

“அய்யா... உள்ள... உள்ள... பாம்புய்யா?”

“ஃப்பூ... பாம்புக்கா இந்தப் பயம்! ஆள் இல்லாத வீடு. பாம்பு, தேள் இருக்கத்தானே செய்யும்?”

“அய்யா... இது சாதாரண பாம்பு இல்ல... அஞ்சுதலை நாகம்!”

"அஞ்சு தலை நாகமா?"

"ஆமாம்ய்யா... நான் கதைகள்லதான் படிச்சிருக்கேன். இப்ப கண்ணால பார்த்துட்டேன்."

"உளறாத...! ஏதாவது போட்டோ... கீட்டோ பார்த்தியா?"

கேட்டபடியே 'சூட்கேஸை' காரின் டிக்கியில் இருந்து இறக்கினான். அதை எடுத்துக்கொண்டு உள்ளே செல்ல வேண்டிய கந்தசாமியோ தயங்கி நின்றான்.

"எடுய்யா... வேடிக்கை பார்க்கறே?"

"இல்லய்யா... உள்ள போக வேணாம். பயமா இருக்குய்யா."

"இதோ பாரு... இது 2017! பனைமரம் அளவு 'அனகோண்டா' பாம்புகூட உண்டு. ஆனா, அஞ்சு தலை நாகமெல்லாம் இதுவரை இந்த உலகம் பார்க்கவே பார்க்காத ஒண்ணு. ஆமா... இவ்வளவு நாள் வீட்டை நீ பார்த்துக்கவே இல்லையா... இன்னிக்குத்தான் திறந்தியா?"

"அ... அது வந்துய்யா"

"நீ தடுமாறுவதுல இருந்தே நல்லா தெரியுது..." என்றபடியே ராஜேந்திரன் தைரியமாக உள்ளே நுழையத் தொடங்கினான். ஆனால் கந்தசாமி அந்த இடத்தைவிட்டு நகராமல் நின்றான். அவன் முகத்தில் பயம் தாண்டவமாடிற்று. அது தெய்வானையைக் கூட சற்று சிந்திக்க வைத்தது.

"என்னங்க... கொஞ்சம் பார்த்துப் போங்க" என்றாள்.

"நம்ம வீடு தெய்வானை. இங்க எனக்கென்ன பயம்? நான் துள்ளி விளையாடின வீடு" என்றபடியே அதனுள் நுழைந்தான்.

டிரைவராக வந்த சுலைமானுக்கு வரும் வழியிலேயே வயிற்றுப்போக்கு ஏற்பட்டதில் செங்கல்பட்டோடு கழண்டு கொண்டான். அதன்பின் ராஜேந்திரனே காரை ஓட்டும்படி ஆகிவிட்டது. 'இப்போது அவன் இருந்தால், இந்தப் பதற்றமான சூழலில் மிகவே உதவியாக இருந்திருக்கும்.'

சுலைமானை நினைத்து வருத்தப்பட்டாள் தெய்வானை! அந்த வீட்டுக்குள்ளே தரை எல்லாம் ஒரே குப்பை அள்ளிக் கொட்டுவதற்குள்தான் பரண் மேல் பார்க்கக்கூடாததைப் பார்க்கும்படி ஆகிவிட்டது. ராஜேந்திரனும் வீட்டை உற்றுப் பார்த்தபடியே நடந்தான்.

அந்த நாளைய 'ரெட் ஆக்சைட்' பூசின சிமெண்டு தரை. உள்ளே வட்ட வட்டமாய் அமைந்த தூண்கள். நடுவில் முற்றம் - அதில் பெய்யும் மழைநீர் ஓடி வெளியே செல்ல வடிவமைக்கப்பட்ட சல்லடை சுவரில் அந்த நாளைய படங்கள்!

அவனைத் தொடர்ந்து தெய்வானையும் உள்ளே வர... வேறு வழியின்றி கந்தசாமியும் பின்தொடர்ந்தான். ராஜேந்திரன் மிகச் சரியாக பரணுக்குக் கீழ் நின்ற நிலையில் திரும்பிப் பார்க்க கந்தசாமி தெரியவும், "எங்கய்யா பாம்பைப் பார்த்தே?" என்று கேட்டான்.

"உங்க... உங்க தலைக்கு மேல பரண்ல..."

"இதுலயா?"

"ஆ... ஆமா..."

"ம்... 'டார்ச் லைட்' இருக்கா?"

"இ... இருக்குய்யா..." என்று அதை தேடுவது போல் பார்க்க... அது ஓர் மூலையில் கிடந்தது. போய் எடுத்து வந்து தந்தான். அதை கையில் வ்ாங்கி 'ஆன்' செய்தபடி, ஏணியை வைத்து ஏறத் தொடங்கினான் ராஜேந்திரன்.

"பார்த்துங்க..." என்று படபடத்தாள் தெய்வானை.

"பயப்படாதே தெய்வா! எவ்வளவு பாம்பை கையில பிடிச்சு தலையை கத்தி வீசி எறிஞ்சிருப்போம் தெரியுமா?" - என்றபடியே டார்ச் லைட் வெளிச்சம் பாய்ச்சி, உள் பாகத்தைப் பார்த்தான். சிறியதாய் ஒரு மரப்பெட்டி கண்ணில்பட்டது. அதன் முகப்பில் ஐந்து தலை நாகம் படம் விரித்து நிற்பது போல செதுக்கப்பட்டிருந்தது. அதை உற்றுப் பார்த்த நொடி... பெரிதாய் ஏணி மேல் நின்றபடியே சிரித்துவிட்டான் ராஜேந்திரன்.

சிரித்தபடியே திரும்பி கீழே பார்த்தவன், "மரப்பெட்டியில அஞ்சு தலை பாம்பை செதுக்கி இருக்காங்கய்யா. அதைப் பார்த்து நீயும் பயந்த... என்னையும் பயமுறுத்திட்டியே?" என்றபடி இறங்கி டார்ச் லைட்டை அவன் கையில் தந்து, "ஏறிப் பாரு" என்றான் மிரட்டலாக...

கந்தசாமிக்கு ஒன்றும் புரியவில்லை. சீறிக்கொண்டு பாய்ந்து வந்ததே? அந்தக் காட்சியை ஒரு விநாடி மனதுக்குள் எண்ணிப் பார்த்தான்.

"என்ன முழிக்கிறே... ஏறிப் பாரு"

ராஜேந்திரன் மறுபடி அதட்டவும் ஏறிப் பார்த்தான். பெட்டிதான்! அந்த நொடியே புசுக்கென்று ஆகிவிட்டது கந்தசாமிக்கு.

"இதுவா நம்மை அந்தப் பாடு படுத்தியது?"

அசடு வழிய திரும்பிப் பார்த்தான்.

"ஆமாங்கய்யா... பெட்டிதான்."

"அதை அப்படியே கீழே இறக்கு. என்ன இருக்குன்னு பார்க்கிறேன். அப்புறம் கிச்சனை சுத்தம் பண்ணிட்டியா? அங்க அடுப்பு பத்த வைக்க முடியுமா?"

"பண்ணலாங்க... அம்மா சமையலே செய்யலாம். 'கியாஸ்' அடுப்பு. பாத்திரம் எல்லாம் தயாரா இருக்கு. கொல்லையில் தொட்டியில் தண்ணிய தேக்கணும். போய் சமையல் சாமான் வாங்கிட்டு வரணும். அவ்வளவுதாங்க."

"போகட்டும்! முசிறி ராமய்யர் ஓட்டல் இருக்குதானே?"

"இல்லீங்க... அய்யரும் நம்ம குடும்பத்தைப் போலவே பட்டணம் பக்கம் போயிட்டாருங்க."

"அட... அய்யர் கடை அரிசி உப்புமா பத்தி தெய்வானைகிட்ட சொல்லிக்கிட்டே இருப்பேன்."

"அதனால என்னங்க... பெரிய பெரிய ஓட்டல் எல்லாம் வந்திருச்சிங்க."

“சரி! சாப்பிட ஏதாவது வாங்கிட்டு வா. அப்படியே சமையல் ஐட்டங்களையும் வாங்கிட்டு வந்துடு” - என்று இரண்டாயிரம் ரூபாய் நோட்டை நீட்டவும்... கந்தசாமியும் வாங்கிக்கொண்டு புறப்பட்டான். போகும்போது ஆஷாவை ஒரு பார்வை பார்த்தான். அவள் பார்வை, ‘டேப்’பில் ஒரு கேம் மேல் இருந்தது.

“அய்யா... வந்ததுல இருந்து பார்க்கிறேங்க. பாப்பா இந்த ‘டிவி’ பெட்டியும் கையுமாவே இருக்கு. இப்பல்லாம் கையில பிடிச்சிக்கிட்டே டிவி பார்க்கலாமுங்களா?”

“இல்ல... அது ‘டி.வி’ இல்ல... ‘டேப்’ - உனக்கு சொன்னா புரியாது. நீ போயிட்டு வா. நாங்க இந்தக் குப்பையை அள்ளி போட்டுட்டு, கொஞ்சம் ஓய்வு எடுக்கறோம்” - என்ற கணவனை சோம்பல் முறித்தபடி பார்த்தாள் தெய்வானை.

“என்ன தெய்வா...”

“டயர்டா இருக்கா?”

“பின்ன? ஏழு மணி நேரம் உக்காந்து வந்திருக்கோம். இந்த கார் ஏ.சி.ல ஆக்சிஜனும் சரியா இருக்காது... கேக்கணுமா?”

“அலுத்துக்காதே... நீ ஒரிஜினல் மாமியார் வீட்டுக்கு வந்துருக்கே! போய் முதல்ல பூஜை அறையில் விளக்கை ஏத்து?”

“விளக்கு ஏத்துறதா... நாம் என்ன இங்க வாழவா வந்திருக்கோம்! புதுசு புதுசா சொல்றீங்க?”

“நம்மளோட வீடு தெய்வா... விலைக்கு வித்து பணம் கைக்கு வரும்வரை நம்ம சொந்தம்தானே? இருக்கற வரை அந்த உணர்வை அனுபவிப்போம்”

அவனிடம் சொந்த ஊர் பாசம் கொடி பிடிக்கத் தொடங்கிவிட்டது. அதை ரசித்தபடியே தெய்வாவும் அந்த வீட்டு மருமகளாக தன்னை மாற்றிக் கொள்ளத் தொடங்கினாள்.

***

அலாதியாக வைக்கோல் கிடக்கும் தெருவுக்குள் சைக்கிளை சர்க்கசில் கரடி ஓட்டுவது போல் ஓட்டிக்கொண்டு கந்தசாமி போவதைப் பார்த்து அங்கம்மாள் ஒரு இடத்தில் குறுக்கிட்டாள்.

"யோவ்... நில்லுய்யா..."

"என்ன அங்கம்மா?"

"என்னய்யா தூங்கி எழுந்திருச்சவனாட்டம் தெம்பா வண்டிய ஓட்டிக்கிட்டுப் போறே... பாம்பு பயம் போயிடுச்சா?"

"அதுவா... அது பிரமை புள்ள? உண்மையில் அங்க அஞ்சு தலை பாம்போடு மரப்பெட்டிதான் இருந்திருக்கு. அதை நான்தான் பார்த்து பாம்புன்னு பயந்துட்டேன்."

"பிரமையா... அப்ப நான் பார்த்தேனே! அது...?"

"நான் சொல்லவும்தானே நீயும் பார்த்தே! அப்ப அதுவும் பிரமைதான்."

"இல்லய்யா... இப்ப நினைச்சாலும் வயித்தைக் கலக்குது. நீ என்னன்னா சர்வ சாதாரணமா பிரமைங்கறே?"

"உள்ளே பரண் மேல ஏறி பார்த்துட்டுதானே சொல்றேன். டாக்டரும் தைரியமா அங்கே தங்கத் தொடங்கிட்டாரு. சாப்பிட ஏதாவது வாங்கிட்டு வான்னாரு. அதான் வந்தேன்."

"நெசமாவா சொல்லுறே."

"அட போ புள்ள... ரூபா நோட்டைப் பாரு. டாக்டர் அய்யாதான் தந்தாரு. நீயும் போய் ஒத்தாசை பண்ற வழியைப் பாரு..."

கந்தசாமி சொன்னாலும், அங்கம்மாளிடம் சிறு தயக்கம்?

"என்ன இம்புட்டு சொல்லியும் நம்ப முடியலையா?"

"இல்ல... பார்த்தது எப்படி பொய்யாச்சுன்னுதான் யோசிக்கிறேன்."

"பொய்தான்... அஞ்சு தலை பாம்பு நம்ம ஊர்ல இருந்திருந்தா ஒருத்தர் கண்ணுல கூடவா பட்டிருக்காது?"

“அப்ப நான் போகட்டா...?”

“போ... போனாதான் பேசினபடி கூலி தருவேன்... பாத்துக்க.”

“யோவ்! என் வயித்துல அடிச்சிடாதேய்யா... நான் போறேன்” - அங்கம்மாள் அப்போதே புறப்பட்டாள்.

***

பெட்ரூமில் அந்த நாளைய வாட்ரோப் ஷெல்ப்பில், துணிமணி சூட்கேஸை வைத்துவிட்டு, சோப்பு - துண்டுடன் கொல்லைப்புறம் சென்ற தெய்வானை, ஆஷாவையும் அழைத்துக்கொண்டு போய் முகம் கழுவச் சொன்னாள். சென்னையில் பிளாஸ்டிக் டப்பிலும், பக்கெட்டிலும் தண்ணீரைப் பார்த்திருந்த ஆஷாவுக்கு கொல்லைப்புறமும் அங்குள்ள சிமெண்டுத் தொட்டியும் ஆச்சரியம் அளித்தன. அப்படியே தோட்டத்தில் வாழை, குலை போட்டு சரிந்திருந்தது.

“ஹாய் பனானா...” என்று குழந்தை முதல் தடவையாக அதைப் பார்த்தாள்.

“எஸ்.யு வான்ட் டு ஈட்?”

“டெஃபனட்லி!”

“ம்... தென் வெய்ட் ஃபார் சம் டேஸ்! பிகாஸ்... திஸ் பனானா இஸ் நவ் நாட் இன் த ஃப்ரூட் ஸ்டேஜ்.”

“யா... இட்ஸ் கிரீனி...”

“ஓ.கே! யு கேன் வாஷ் யுவர் ஃபேஸ்...”

“வேர் இஸ் மக் மம்மி?”

“யூஸ் யுவர் ஹேண்ட்ஸ்...”

அம்மாவும் பொண்ணும் பேசிக் கொண்டிருக்க... தடித்த காற்று சில விநாடிகள் வீசிவிட்டு அடங்கிற்று. அந்தத் தோட்டத்தில் பன்னீர் மரம் ஒன்று பூக்களை உதிர்த்திருந்தது. மிக மாறுபட்ட வித்தியாசமான சூழல்.

கொல்லைக்கு பின்னாலே காட்டுப் பகுதி போல ஒரே வேலிக்காத்தான் மரங்கள்! முகம் கழுவியபடியே அந்தப் பகுதியைப் பார்த்தாள். அப்போது அவளையே பார்த்தபடி வயதான - 'கோமணம்' கட்டிய மனிதர் அவள் கண்ணில் பட்டார். அவர் உடல் மேல் விபூதி முற்றாக பூசப்பட்டிருக்க... தாடியும், தொப்புள் வரை வளர்ந்திருந்தது. சட்டென்று அவரைப் பார்க்கவும் தெய்வானைக்கு சுருக்கென்றது. அவர் இமைக்கக்கூட இல்லை.

அவரது பார்வையும் தோற்றமும் தெய்வானையை என்னவெல்லாமோ செய்தது. சற்று பயமாக கூட இருந்தது. அப்போது உள்ளே இருந்து ராஜேந்திரன் அழைக்கும் குரல் கேட்டது. ஆஷா பாதி முகம் கழுவி இருக்கும் நிலையில், "எல்லாம் போதும் போ..." என்பது போல் அவளையும் இழுத்துக்கொண்டு உள்பக்கம் சென்றாள்.

ராஜேந்திரன் தூய வெள்ளையில் கோடு போட்ட லுங்கியுடன் ஒரு தினுசாக அவளைப் பார்த்தான்.

"என்ன தெய்வா... முகம் கழுவியாச்சா?"

"ம்... ஆமா யாருங்க அவர் ஒரு சித்தர் மாதிரி."

"சித்தரா?"

"ஆமாங்க... வீடு கொல்லைப்புறத்துல இப்பதான் பார்த்துட்டு வர்றேன்."

"யாராவது பிச்சைக்காரனா இருக்கும். விடு... இந்தப் பெட்டியைப் பாரு. இதுல இருக்கறது முக்காலே மூணு வீசம் ஏட்டுச் சுவடிங்க. அதுல ஒரு சுவடி. நம்ம கோவிலைப் பத்தினது. தலைப்பைப் படி... 'அம்பலத்து மாயங்கள்'!"

***

# 3

> “ஜீவர்களுள்ளே ஜீவன் நான்...
> மூவர்களுள்ளே முடிவும் நான்!”

**ரா**ஜேந்திரன் எடுத்துக்காட்டிய அந்த ஏட்டுக் கட்டுமேல் தெரிந்த ‘அம்பலத்து மாயங்கள்’ என்னும் எழுத்துகள் எளிதில் படிக்க முடிவதாக இருந்தன.

“அம்பலத்து மாயங்கள்னா என்னங்க?” என்று அந்த ஏட்டுக்கட்டை எடுத்து பார்த்தபடியே கேட்டாள் தெய்வானை.

“அம்பலம்னா கோவில்... கோவில்ல நடக்கற மாயங்கள்னு அர்த்தம் பண்ணிக்கலாம்?”

“கோவில்ல மாயங்களா? பயமா இருக்குங்க...”

“பைத்தியம்! மாயம்னாலே பயம்தானா?”

“கோவில்னா சாமி இருக்கற இடம். அமைதி கிடைக்கிற இடம் அங்கே மாயம்னா?”

“தெய்வா... உன் கேள்விக்கு பதில் சொல்லணும்ன்னா நான் இதைப் படிக்கணும்.”

“அது ஒண்ணும் லேசுப்பட்ட வேலை இல்ல. அதுக்கு பயிற்சி வேணும்.”

"சரி! இது எப்படி... இங்க... உங்க வீட்டுக்கு வந்துச்சு!"

"நம்ப வீட்டுலன்னு சொல்லமாட்டியா?"

"சரி... நம்ப வீட்டுல!"

அவர்கள் இருவரும் பேசியபடி இருக்க... வேலைக்காரி அங்கம்மாள் வந்து நின்றாள்.

"நீ... ஓடிப் போன அந்தப் பொம்பளதானே?"

"ஐயா... பயத்துல அப்படி நடந்துகிட்டேங்க. தப்பா எடுத்துக்காதீங்க. இப்பதான் கந்தசாமியைப் பார்த்தேன். அது பாம்பு இல்ல... ஏதோ செதுக்கினதுன்னு சொன்னாரு. அதான்..."

தலையைச் சொரிந்தாள் அவள்.

"சரி... இப்ப எங்கே வந்தே?"

"வேலை பார்க்கதாங்க..."

"ஆமா... வேலைன்னா எல்லா வேலையும் செய்வியா?"

"எல்லா வேலையும் தெரிஞ்சு செஞ்சாதாங்களே அது நல்ல பொம்பள ஜென்மம்?"

அங்கம்மாள் எதார்த்தமாய் சொன்ன பதில் தெய்வானையை ஒரு குத்து குத்திவிட்டது. அவளது பதிலை ராஜேந்திரனும் ரசித்தான்.

"கேட்டியா தெய்வா... 'சிட்டி லேடீஸ்' இப்படி சொல்வாங்களா? அதுலேயும் ஐ.டி. கம்பெனியில வேலைக்குப் போயிட்டு வர்றவங்க அலட்ற அலட்டு இருக்கே..."

ராஜேந்திரன் இழுக்க...

"வேண்டாங்க! அப்புறம் அவங்களை எல்லாம் சேர்த்து ஒரு 'அசோசியேஷன்' உருவாக்கி உங்க மேல 'கேஸ் போடவா?' வாயை வெச்சிக்கிட்டு சும்மா இருங்க! ஏம்மா நீ நல்லா சமைப்பியா?"

"என்னம்மா அப்படி கேட்டுட்டீங்க... உங்களுக்கு என்ன வேணும்? ஆனா ஒண்ணு... சைவம்தான் சமைப்பேன். அசைவம் பண்ணத் தெரியாது."

“ஏன் அப்படி?”

“இந்த ஊரே கொஞ்சம் சைவம்தாம்மா. வேதம் படிச்ச ஊருங்கறதால கவுச்சிக்கெல்லாம் இடம் இல்லேம்பாங்க.”

“ஆச்சரியமா இருக்கே...! அப்ப இங்கே எல்லாரும் சைவம்தானா?”

“எல்லாரும்ன்னு சொல்ல மாட்டேன். பாதிக்கு பாதின்னே வெச்சிக்குங்களேன்.”

“தெய்வா... உன் கேள்விகளை அப்புறமா வெச்சிக்க. எனக்கு பசிக்க ஆரம்பிச்சிடுச்சு. பக்காவா மெனு தயார் பண்ணு. அதுக்குள்ளால நான் கொஞ்சம் வெளியில போயிட்டு வந்துடுறேன்.”

ராஜேந்திரன் சொல்லும்போதே ஒரு தூக்கு வாளியில் காப்பியும், வயர் கூடையில் பஜ்ஜி - போண்டா, மளிகைச் சாமான் என்று வந்து சேர்ந்தான் கந்தசாமி.

அடுத்த பத்து நிமிடங்களில் அவ்வளவும் வயிற்றுச் சமாதிக்குள் மறைந்து போயிற்று. கட்டி எடுத்து வரப்பட்ட காகிதமும், வாழை இலையும் சுருட்டி எறியப்பட்டு மூலையில் போய் விழுந்தன. அதன்பின் ராஜேந்திரன், கந்தசாமியோடு ஒதுங்கினான்.

அப்போதும் ராஜேந்திரனின் ஒரே மகளான ஆஷா, ‘டேப்’பும் கையுமாகவே இருந்தாள்.

“என்னங்க இது... பாப்பா ஓடி ஆடி விளையாடாதுங்களா?” என்று பட்டென்று கேட்டுவிட்டான் கந்தசாமி.

ராஜேந்திரனிடம் தர்மசங்கடம்! “அவ டேப்பில் விளையாடிக்கிட்டுதான் இருக்கா.”

“அது என்னங்க விளையாட்டு? விளையாட்டுன்னா உடம்புக்குத்தானே? கண்ணுக்கு கேடா... இதென்னங்க?”

“உன் விளையாட்டெல்லாம் இந்த மாதிரி கிராமங்கள்லதான்! ‘சிட்டி’யில இதான் விளையாட்டு. அங்க விளையாட முதல்ல

இடம் எங்கே இருக்குது?" பேசிக்கொண்டே நடந்தான். அவனும் பின்தொடர்ந்தான்.

"கந்தசாமி... நாம் அப்படியே நம்ம வயக்காட்டுப் பக்கம் போயிட்டு வருவோமா?"

"தாராளமாங்க..."

"நீ கடைசியா எப்ப அரிசியும் குத்தகை பணமும் கொடுத்தேன்னு ஞாபகம் இருக்கா?"

"இப்ப எதுக்குங்க அந்தக் கேள்வி?"

"அதுசரி... போ எனக்கு எவ்வளவு நஷ்டம்னு கொஞ்சம் யோசிச்சு பாரு... தெரியும் உனக்கு."

"என்னங்க நீங்க... உங்க நஷ்டமெல்லாம் ஒரு நஷ்டமா? நாங்க சாப்பாட்டுக்கே இல்லாம சீரழிஞ்சுகிட்டு இருக்கோங்க. நான் இப்ப எந்த வேலை கிடைச்சாலும் பார்க்கிறேன். வெள்ளை அடிக்கறது. தண்ணி லாரி ஓட்டுறதுன்னு எதுவும் பாக்கி இல்லீங்க."

"நான் கொஞ்சமா புலம்புனா... நீ மலை அளவுக்கு புலம்பறே! ஊரும் பார்க்க பழைய ஊராவே இல்ல. காவிரியில் எப்பவும் கணுக்காலுக்காவது தண்ணி போகும் இப்ப சுத்தமா இல்ல போல..."

"அதாங்க பெரிய கொடுமை! ஆத்தைப் பார்க்கப் பார்க்க சுடுகாட்டை பார்க்கற மாதிரியே இருக்குது. பாழாப் போன அரசியல்வாதிங்க நம்மளை எல்லாம் நசுக்கிக் கொன்னு போட்டுட்டாங்க."

"மெல்லப் பேசு... கர்நாடகாக்காரனைக் கேட்டா, 'எனக்கே இல்லை? நான் என்ன வெச்சிக்கிட்டா வஞ்சகம் பண்றேன்'னு சொல்றான். எல்லாத்துக்கும்... மழை சரியா பெய்யலைங்கறது ஒரு சரியான காரணமாயிடிச்சு..."

"ஆமாங்க... பொய்த்துவிட்ட மழை வருவேனாங்குது! ஆனா வந்ததும் நீங்க என்ன கிழிச்சீங்க... உங்க பட்டணத்துலேயும்தானே இப்ப தண்ணிப் பஞ்சம்?"

"அதுவும் சரிதான்... பூமியில தண்ணி இறங்க இடம் இருந்தாத்தானே கிணறு 'போர்'ல எல்லாம் தண்ணி இருக்கும்? அதான் மொத்தப் பட்டணத்தையும் தார் ரோடு, 'கான்கிரீட்' தளம்ன்னு போட்டு மூடிட்டு வர்றோமே? எவ்வளவு பெஞ்சாலும் பெரும் பகுதி தண்ணியும் கடலுக்குப் போயிடுது."

பேசிக்கொண்டே நடந்ததில்... எதிரில் ஊர்க்காரர்கள் சிலர் கண்ணில் தட்டுப்பட்ட ராஜேந்திரனை நலம் விசாரித்தனர்.

"நம்ம ஊர் பிள்ளை நீ... இங்கேயே ஆஸ்பத்திரி ஒண்ணு போட்டு எல்லாருக்கும் வைத்தியம் பார்க்கலாம்தானே?" என்று கொஞ்சம் உறுத்தும் கேள்வியைக் கேட்டார் ஊர்க்காரர் ஒருவர்.

அவரை அசட்டுச் சிரிப்பு சிரித்து சமாளித்தான்.

"ஆமா... எங்க இவ்வளவு தூரம்?"

"சும்மா உங்களையெல்லாம் பார்த்துட்டுப் போலாம்ன்னு தான்..."

"இதை நாங்க நம்பவா?"

"ஆமா... வீடு, வயல் எல்லாத்தையும் கொடுத்துடப் போறியா?"

"கொடுக்கறதா... விக்கப் போறேங்க?"

"இப்படி எல்லாரும் வித்துட்டு, பொறந்த ஊரே வேணாம்னு போனா எப்படிப்பா?"

"அதுக்காக நிலத்தை சும்மா போட்டு வைக்க வா... வெள்ளாமையும் இல்லையே?"

"உனக்கு மட்டும்தானா... ஊரே காஞ்சிதானே கிடக்கு."

பேச்சு இப்படி மிக சகஜமாக இருந்த அந்த வேளையில்... தெருவில் போய்க்கொண்டிருந்த சன்னியாசியைப் போன்ற ஒருவர் அருகில் வந்து ஒரு சிரிப்பு சிரித்தார்.

"என்ன சாமி... சிரிக்கிறீங்க?"

"சிரிக்காம! ம்... வெண்ணைய கையில் வெச்சிக்கிட்டு, நெய்க்கு அலையறவங்களைப் பார்த்து சிரிக்காம என்ன பண்ண?"

"என்ன சாமி... போற போக்குல நீங்க பாட்டுக்கு எதையோ சொல்றீங்க...? எந்த வெண்ணெய்... யார் கையில இருக்கு? புரியற மாதிரி சொல்லுங்க..."

ஊர்க்காரர் ஒருவரே இப்படிக் கேட்டார்.

"புரியற மாதிரியெல்லாம் சொல்ல முடியாது. எவ்வளவுதான் சொல்ல முயற்சி செஞ்சாலும் சொல்லவும் முடியாது."

"அட... அது என்னான்னுதான் சொல்லும்..." அவர் விடுவதாக இல்லை. அந்த சன்னியாசியும் இமைகளை இடுக்கிக்கொண்டு எல்லோரையும் ஒரு பார்வை பார்த்தார். பிறகு, "சொல்லட்டுமா?" என்றும் கேட்டார்.

"அட... சொல்லு சாமி! என்னமோ 'சிதம்பர ரகசியம்' மாதிரி பீடிகையெல்லாம் போடுறே?"

ஊர்க்காரர் அலுத்துக்கொண்டார். ராஜேந்திரனுக்கு அதற்கு மேல் அங்கு நிற்க பிடிக்கவில்லை!

"சரி... நீங்க பேசிக்கிட்டு இருங்க. நான் வந்த வேலையைப் பார்க்கறேன்" என்று நழுவ முயன்றான். அந்த சன்னியாசி வேகமாய் அவனைத்தான் தடுத்தார்.

"அட இருப்பா! நானே உன்னைப் பார்க்கத்தான் வந்திருக்கேன். நீ என்ன கிளம்பிட்ட?" என்றார். ராஜேந்திரனுக்கு முள் தைத்த மாதிரி இருந்தது. அவரை பதிலுக்கு வெறித்துப் பார்த்தான்.

"என்ன பார்க்கறே... நீ எதுக்கு வந்திருக்கே தெரியுமா?" அவனைப் பார்த்து கம்பீரமாக கேட்டார். ராஜேந்திரன் தன் மவுனத்தை தொடர்ந்தான்.

"நீ மவுனமாக இருந்தா நான் விட்டுடுவேனா? நீ... உன் பொண்டாட்டி, பிள்ளையோட இந்த ஊருக்கு கடைசி கடைசியா வரல. வாழுறதுக்கு வந்துருக்கே."

அவர் பேச்சு ராஜேந்திரனை கலவரப்படுத்திற்று. அது அவன் கண்களில் தெளிவாக தெரிய ஆரம்பித்தது.

“சாமி... என் கேள்விக்கு பதில் சொல்லாம் இப்ப டாக்டரை குழப்ப ஆரம்பிச்சிட்டீரா?” என்று ஊர்க்காரர் திரும்ப இடை மறித்தார்.

“இவர் யாருங்க... என்னைப் பத்தி ரொம்ப தெரிஞ்ச மாதிரி பேசறாரே?” என்று ராஜேந்திரனும் வாய் திறந்தான்.

“எங்களுக்கே புதுசுப்பா! இவர் மட்டுமில்ல... இவரை மாதிரி இப்ப ரொம்ப பேர் புதுசு புதுசா வர்றாங்க. நடுராத்திரியில காவேரி ஆத்துக்கு நடுவுல போய் ‘சொக்கப்பனை’ மாதிரி கொளுத்திக்கிட்டு விடிய விடிய ஆடுறாங்க... பாடுறாங்க... கேட்டா... மறைஞ்சுட்ட தெய்வத்தைத் தேடி வந்திருக்கோம்கறாங்க.”

ஊர்க்காரர் ஒருவரின் விளக்கம் அந்த சன்னியாசியை சற்று கோபப்படுத்தியது.

“விடிய விடிய ஆடுறோம்... பாடுறோம்னு சாதாரணமா சொல்லாதே! அது வழிபாடு. காவிரித் தாயை திரும்ப ஜலப் பிரவாகமா பார்க்க வேண்டாமா நீங்க?”

“அதுக்கென்ன சாமி?”

“அதான்... ‘வேதம்’ பரவிக் கிடக்கற இந்த ஊர்ல நாங்க எங்க! அகத்தியரைக் கூப்பிடுறோம்.”

“அகத்திய முனிவரையா?”

“ஆமா... அவர்தான் சித்த புருஷர்களுக்கு எல்லாம் தலைவர் காவிரி ஆறு இந்த மண்ணுல பாயவே காரணமா இருந்தவர்.”

“என்ன இது. இவர் பாட்டுக்கு உளற ஆரம்பச்சிட்டாரு? சரி சாமி. நீங்க கிளம்புங்க. டாக்டர் தம்பி... நீங்களும் புறப்படுங்க. இனியும் இவர்கூட நாம் பேசினா நமக்கு பைத்தியம் பிடிக்க வெச்சாலும் வெச்சுடுவாரு” என்று ராஜேந்திரனை விசாரித்த அவ்வளவு பேரும் கலைய முற்பட்டனர்.

ராஜேந்திரனும் கந்தசாமியோடு நடந்தான்.

இவரோ அவனைத் தொடர்ந்தார். கந்தசாமிக்கு இவர் வருவது கோபத்தைத் தந்தது.

"யோவ்... எங்கே வர்றே?" என்று அதட்டலாகக் கேட்டான். சன்னியாசி பதில் கூறாமல் வெறித்தார்.

"என்ன சாமி... ஏதாவது பணம் வேணுமா? கேட்டு வாங்கிட்டுப் போங்க. பூடகமா பேசி குழப்பாதீங்க" - என்று ராஜேந்திரனும் பாக்கெட்டில் கையை விட்டான்.

அவர் கையை உயர்த்தி தடுத்தார். அவன் சற்று அதிர்ந்தான்.

"உன் பணம் யாருக்கு வேணும்? அது எரிஞ்சு போகிற காகிதம். எனக்கு தங்கமே தெருப்புழுதிதான்... தெரியுமா உனக்கு?"

அதட்டலாகக் கேட்டவர் குனிந்து சாலையில் கிடந்த புழுதி மண்ணை கையில் எடுத்தவராக... 'நீட்டு உன் கையை!' என்றார்.

ராஜேந்திரன் நீட்டவில்லை!

"ம்... நீட்டு" என அவர் அதட்டவும் நீட்டினான். அவரது கையில் இருந்த புழுதி மண் பொலபொலவென்று அவன் கையில் விழ ஆரம்பித்தது.

ஆனால், அது புழுதி மண்ணாக அல்ல... தங்கத் துகள்களாக!

***

# 4

> ‘ஆடல் கலையின் தலைவன் நான்;
> கூடல் நிலையில் உமைசிவன் காண்!’

அந்தத் தங்கத் துகள்கள் அவனது வாயைப் பிளக்கச் செய்தன. அவன் உள்ளங்கை நிரம்பிவிட்டது. சன்னியாசியோ மிகக் கோபமாக, போ... போய் முதல்ல இது தங்கமான்னு பரிசோதனை செய்! அப்பதான் நான் பிச்சைக்கார பரதேசி இல்லை. ஒரு சிவப் பரதேசின்னு உனக்குப் புரியும் என்றபடி அந்த இடத்தைவிட்டு வேகமாக விலகியும் சென்றுவிட்டார்.

ராஜேந்திரன் உள்ளங்கையையே பார்த்தான். தங்கத் தூள், பகல் வெளிச்சத்தில் மின்னியது. அருகில் இருந்த கந்தசாமிக்கு தலையும் புரியவில்லை... வாலும் புரியவில்லை. மனத்தில் ஒருவித பதற்றம் இடையில் ராஜேந்திரன். தங்கத் தூளை இடது கைக்கு மாற்றி... வலது கை விரல்களால் வருடிப் பார்த்தான். ஓர் உலோகத்தை தொடும் உணர்வு ஏற்பட்டது.

“ஐயா... என்னங்க இது?”

“என்ன இதுன்னா... நீயும்தானே பார்க்கிறே?”

“சரியான கண்கட்டா இருக்குங்களே!”

"கண்கட்டோ... கால்கட்டோ... சன்னியாசி சொன்ன மாதிரி இது தங்கம்தானா?ன்னு முதல்ல பார்க்கணும்."

"ஐயா வேணாங்க... இது ஏதோ சித்து வேலை."

"ம்... சித்து வேலைன்னா?"

"அது யாருக்குத் தெரியும்? இப்படி ஏறுக்குமாறா எதாச்சும் மந்தா. அதை சித்து வேலைன்னு சொல்வாங்க."

"சரி! அப்படியே இருக்கட்டும்... தெருப்புழுதி எப்படிய்யா இப்படி மாற முடியும்?"

"முதல்ல அதை வீசி எறியுங்க. எதாச்சும் ஆகிடப் போகுது."

"உங்களுக்கு ஏதாச்சும்ன்ன...?"

"கை, கால் இழுத்துக்கப் போகுது."

"அப்படியெல்லாம்கூட நடக்குமா?"

"கண் கட்டுல எதுவும் நடக்கும்..."

கந்தசாமி பாமரத்தனமாய் பயமுறுத்தினான். ராஜேந்திரனுக்கும் கையை உதறிவிடத் தோன்றியது. ஆனால் இறுதி விநாடியில் மனதில் ஒரு மாற்றம்!

ராமைய்யா ஆசாரி வாயைப் பிளக்கத் தொடங்கிவிட்டார்.

"தம்பி... சத்தியமா தெருப்புழுதியா இப்படி தங்கமாச்சு?" என்றும் கேட்டார்.

"அப்ப... இது தங்கம்தானா?"

"24 காரட் சொக்கத் தங்கம்..."

"நெஜமாவா?"

"சரி... மண்ணுன்னு நினைச்சு எனக்கே கொடுத்துடுங்க. என்ன இப்போ?"

"என்ன... இதான் சாக்குன்னு நீ ஆட்டையைப் போடப் பார்க்கற பார்த்தியா?" - கந்தசாமி இடையிட்டான்.

ஆசாரி, தன் புகையிலைக் காவிப் பல் தெரிய ஒரு கோரச் சிரிப்பு சிரித்தார்.

“அப்ப இது எவ்வளவு விலை போகும்?”

“முப்பத்தி நாலு கிராம் இருக்கு. கணக்கு போட்டுக்குங்க! இன்னிக்கு பவுன் 24 காரட்டுக்கு இருபத்தி நாலாயிரம்ன்னு வெச்சாலும்... நாலே கால் பவுனுக்கு லட்ச ரூபாய்க்கு குறையாம இருக்கு.”

ஆசாரி சொன்ன நொடி கந்தசாமிக்கு ஜிவ்வென்று ஆனது. பாவிப் பரதேசி... இந்தச் ‘செப்படி வித்தையை தன்னிடம் செய்யாமல் போய்விட்டானே?’ என்றும் தோன்றி, ‘ராஜேந்திரன் இதையடுத்து என்ன செய்வான்?’ என்பதில்தான் போய் நின்றது சிந்தனை!

“என்ன தம்பி யோசனை?”

“இல்ல... போற போக்குல ஒருத்தரால தெருப் புழுதியவே இப்படி லட்ச ரூபாய்க்கு மாற்ற முடியுதுன்னா... இவர் மனசு வெச்சா நம்ம ஆத்து மணலெல்லாம் தங்கமாகி, நம்ம ஊரே எங்கேயோல்ல போயிடும்?”

“ஆமாமா! அதுசரி... அந்தப் பரதேசி இப்ப எங்க தம்பி இருக்காரு?”

“யாருக்குத் தெரியும்... நானே வர்ற வழியிலதானே பார்த்தேன்.”

“அவரைப் பார்க்கணுமே தம்பி.”

“எதுக்கு... எனக்கும் தெரு மண்ணை எடுத்து தங்கமாக்கிக் கொடுன்னு கேக்கவா?” கந்தசாமி இப்படி சொல்லவும் ஆசாரி இதற்கும் அசடு வழிய ஒரு சிரிப்பு சிரித்தார்.

“ஆசாரி... இதற்கு மாதிரி தங்கமெல்லாம் மாயமாக அப்படியே இருக்குமா?” - ராஜேந்திரன் அவர் கேள்விக்கு பதில் கூறாமல் தன் சந்தேகத்தைக் கேட்டான்.

“எதனால தம்பி இப்படியொரு சந்தேகம்?”

“இது வந்த விதம் என்னை இப்படி யோசிக்க வைக்குது.”

“அதுவும் சரிதான்! இதுக்கு ஒரே பதில்... இதை பொட்டலமா கட்டி வையுங்க. என்ன ஆகுதுன்னு பார்ப்போம். ஆமா... அந்தச் சித்தர் எதுக்காக இப்படி உங்ககிட்ட நடந்துகிட்டாரு?”

“சித்தரா?”

“ஆமா தம்பி இந்த மாதிரி ‘ரசவாத வித்தை’ தெரிஞ்சவங்க சராசரி சன்னியாசியா... பிச்சைக்காரங்களா இருக்கவே மாட்டாங்க. சித்தர் சாமிகளாதான் இருப்பாங்க.”

“சரி! சித்தர்னனே இருக்கட்டும். மண்ணை இப்படி தங்கமாக்கறது சாதாரண விஷயம் இல்லையே?”

“அதுல என்ன சந்தேகம்? அவங்களுக்கு இதெல்லாம் ஒண்ணுமே இல்ல. அவங்க தண்ணியிலேயே நடப்பாங்க. கண் எதிர்ல விசுக்குன்னு மறைஞ்சிடுவாங்க. இப்பக்கூட ஒரு டிவியில ஒரு சித்தர், கேமரா முன்னால மறைஞ்சி காமிச்சாரு...”

“அப்படியா...?”

“தம்பி... நம்ம ஊரு எப்பவுமே விசேஷமானது. அந்தக் காலத்துல நிறைய சித்தருங்க நடமாடி இருக்காங்க. நடுவுல எதுவும் இல்லாம இருந்துச்சு. இப்ப திரும்ப வந்திருக்காங்கன்னா... இங்கே ஏதோ நடக்கப் போகுதுன்னுதான் தோணுது. ஆமா... அவங்க உன்கிட்ட வேற எதுவும் சொன்னாங்களா?”

“சொன்னாரே... ‘டாக்டர் ஐயா இனி இந்த ஊர்லதான் இருப்பாரு!’ன்னு அப்புறம் அகத்தியருன்னு யாரையோ பார்க்க வந்திருக்கறதா சொன்னாரு.”

கந்தசாமி சொல்ல... ஆசாரி திகைத்துப் போய்...

“அகத்தியரைப் பார்க்கவா? நம்ம ஊர்லயா?” என்று வேகமாய் திருப்பிக் கேட்டார்.

“ஆமா! யார் அது அகத்தியர்... உங்களுக்கு தெரியுமா?”

"அகத்தியர் யாரா? அவராலதான்ய்யா நம்மளோட ஊர் வழியா காவிரியே ஓடிக்கிட்டிருக்கு."

"ஆசாரி... அதெல்லாம் புராணக்கதை! அகத்தியர் பற்றி நானும் கேள்விப்பட்டிருக்கேன். நீங்க இப்ப நடக்கற காலத்தை மனசுல வெச்சிக்கிட்டு பேசுங்கள். இதையெல்லாம் எப்படி எடுத்துக்கறதுன்னே எனக்குத் தெரியல..." - என்றபடியே அந்தத் தங்கத்தூளை பொட்டலமாய் கட்டினான் ராஜேந்திரன்.

"பத்திரம் தம்பி... அப்படியே பாக்கெட்ல வையுங்க. என்னாகுதுன்னு பார்ப்போம். ஆமா... நீங்க பட்டணமா?"

"ஆமாம். இது நான் பிறந்து, வளர்ந்த ஊர். பூர்வீக சொத்தை வெச்சிக்க முடியல. அதான் வித்துடுவோம்ன்னு வந்திருக்கேன்."

"அப்படியா விஷயம்... பார்த்து தம்பி. இந்தத் தண்ணிக்கேன் போடுறவங்களுக்கு மட்டும் வித்துடாதீங்க. இஷ்டத்துக்கு போர் போட்டு தண்ணிய உறிஞ்சி எடுத்து, நல்லா காசு பார்த்துடுவாங்க" - ஆசாரி எச்சரிக்கை செய்யவும் கந்தசாமி அவரை ஒருமுறை முறைத்தவனாய், "இன்னிக்கு தண்ணிக்கேன் போடுறவங்க மட்டும் இல்லேன்னா... மாடியில, அப்பார்ட்மெண்ட்ல குடியிருக்கறவங்க அம்புட்டு பேரும் சிங்கிதான் அடிக்கணும். ஞாபகம் வெச்சுக்க..." என்றான், அவருக்கு எதிராக!

"என்னலே... உன் தரப்புல யாராச்சும் தண்ணி பிசினஸ் பண்ணுறாங்களா... இம்புட்டு வேகமா வக்காலத்து வாங்கிகிட்டு வர்றே?" என்று ஆசாரியும் ஒரு வாங்கு வாங்கினார். ராஜேந்திரன் மட்டும் அமைதியாகவே இருந்தான். 'இனி அங்கே அவரிடம் பேச எதுவும் இல்லை!' என்பவன் போல அங்கிருந்து புறப்பட்டான்.

கந்தசாமியும் பின்தொடர்ந்தான். அருகில்தான் இருந்தது அவனுக்கு சொந்தமான வயல் பகுதி.

அங்கே போய் நின்றபோது வரப்புகள் இளைத்துப் போய் ஏதோ பெயருக்கு சிறிய மண் திட்டாய் அங்கங்கே காட்சி தந்தன.

நிலம் முழுக்கப் பலவிதமான காட்டுச் செடிகளின் கூட்டம். அதன் ஊடாக ஆடுகள் மேய்ந்தபடி இருக்க... 12 வயதுப் பெண்பிள்ளை ஒருத்தி அந்த ஆடுகளை மேய்த்துக் கொண்டிருந்தாள்.

ஓர் இடத்தில் வைக்கோல் போர் உயரத்துக்கு மண் மேடு. அதன்மேல் வேப்பமரம்! அதன் நிழலில் சில மாடுகள் படுத்திருந்தன. மற்றபடி கண்ணுக்கு எட்டிய தூரம் எங்கும் வெறும் காட்டுச் செடிகள்தான். அவைகள்கூட காய்ந்து போயிருந்தன.

ஒரு காலத்தில் அழகாய் புசுபுசுவென்று பச்சைக் கம்பளம் விரித்த மாதிரி காட்சி தந்த இடம். சரேலென்று கொக்குக் கூட்டம் எழும்பிப் பறக்கும் அந்த மணல் மேட்டுக்கு அப்பால் ஆழமான கிணறு. தண்ணீர் இளநீல நிறத்தில் டால் அடிக்கும். அதில் மின்சார மோட்டார் அறை மேல் இருந்து ஒரு டைவ் அடிக்கும்போது... தண்ணீர் மழை வீச்சு போல் வானத்தின் மேல் போய்த் திரும்பும்.

இன்று எல்லாமே வெறும் நினைவு!

பார்த்தபடியே நின்றான் ராஜேந்திரன் அப்படியே அந்தக் கிணற்றை நோக்கியும் சென்றான். அடி ஆழத்தில் ஏதோ பேருக்கு கொஞ்சம் தண்ணீர் இருந்தது. அதைப் பார்க்க... பெருமூச்சு வந்தது.

“என்னய்யா... பழைய ஞாபகம் வந்து மனசு பாடாபடுதா?”

“ஆமா கந்தசாமி... எப்படி இருந்த ஊர்?”

“அதே நினைப்புதான் எனக்கும். இருந்தாலும் ஒரு சின்ன நம்பிக்கை இருக்குங்க.”

“சின்ன நம்பிக்கைன்னா?”

“தப்பித் தவறி நல்ல மழை பெய்து, ஆத்துலேயும் தண்ணி வந்துடும்ன்னு நம்புறேங்க...”

“மழை பெய்யறது இப்ப அதிர்ஷ்டத்தோடு சேர்ந்துடுச்சி பார்த்தியா? வந்தா உண்டு... இல்லாட்டி இல்ல. எல்லாம் அதோட இஷ்டம். அதான் அதிர்ஷ்டம்!”

“ஆமா... யாரோ உரக் கம்பெனிக்காரங்களுக்கு விக்கப் போறீங்கன்னு சொன்னீங்களே... அவங்களும் பட்டணமா?”

“இல்ல... திருச்சியைச் சேர்ந்தவங்க. அவங்க வந்து பேசின பிறகுதான் தெரியும். விலை படியணுமில்ல?”

“அதுவும் சரிதான்...!” என்றபடி அப்படியே திரும்பி நடக்கத் தொடங்கினர். வயல் பரப்பைவிட்டு மண் சாலைக்கு வந்து, அங்கிருந்து வீடு நோக்கி நடக்கத் தொடங்கியபோது... தோளில் குரங்கோடு ஒருவர் கடந்து போனார். இடுப்பில் கோமணம் மட்டும் கட்டி இருந்தார்.”

“வித்தியாசமாய் மூக்கில் ஒரு ‘வளவி’ போட்டிருந்தார். அந்த நாளில் பிள்ளை பிறந்து தங்காமல் போகும் குடும்பங்களில், ‘பிள்ளை தங்க வேண்டும்’ என்றால் மூக்கில் வளவி போடுவார்கள். அந்தப் பிள்ளைக்கும், அதன்பின் உடல் நலக்கேடு வராது. அது தப்பித்துவிடும். இதுக்குப் பின் இப்படியொரு விஷயம் உண்டு. இந்தக் கோவணாண்டியும் அப்படியொரு பிள்ளையாக இருக்கவேண்டும். குரங்கோடு என்ன கூட்டோ?”

“ஐய்யா... இப்படி புதுசு, புதுசா ஊருக்குள்ள நிறைய பேர் சுத்த ஆரம்பிச்சிட்டாங்க. யாருடா நீங்க? இந்த ஊர்ல உங்களுக்கு என்னடா வேலை?ன்னு கேட்டா... முறைச்சு பார்க்கறாங்க. ஒரு கொடுமை போல... கேட்டவங்களுக்கும் காய்ச்சல், குளிர்ன்னு வந்துடுது. அதான் நானும் இந்தக் குரங்குச் சித்தனைப் பார்த்தும்... எதுவும் கேக்கல.”

“குரங்குச் சித்தனா?”

“ஆமாம்ய்யா... இவருக்கு ஊர்ல இப்ப அப்படித்தான் பேரு.”

கந்தசாமியின் பதில், ராஜேந்திரனை மேலும் யோசிக்க வைத்தது!

வீட்டுக்குள் நுழையும்போதே கமகமவென்று சாம்பார் வாசம். தெய்வானையும், அங்கம்மாளும் சமைத்தபடி இருக்க...

அதிசயமாக டேப்பை ஓர் ஓரமாக வைத்துவிட்டு அமைதியாக அமர்ந்திருந்தாள் ஆஷா. அது கந்தசாமிக்கு பெரிய ஆச்சரியத்தைத் தந்தது.

"என்ன பாப்பா... அந்த டப்பாவை கீழே வெச்சுட்ட?" - என்று கேட்க வேறு செய்தான்.

ஆஷாவிடம் எந்த 'ரீஆக்ஷனும்' இல்லை. சப்தம் கேட்டு தெய்வானை வந்தாள். குடும்பப்பாங்காக சேலை உடுத்தி, வித்தியாசமாக காட்சி தந்தாள்.

"என்னங்க... இடத்தைப் பார்த்துட்டு வந்துட்டீங்களா? அது அங்கே பத்திரமா இருக்கா?" என்று 'ஜோக்' அடிப்பது போல பேசினாள். ராஜேந்திரன் அதற்கு பதில் சொல்லாமல் பாக்கெட்டில் கையை விட்டு, அந்தத் தங்க மண் பொட்டலத்தை வெளியே எடுத்தான்.

"என்னங்க இது?"

"பிரிச்சிப் பாரு..."

"என்ன... ஏதாவது பிரசாதமா?"

"ஆமா! பாரு தெரியும்." அவளும் பிரித்தாள். உள்ளே புழுதி மண்!

அதைப் பார்த்தவள்

"என்னங்க... இது மண் மாதிரி இருக்கே...?" - என்று கேட்க... ராஜேந்திரனும், கந்தசாமியும் ஒரு சேர திகைத்துப் போய் அதை வாங்கிப் பார்த்தனர்.

மண்ணேதான்!

"ஐய்யா... என்னங்க கொடுமை?"

"கந்தசாமி... நீ சொன்ன மாதிரி இது பெரிய மாயமால்ல இருக்கு."

"முதல்ல தூக்கி எறியுங்க. கழுத... இது கையில இருந்து கை-கால் இழுத்துக்கிடப் போகுது."

கந்தசாமி பதற... ராஜேந்திரனும் அதை அப்படியே மடித்துத் தூக்கிப் போட்டான்.

"ஆமா... என்னங்க இதெல்லாம்... நீங்க என்ன பேசுறீங்க?" என்று தெய்வானையும் புரியாமல் கேட்க, அவளிடம் தெருவில் நடந்ததைச் சொல்லத் தொடங்கினான்.

***

ஆசாரி வீடு!

தன் வசமுள்ள பொட்டலத்தைப் பிரித்து, அந்தத் தங்கத் தூளைப் பார்த்தபடி இருந்தார். அவரது கண்களில் ஆசை ஒளி.

அருகில் வந்த மகன் திருவேங்கடம் "என்னய்யா... இது தூளா இருக்கு? இப்ப இப்படியும் சொர்ணம் வர ஆரம்பிச்சிடிச்சா?" என்று கேட்டவனிடம் பதில் பேசாமல்.

"ஏய்... நாம் குபேரனாகர் காலம் வந்துடுச்சிடா. இது 'ரசவாத தங்கம்.' இப்பதான் சாமர்த்தியமா ஒருத்தன்கிட்ட இருந்து அடிச்சேன். இதைக் கொடுத்தவன் ஒரு சித்தன். அனேகமாக அவன் ரசவாதியாத்தான் இருக்கணும். நம்ப ஊருக்குள்ளதான் இருக்கான்..." என்று கூறவும், மகன் முகத்தில் பேராச்சரியம்!

***

# 5

**‘ஆலமர் நிழலில் தத்துவம் நான்;
ஆனந்தத் தாண்டவ மகத்துவமும் நான்!’**

**தி**ருவேங்கடம் திகைப்பாக அப்பா ராமைய்யா ஆசாரியை விழிகள் விரியப் பார்த்தான்.

பிறகு, “அய்யா... இதெல்லாம் நெசம்தானா... இல்ல யாராச்சும் ரெண்டா நம்பர் வேலை விடுறாங்களா?” என்றும் கேட்டான்.

‘இரண்டாம் எண்’ என்று குறிப்பிட்டாலே தொழில்முறையில் அது நேர்மைக்கும், நாணயத்துக்கும் சம்மந்தம் இல்லாத ஒரு ஏமாற்று வேலை என்பதுதான் பொருள். அநேகமாக தங்கம் வாங்கி... விற்கிறவர்களுக்கு இந்த வார்த்தையும் அத்துபடி. எனவே, மகன் கேட்ட கேள்வி, ராமைய்யாவுக்கும் புதிதல்ல!

“இல்லலே... இது ‘ரசவாத தங்கம்தான்!’ பால்ல கூட போட்டுப் பார்த்தேன். பால் திரிஞ்சு, பச்சையா போச்சு.”

“பச்சையான்னா?”

“பச்சை நிறத்தைச் சொன்னேன்.”

“அப்படியெல்லாம்கூட ஆவுமா என்ன?”

“ரசவாதம்னா ஆவும். நம்ம பரம்பரையிலேயே ‘ரசவாதம்’ தெரிஞ்ச பாட்டன்மார்கள் இருந்திருக்காங்க. ஆனா, என்ன காரணமோ... அவங்களுக்கு தெரிஞ்சதை வாரிசுகளுக்கு சொல்லித் தராமலே போயிட்டாங்க.”

“எதனால் அப்படி?”

“தெரியல! ஒரு கொடுமை என்னன்னா... அவுகளும் சித்தர் சாமியாகி நம்ம குடும்ப தொடர்பே இல்லாம ஒதுங்கிட்டாங்க.”

“கோட்டிங்க... அவங்களும் வாழாம, நம்மளையும் வாழவிடாமல்ல பண்ணிட்டாங்க.”

“விடு... இப்ப நமக்கு ஒரு சந்தர்ப்பம் கிடைச்சிருக்கு. எப்பாடுபட்டாவது ‘ரசவாத’சாமியாரை நாம் தேடிப் பிடிச்சு, அவர் கால்ல விழுந்து அந்த வித்தையைக் கத்துக்கணும்.”

“நம்ம பாட்டன்மாரே சொல்லித் தரல. இவுக யாரோ... சொல்லித் தருவாகளா?”

“முயற்சிதானே திருவேங்கடம்... காசா பணமா? ‘போனா மசுரு. வந்தா மலை’ன்னு இந்த வேலையைப் பார்ப்போம். எல்லாத்துக்கும் மெஷின் வந்து, நம்மளோட தொழிலே இப்ப அழிவுல இருக்கு. நம்ம பிள்ளைங்களும் இதை நம்பி பொழைக்க முடியாதுன்னு வேற வேலைக்குப் போகத்தான் ஆசைப்படுறாங்க. இந்த நிலையில் நமக்கு ஒரு வாய்ப்பு கிடைச்சிருக்கறதா நினைப்போமே.”

“ஆமா... எனக்கு தெரிஞ்சு உமி அளவு தங்கத்தைக்கூட நீங்க களவாண்டதில்ல. நம்ம சுற்று வட்டாரத்துல உங்களுக்கு ‘சத்திய வந்தன்’னே பேரு நீங்க போய் எப்படி இந்தத் தங்கத்தை களவாண்டீங்க?”

“வாஸ்தவம்தான்...! இது ஒண்ணும் அந்த டாக்டர் சம்பாரிச்ச சொத்து இல்ல. வர்ற வழியில புழுதி மண்ணால கிடைச்சிச்சு. எனக்கோ இதோட பின்னால ஓர் ஆராய்ச்சி இருக்கு. அதான் இதை எடுத்தேன்.”

"அப்பகூட 'களவாண்டேன்'னு சொல்லாம் எடுத்தேங்கறீங்களே..."

"இத களவுங்காத! நம்ம ஊர்ல ஒரு 'மாயாஜாலம்' நடக்க ஆரம்பிச்சிடிச்சு. அதோட ஓர் அத்தியாயம்தான் இது."

"ம்... டிவி, கம்ப்யூட்டர், செல்போனுன்னு பொளந்து கட்டிகிட்டிருக்கோம். இந்தக் காலத்துல 'மாயாஜாலம்'ன்னா எப்படிங்கய்யா?"

"எலேய்... இப்ப இருக்கறதைவிட மேலான வசதிங்களோட ஒரு காலம் இதுக்கு முன்னால இருந்துருக்குதுடா. உக்காந்த இடத்துல இருந்து நடக்கறதை எல்லாம் மனசாலயே பார்த்துச் சொன்ன ஒரு பாத்திரம்தான் சஞ்சயன்! மகாபாரதத்துல... கண்ணு தெரியாத திருதிராஷ்டிர மகாராஜா பக்கத்துல இருந்தவன் இவன். யுத்தக் களத்துல நடக்கற சண்டையை அப்படியே அந்த ராஜாகிட்ட சொன்னவன். இப்ப அதுக்கெல்லாம் உனக்கு ஒரு 'செல்போன்' தேவை ஆனா இப்படியொரு கருவிகூட இல்லாம சொன்னவன் அவன்!"

"அதே மாதிரி ரெக்கை இல்லாம பறந்தவன் அனுமன். பூ விமானத்தில் சீதையை தூக்கிக்கிட்டு போனவன் ராவணன். ஒரு தர்ப்ப புல்லையே பாணமா போட்டவன் ராமன்."

"நான் ஒண்ணு கேட்டா நீங்க, ஒண்ணு சொல்றீங்களே... இதெல்லாம் கதையில்ல?"

"கதைதான்... நடந்த கதை!"

"நம்ப முடியலியே...?"

"இதோ பாரு... நம்பற விஷயம் மாதிரியே நம்ப முடியாத விஷயங்களும் இருக்கறதுதான் நாடு."

"நீங்க என்ன சொல்ல வர்றீங்கன்னே புரியலியே?"

"திருவேங்கடம்... இப்ப என்னை எதுவும் கேக்காதே! நான் சொல்றதை மட்டும் கேளு. வீட்டுக்குள்ள திரியற இந்தச் சித்தர் சாமிங்க எல்லாம் ராத்திரியில் எங்கே தங்கறாங்கன்னு கண்டுபிடி. மிச்சத்தை அப்புறம் சொல்றேன்."

“ராத்திரியில காவிரி ஆத்துக்கு நடுவுல ஒண்ணா கூடி ‘சம்போ மகாதேவா’ன்னு ஒரே ஆட்டம் பாட்டமா இருக்காங்க.”

“அப்பசரி... இன்னிக்கே பார்த்துட வேண்டியதுதான்! நீ போய் நல்ல செவ்வாழைத் தார் ஒண்ணு வாங்கிட்டு வா. அப்படியே ஒரு லிட்டர் தேனு. கொஞ்சம் ராகி மாவு அஞ்சாறு கிலோ மூங்கில் அரிசி... இதுல கிடைச்சதை எல்லாம் வாங்கிட்டு வா.”

“இதெல்லாம் அவுங்களுக்கா?”

“ஆமா... வெறும் கையோட போவாம் இதோடல்லாம்தான் போகணும். போய்... ‘குருநாதா’ன்னு அப்படியே வெட்டின மரம் மாதிரி கால்ல விழுந்துடணும்.”

அப்பா ஒரு முடிவோடு இருப்பது மகனுக்கும் புரிந்துவிட்டது. ஆனாலும் இதனால் பெரிதாக நல்லது நடந்துவிடும் என்று அவன் ஆழ்மனது ஏனோ நம்பத் தயாராயில்லை!

சாப்பிட்டு முடித்து அமர்ந்த நிலையில் மனதில் இனம்புரியாத சந்தோஷம்! சொந்த ஊரில் பண்ணை வீட்டில் பசியாறி, அமர்ந்திருக்கும் ஒரு தருணம் என்பது நிச்சயம் உற்சாகமான தருணம். ராஜேந்திரனும் அதை அனுபவிக்கத் தொடங்கினான். தாளித்த குழம்பு வதக்கிய எண்ணெய் கத்தரிக்காய், அதிகம் புளிக்காத தயிரில் வெள்ளரிப் பச்சடி, எண்ணெயில் பொரித்த உளுந்து அப்பளம். ஒட்டுமொத்த சமையலில் வாயை மணக்கச் செய்த நாட்டுக்கடுகை குறிப்பிட்டே தீர வேண்டும்.

அப்போதுகூட ஒரு கடுகு, கடவாய் பல் இடுக்கில் இருந்து நாவால் நெம்பி வெளியேற்றப்பட்ட நிலையில் பல்லில் சிக்கி அரைபட்டு வாய்க்குள் பெரும் மணம் கும்மென்று பரவி, மனதும் மிக ரம்மியமாக அதை அனுபவித்தது.

‘ஒரு சிறு கடுகால் இத்தனை இன்பமா? இந்தக் கடவுளின் சிருஷ்டியை என்னவென்று சொல்வது?’

ராஜேந்திரன் தன்னை மறந்திருந்த அந்தத் தருணத்தில் வெளியே கார் வந்து நிற்க... அவன் எதிர்பார்த்துக் காத்திருந்த ராமச்சந்திரன் 'குரூப்' உள்ளே நுழைந்தது.

"வாங்க... வாங்க..."

"என்ன டாக்டர் சார். நீங்க எப்ப வந்தீங்க?"

"உங்களுக்காகத் தான் காத்துக்கிட்டிருக்கேன். உக்காருங்க முதல்ல..."

அவர்களும் அமர,

'சற்று அமரலாம்' என்று கருதிய நிலையில் உட்கார்ந்திருந்த தெய்வானை, காப்பி போட எழுந்தாள்.

"அம்மா சிரமப்பட வேணாம். மோர் இருந்தா கொடுங்க... அதுபோதும்! இன்னிக்கு காலையில இருந்து நாலு காப்பி குடிச்சாச்சு. வயிறும் ஒரு மாதிரி இருக்கு" என்று தடுத்தார் ராமச்சந்திரன். தெய்வானை சிரித்தபடி உள்ளே சென்று மோரோடு வந்தாள்.

"உப்பு போட்டிருக்கா?"

"ம்..."

"அப்ப... அப்படி வெச்சிடுங்க."

"ஏன்... உங்களுக்கு உப்பு போடக்கூடாதா?"

"அதெல்லாம் இல்ல... உங்க கையால உப்பு எடுத்துக்கிட்டா அதுக்கு ஏற்ப நாங்க நடந்துகிட்டே தீரணும். இப்ப ஒண்ணும் சொந்தம் கொண்டாட வரல. வந்திருக்கறது நிலம் வாங்க. அதாவது வியாபாரம்! ஆகையால் அது நல்லவிதமா முடிஞ்சிடட்டும். இந்த உப்பு மோரை எடுத்துக்கிறோம்."

ராமச்சந்திரனின் பேச்சு ராஜேந்திரனுக்கே ஆச்சரியமாக இருந்தது.

"என்ன ராமச்சந்திரன் இது... சாதாரண மோருக்கு பின்னால இவ்வளவு விஷயம் இருக்கா?"

"பின்ன... நாங்க நிலம் வாங்கப் போறது என்ன சாமானிய ஊர்லயா? அன்றாடம் வேதம் படிக்கிற மண்ணாச்சே இது!"

"அதனால...?"

"என்ன அதனால... இந்த ஊரையே சிவன் சொத்தால்ல நினைக்கிறாங்க. இங்கே எல்லாம் சரியா இருக்கணும்."

"எது இப்ப சரியா இல்ல?"

"அது எங்களுக்குத் தெரியாது. இங்க எதைச் செய்தாலும் சரியா செய்யணும். செய்யத் தவறினா அது பெரிய பாவமாயிடும்ன்னு கேள்விப்பட்டோம்."

"எனக்கு எல்லாமே புது செய்தியா இருக்கு. போகட்டும்... இடத்தைப் பார்க்க புறப்படுவோமா?"

"அவசியமில்ல... நாங்க ஒரு தடவைக்கு மூணு தடவைப் பார்த்துட்டோம். வி.ஏ.ஓ. ஆபீசுக்கு போய் 'ரெக்கார்டு'களையும் செக் பண்ணிட்டோம். நீங்க அனுப்பின ஜெராக்ஸ்களையும் எங்க வக்கீல் பார்த்து முடிச்சு, கிரீன் சிக்னல் கொடுத்துட்டாரு. நிலம் வரையில் எந்த வில்லங்கமும் இல்லை. விலை பேசி வாங்கி, பத்திரம் பதிஞ்சா முடிஞ்சது. ஆனா, ஒரு விஷயம்தான் இடிக்குது."

"என்ன?"

"உரத் தொழிற்சாலையை நாங்க இங்க போடும்போது அதுக்கு சில 'லைசென்ஸ்' கிடைக்கறதுல பிரச்சினை வர்ற மாதிரி தெரியுது."

"அதாவது மாசு கட்டுப்பாட்டுத் துறை?"

"ஆமாம்... இப்ப பத்திரிகை, டிவியில எல்லாம் கூடிக் கூடி பேசுறதுன்னு ஒரு விஷயம் உருவாகி இருக்கு. அதனால விழிப்புணர்வு உருவாகுது. அதுல ஒரு விஷயம், சுத்தமான ஆறுகள் ஓடுற இடத்துல ரசாயனம் கலக்கற தொழிற்சாலைகளை அனுமதிக்கற விஷயம்."

"அப்ப எங்கதான் அதை ஆரம்பிக்கறதாம்?"

"எங்க வேணா ஆரம்பிக்கலாம். ஆனால் சூழ்நிலையை கெடுக்காம உற்பத்தி பண்ணணும். அவ்வளவுதான்!"

"அப்ப உங்க தொழில்ல கெடுக்கற விஷயம் உண்டா?"

"கொஞ்சம் உண்டு! அதை திருத்திக்கவும் இடம் இருக்கு. சாக்கடை, தண்ணியவே இப்ப பன்னீரா மாத்திடலாம். அந்த அளவு தொழில்நுட்பம் வளர்ந்துருக்கு."

"சரி! என்னதான் முடிவு பண்ணி இருக்கீங்க?"

"எங்களுக்கு உங்க இடம் ரொம்ப தோது. விவசாய நிலங்கள் இருக்கற இடத்துலதான் எங்களுக்கும் ஜோலி. ஆகையால் வாங்கறதுல ரெண்டாவது கருத்து இல்லை. எங்களுக்கும் 'லைசென்ஸ்', 'சர்ட்டிபிகேட்'டுன்னு சிக்கல்கள் இருக்கறதைச் சொன்னேன்."

"அப்ப முடிச்சிருவோம். நானும் ரெண்டு நாள்ல சென்னை போகணும். அங்க என் 'பேஷண்ட்டுக்கு' ஆபரேஷன் ஃபிக்ஸ் பண்ணி இருக்கு. நான் கட்டாயம் பேசிடலாமா?"

"சரி! அப்ப 'ரேட்' பேசிடலாமா?"

"இதுல பேச என்ன இருக்கு?" ஏக்கர் ஐம்பது லட்சம்ன்னுதான் போன்லயே சொல்லிட்டேனே?"

"அதுல எந்த ஆட்சேபணையும் இல்ல. ஆனா, தொகையை 'செக்'காதான் தர முடியும். எல்லாமே முறையா... வெள்ளையாதான் இருக்கும் ஆட்சேபம் இல்லையே?"

"அப்படியே செஞ்சிடுவோம். இந்த 'ஐ.டி.'காரங்களை நினைச்சு பயப்பட வேண்டாமில்ல...?"

அவர்களுக்குள் உடன்பாடு ஏற்பட்ட நிலையில் எதார்த்தமாக தெய்வானை, 'மகள் ஆஷா எங்கே?' என்று பார்த்தாள். அவள் இருந்த இடத்தில் 'ஹோம் ஒர்க்' செய்த நோட்டு மட்டும் காணப்பட்டது. அதனால், "ஆஷா... ஆஷா..." என்றபடியே தேடத் தொடங்கினாள்.

வீட்டினுள் எங்கும் இல்லை. வெளியில் வாசல் முகப்பிலும் காணவில்லை. பின்பக்கம் போய் பார்த்தபோது வேலிப் படல் திறந்து கிடந்தது. 'ஒருவேளை அதன் வழியாக வெளியே எங்காவது போய்விட்டாளோ?' என்று வேலிப்படலை அவளும் கடந்தாள். ஒற்றையடிப் பாதை ஒன்று போனது. அதில் ஆஷாவின் காலடித் தடயங்கள் தெரியவும். தெய்வானையிடம் சற்று பதற்றம்!

"ஆஷா... ஆஷா... ஏய் ஆஷா..." என்று குரல் கொடுத்தபடியே நடந்தவள். ஒரு மர நிழலில், சித்தர் மடி மேல் அவள் அமர்ந்திருக்க கண்டாள்.

முன்பு பார்த்த அதே விபூதிச் சித்தர்!

குழந்தை அவரது மார்பில் கிடந்த ருத்திராட்ச மாலையை வருடியபடி இருந்தாள். தெய்வானை வரவும், "அம்மா..." என்றாள். சித்தரும் 'பளிச்'சென்று சிரித்தார்.

"நீ... நீ இங்க எதுக்குடி வந்தே?" என்று அவரை நெருங்கி நின்றாள்.

"வாம்மா... பதற்றப்படாதே! அவ இப்ப குணமாகிகிட்டு இருக்கா. அதை கெடுத்துடாதே..." என்றவரை அதிர்வோடு பார்த்தாள் தெய்வானை.

"என்ன பார்க்கறே? உன் கணவனோட மோட்டார் பைக்ல முன்னால உக்காந்து போனப்ப தெருவுல இவ பார்த்த விபத்தும், அதுல இவளுக்கு பேச்சு போய் பிரமை பிடிச்சதும் எனக்குத் தெரியும். இப்பதான் கொஞ்சம் குணமாகி இருக்கா. இருந்தாலும் அப்பப்ப ராத்திரியில எழுந்து உட்கார்ந்து அழுறா... ஆமாதானே?"

"ஆ... ஆமா! இதெல்லாம் உங்களுக்கு எப்படித் தெரியும்?"

"இவளுக்கு வைத்தியம் பண்ணினவன் என் பக்தன். எதுவா இருந்தாலும் என் படம் முன்னால சொல்லி உருகுவான். அந்த வகையில் தெரியும்ன்னு வெச்சிக்கயேன்."

"நீ... நீங்க யாரு?"

“பார்த்தா தெரியலியாம்மா... பாழும் மனுஷனாய் பிறந்துட்டு, கர்மக் கணக்கை தீர்க்க போராடிக்கிட்டு இருக்கற ஒரு ஜீவாத்மாம்மா.”

“இது என்ன வேஷம்?”

“விபூதி ஆடைம்மா... உனக்கு சொன்னா புரியாது. ஏன்... பார்க்க பயமா இருக்கா?”

“ஆ... ஆமா...”

“பயப்படாதே! பெரிய பெரிய காரியம் எல்லாம் பண்ணப் போற நீ பயப்படலாமா?”

“நான் பெரிய காரியம் பண்ணப் போறேனா?”

“பின்ன... அதுக்குத்தானே இந்த ஊருக்கே வந்திருக்கே?”

“உங்க பேச்சை எப்படி எடுத்துக்கறதுன்னே தெரியலியே? யாரோ ஒரு சித்தர் புழுதி மண்ணை வெச்சு கண் கட்டி வித்தைக் காட்டி இருக்கார். நீங்க இப்ப இப்படி சொல்றீங்க. உங்களுக்கு என்னதான் வேணும்?” தெய்வானை சற்று காட்டமாகவே கேட்க... சிரித்தபடி அவர் சொன்னார்.

“மழை லிங்கம்மா...” என்று!

❋❋❋

# 6

**'அன்பெனும் பிடிக்குள் அடைக்கலம் நான்...**
**அறிவெனும் ஒளிக்குள் விசைக்கதிர் நான்!'**

'மழை லிங்கம்' என்று அவர் சொல்லவும்... புரியாமல் பார்த்தாள் தெய்வானை.

"என்ன பார்க்கறே... 'மழை லிங்கம்' பத்தி நீ கேள்விப்பட்டது இல்லையா? போ... போய் உன் புருஷனோட. சொந்தக்காரங்ககிட்ட கேளு... சொல்லுவாங்க."

"அவங்ககிட்ட கேக்கறது இருக்கட்டும்... நீங்களே சொல்லுங்க. ராமலிங்கம், ஜோதிலிங்கம், சங்கரலிங்கம்னு நான் கேள்விப் பட்டிருக்கேன். 'மழை லிங்கம்'ன்னு கேள்விப்பட்டதே இல்லை."

"வாஸ்தவம்தான்... ரொம்ப பேருக்கு தெரியாதும்மா! எங்களுக்கு எல்லாம் குருநாதரான அகத்தியர், காவிரி ஆத்து மண்ணுல செஞ்ச மண் லிங்கம்தான் பின்னால் மழை லிங்கமாச்சு. அதை அவர் இந்த ஊரோட ஈசானியத்துல வெச்சு பூஜை செஞ்சாரு. ஆனா, இப்ப அது எங்க போனதுன்னுதான் யாருக்குமே தெரியல."

"சரி... அந்த லிங்கத்துக்கும், எனக்கும் என்ன சம்பந்தம்? என்கிட்ட எதுக்கு அதைப் பத்தியெல்லாம் சொல்றீங்க?"

“இருக்கும்மா... போகப் போக உனக்குத் தெரியவரும். தெளிவா தெரிஞ்சுக்கணும்ன்னா. உன் வீட்ல இருக்கற ‘ஏட்டுக் கட்டை’ எடுத்துப் படி. தெரிஞ்சிடும்.”

“ஏட்டுக் கட்டைப் பற்றி அவர் சொன்னதும் அவளுக்கு சுரீர் என தைத்தது.”

“சாமி... அது எப்படி உங்களுக்குத் தெரியும்?” என்று ஈன சுரத்தில் கேட்டாள்.

“அஷ்டமா சித்திகள்ன்னு ஒரு வரிசை இருக்கும்மா. அணிமா, மகிமா, கரிமா, லஹிமா, பிரகாமியம், பிராப்தி, வசியம், ஈசத்லம்ன்னு எட்டு சித்திகள்! அதைத்தான் ‘அஷ்ட சித்தி’ன்னு சொல்வாங்க. அதுல ‘வசியம்’ சீக்கிரம் வசப்பட்டுடும். ஆனாலும், அதுக்காக இந்த உடம்பையும், மனசையும் ரொம்பவே கட்டிப் போடணும்.”

“நான் வசியத்துல பேர் எடுத்தவன். ஒருத்தரைப் பார்த்த மாத்திரத்துல அவங்க மனசுல நினைக்கிறதைச் சொல்லிடுவேன். நான் உன்னோட பேசும்போது நீயும் அதையெல்லாம் நினைச்சியா... அதான் சட்டுன்னு சொல்லிட்டேன்.”

“மனுசுல நான் நினைக்கிறது உங்களுக்கு எப்படி கேட்கும்?”

“கேட்கும்மா! ‘யோக’ உடம்பா இருந்தா இந்த உலகத்துல பலதும் நாம நினைக்கிறபடி நடக்கும்மா. அதெல்லாம் பெரிய விஷயமே இல்ல?”

“உங்க பேச்சு எனக்கு ஒரு படபடப்பை தருது. ஆஷா... வா போகலாம் நான் வர்றேன் சாமி. என்ன விட்டுடுங்க.”

“தாராளமா இப்ப போம்மா... ஆனா, இந்த ஊரைவிட்டு நீ போக முடியாது. இங்கே உன்னால நிறைய காரியம் நடக்க வேண்டியது இருக்கு.”

“போதும்... எதையாவது சொல்லாதீங்க. ஆஷா... வா.”

அவளை இழுத்து தூக்கிக்கொண்டவள், வந்த வழியில் திரும்பி நடந்தாள். மிக வேகமாய்...

“பார்த்துப் போம்மா...” என்றார் அவர் நிதானமாய்!

ஆஷாவோடு கொல்லைப்புறத்தில் இருந்து வந்தவளைப் பார்த்த ராஜேந்திரன், “என்ன தெய்வானை... ஆஷா பின்பக்கமா எங்கேயாவது வழி தவறிப் போயிட்டாளா?” என்று கேட்டான்.

நிலம் வாங்க வந்திருந்த ராமலிங்கம் கூட்டணி போயிருக்கவில்லை. அவர்களைப் பார்த்தவள்... விபூதிச் சித்தரோடு பேசிய பேச்சுக்களை அவர்கள் முன்னால் பேச வேண்டாம் என்கிற எண்ணத்துக்கு வந்து “அ... ஆமாங்க!” என்றாள்.

“இல்லப்பா... நான் ஒரு சாமியார் தாத்தாவோடு விளையாடிகிட்டு இருந்தேன்” என்றாள் ஆஷா ‘பளிச்’சென்று. அவள் அதுபோல தடுமாற்றம் இல்லாமல் பேசியதைக் கேட்ட ராஜேந்திரனுக்கு திகைப்பு!

தெய்வானையும் திகைப்பைக் காட்டினாள்.

“யா... யார் அந்தச் சாமியார் தாத்தா?” தெய்வானையிடம் கேட்க,

“அது யாரோ தெருவுல போற ஒருத்தருங்க. உடம்பு பூரா விபூதி பூசிக்கிட்டு வெள்ளைப் பூதம் மாதிரி பார்க்கவே ஒரு மாதிரி இருக்காருங்க.”

“உடம்பு பூரா விபூதி பூசிக்கிட்டு வெள்ளையாவா?”

ராமலிங்கம்தான் இப்படிக் கேட்டார். அவர் கேட்ட விதமே அவருக்கும் அந்த விபூதி சித்தரைத் தெரியும் என்பது மாதிரி இருந்தது.

“ஆமாங்க...!” என்றாள் தெய்வானை.

“ராஜேந்திரன் சார்... வர்ற வழியில் நாங்களும் அவரைப் பார்த்தோம். எங்க கார் முன்னால வந்து மறிச்சு நிறுத்தினாரு. நிஜமாவே பயந்துட்டோம். அப்புறம் யாரோ மனநோயாளின்னு கடந்து வந்தோம். ஆனா, அந்த மனுஷன் தெளிவா ஒரு விஷயம் சொன்னாரு...”

ராமலிங்கம் புதிர் போட்டார்.

“என்ன சார்?”

“ம்... என்ன... இடம் வாங்க வந்திருக்கியா? அது உன்னால முடியாது!ன்னார். எங்களுக்கு ஒண்ணும் புரியல...”

“இதை நீங்க இதுவரை சொல்லவே இல்லையே?”

“அட என்னங்க நீங்க... ஒரு மனநோயாளி ஏதோ உளறி இருக்காருன்னு நினைச்சு நாங்க அதை பெருசா எடுத்துக்கல. ஆனா, இப்ப இவங்க சொல்லவும்தான் அவர் ஞாபகம் வந்தது. அதான் சொன்னேன்.”

ராமலிங்கத்தின் பேச்சைக் கேட்ட மறுநொடி... ‘விறுவிறு’வென்று வீட்டின் பின்பக்கம் செல்லத் தொடங்கினான் ராஜேந்திரன். தெய்வானையும் ஓடினாள்.

“எங்கே போறீங்க?”

“அந்த ஆளைப் பார்க்கத்தான்! ஒருத்தன் தெருவுல புழுதியைக் கொடுத்து மிரட்டுறான். இன்னொருத்தன் கொல்லைப்புறம் வந்து மிரட்டுறானா? விஞ்ஞானம் எவ்வளவு வளர்ந்தாலும் இவங்க அடங்க மாட்டேங்கறாங்களே.”

நடந்தபடியே பேசிய ராஜேந்திரன் வார்த்தைகளில் அனல்!

“ஐய்யோ வேணாங்க... நீங்க வாங்க...” தெய்வானை தடுக்கப் பார்த்தாள். அவன் கேட்கவில்லை.

அதேவேளை அந்த விபூதிச் சித்தரையும் அங்கே பார்க்க முடியவில்லை. இருவரையும் பின்தொடர்ந்து வந்த ராமலிங்கத்துக்கும் சற்று ஏமாற்றமாக இருந்தது.

“கண்ணாமூச்சி விளையாடுறாங்க... போலீஸ்ல புகார் பண்ண வேண்டியதுதான்!” என்றபடியே திரும்பத் தொடங்கினான் ராஜேந்திரன். எதிரில் இமை விலகாமல் பார்த்தபடி நிற்கும் ராமலிங்கத்திடமும் கொஞ்சம் சலனம்.

“என்ன சார்... இதெல்லாம் உங்களுக்கு குழப்பம் தருதா?”

"அப்படி இல்ல... எனக்குள்ள இப்ப வேற ஒரு கோணம்"

இருவரும் கொல்லைப்புற ஒற்றையடிப் பாதையில் நடந்தபடியே பேசத் தொடங்கினர்.

"என்ன கோணம் அது?"

"உங்க இடத்தை நாங்க வாங்கறது யாருக்கோ பிடிக்கல போல தெரியுது. அவங்க இப்படி மாய்மாலமா ஏதோ செய்து பயமுறுத்தப் பார்க்கறாங்கன்னு நினைக்கிறேன்."

"ஆச்சரியமா இருக்கே... அது யாரு?"

"ஏன்... வேற யாரும் இந்த இடத்தை உங்ககிட்ட வாங்க முயற்சி செய்யலையா?"

"ஒருத்தர் முயற்சி செய்தார். விவசாயம் பண்ணப் போறதில்லை. போர் போட்டு தண்ணி எடுத்து சுத்தப்படுத்தி, கேன்ல அடைச்சு வீடு வீடா கொடுப்பேன்னு சொன்னாரு. நான் சம்மதிக்கல. அது ஒருவித தண்ணீர் திருட்டுங்கறது என் எண்ணம்."

"நீங்க செஞ்சது சரிதான்! இது அவரோட வேலையாகக்கூட இருக்கலாம்."

இருவரும் வீட்டுக்குள் நுழைந்த நிலையில் பழையபடி ஹாலில் அமர்ந்தனர். ஓர் ஆச்சரியம் போல ஆஷா வெளியே நின்று கொண்டிருந்த கந்தசாமியின் சைக்கிள் மேல் ஏறி அமர்ந்துகொண்டு அதை ஓட்டும் பாவனையில் இருந்தாள்.

அவள் முகத்தில் பெரும் உற்சாகம். கால் இரண்டும் பெடலை வேகமாக மிதித்தபடி இருக்க... ஸ்டாண்ட் போட்டு நிறுத்தப்பட்டிருந்த சைக்கிளின் பின் சக்கரம் 'கிர்'ரென்று சுற்றிக் கொண்டிருந்தது. ராஜேந்திரனிடம் ஒரே திகைப்பு. அந்தக் காட்சியை தெய்வானையும் பார்த்தாள். அவளிடமும் பிரமிப்பு.

"தெய்வா..." என்று ஏதோ சொல்ல வந்தவன்.

ராமலிங்கம் பக்கம் திரும்பியவனாக...

"அப்புறம் சார்... நாம அடுத்த கட்டத்துக்கு போலாம்தானே?" என்று ஆரம்பித்தான்.

"எங்களுக்கு எந்த ஆட்சேபணையும் இல்ல. எப்ப ரிஜிஸ்ட்ரேஷனை வெச்சிக்கலாம்ன்னு நாங்க நாள் பார்த்துச் சொல்றோம். நீங்க அப்போ வந்து கையெழுத்துப் போட்டா போதும். அப்பவே மொத்தப் பணத்தையும் செட்டில் பண்ணிடுவோம். இப்ப அட்வான்ஸ் கொடுத்துடுறோம்" என்று ராமலிங்கம் ஐந்து லட்ச ரூபாய்க்கு ஒரு செக்கை எடுத்து நீட்டினார்.

"அஞ்சு லட்சமா?"

ராஜேந்திரன் கேட்டபடியே வாங்கினான்.

"வேணும்ன்னா கூடுதலாக்கூட தர்றோம். எவ்வளவு வேணும்?"

"இல்ல... இல்ல... இது போதும்."

"போதுமா?"

"ம்... போதும்!"

"அப்புறம்... 'வாட்டர் பிசினஸ்' பண்ண ஆசைப்பட்டவரை கொஞ்சம் கவனியுங்க. நிச்சயமா இது அவர் வேலைதான்! இந்தச் சாமியாருங்க அத்து மீறினா எனக்கு போன் பண்ணுங்க. திருச்சியில் உதவி கமிஷனர் என் சொந்த மாமா உறவு. அவர்கிட்ட சொன்னா போதும்... ரெண்டுல ஒண்ணு பார்த்துடுவாரு" என்றபடியே கை குலுக்கிவிட்டு விடை பெற்றார் ராமலிங்கம்.

ராஜேந்திரன் 'செக்'கை தெய்வானையிடம் கொடுத்தான். அவளும் அதை ஒரு பார்வை பார்த்தாள். அப்படியே வாசல் பக்கம் திரும்பினாள். ஆஷாவிடம் ஒரு புது உற்சாகம். உதட்டில்கூட அவளுக்குப் பிடித்த பாடல்.

"தெய்வா..."

"சொல்லுங்க..."

"ஆஷா பழையபடி ஆகிட்டாளா?"

"ஆமாங்க... அப்படிதாங்க தோணுது."

"டாக்டர் நரேந்திரன் சொன்னது ஞாபகம் இருக்குல்ல?"

"என்ன கேள்விங்க இது? மறக்கற மாதிரியா அவர் சொன்னார். கொஞ்சம் கொஞ்சமா பேச்சு போய்... படுத்த படுக்கையா மாறக்கூட வாய்ப்பு இருக்குன்னாரே! கொடுத்திருக்கற மருந்துகூட தற்காலிகமாதான் வேலை செய்யும். பூரண குணத்துக்கு வழியே இல்லைன்னும்ல்ல சொன்னார்" - இருவரும் பேசிக் கொண்டே ஆஷா அருகே செல்ல...

அவளும் 'டாடி... மம்மி...' என்று அப்படியே அவர்களை நோக்கி பாய்ந்தாள். ராஜேந்திரனை மார்போடு அணைத்துக் கொண்டாள். அந்த நொடி விபூதி வாசம் கமழ்ந்தது.

இதற்கிடையில்... கையில் இருந்த 'செக்'கை தற்காலிகமாக மாடத்தில் விளக்கேற்றி வைத்திருக்கும் சிறிய சுவாமி படம் முன் வைத்துவிட்டு வந்தாள் தெய்வானை.

"தெய்வானை..."

"ம்..."

"ஆஷா உடம்பெல்லாம் ஒரே வாசனை."

"ஆமாங்க... எல்லாம் அந்தச் சாமியார் மேல இருந்த விபூதி ஜவ்வாது கலந்து பூசுவார் போல இருக்கு."

"உனக்கு அவரைப் பார்க்கவும் பயமா இருந்ததா."

"கொஞ்சம் அப்படித்தாங்க இருந்தது. அதுலேயும் இவ. அவரோட மடியில் உட்கார்ந்திருந்ததைப் பார்க்கவும் 'பகீர்'ன்னு ஆகிடிச்சு."

"எனக்கு இப்ப ஒரே குழப்பமா இருக்கு தெய்வா. நம்மளைச் சுத்தி ஏதோ நடக்குது. அது நல்லதா... கெட்டதான்னு தெரியல. ஆமா... உன்கிட்ட அவர் எதுவுமே சொல்லலியா?"

“சொன்னாருங்க... நிறையவே சொன்னார். அந்த ராமலிங்கம் முன்னால பேச வேண்டாம்ன்னுதான் நான் பேசல” என்ற தெய்வானை, அவர் சொன்ன அவ்வளவையும் சொல்லி முடித்தாள்! ராஜேந்திரன் முகத்தில் பெரும் இறுக்கம்.

“என்னங்க... அமைதியாயிட்டீங்க?”

“அந்த மழை லிங்கம் பத்திதான் யோசிக்கிறேன். நம்பகிட்ட இருக்கற ‘ஏட்டுக் கட்டை’ எடுத்து படிச்சா தெரியும்ன்னுதானே சொன்னாரு?”

“ஆமாங்க...”

“எங்க... அதை எடு பார்க்கலாம்.”

“அந்த மரப் பெட்டியிலதாங்க இருக்கு. பெட்டியை திரும்பவும் பரண் மேல வெச்சுட்டீங்க.”

ராஜேந்திரன் அடுத்த நொடி அதை எடுக்க தயாரானான். ஏணியை எடுத்து வந்து வைத்து மெல்ல ஏறினான். ஆஷாவும் தெய்வானையும் வெறித்துப் பார்த்தபடி நிற்க. பரண் மேல் எறியவன். உள்பாகம் இருட்டாக இருப்பதைக் கவனித்தவனாக.

“ஏய்... டார்ச் லைட்டை எடுத்துக் கொடு” என்றான்.

ஓடிப் போய் தேடி எடுத்து வந்து தந்தாள். தெய்வானை அதன் வெளிச்சத்தை பரணுக்குள் திரும்பியவனுக்கு ‘குப்’பென்று வியர்க்கத் தொடங்கியது.

பெட்டி மேல் அந்த ஐந்து தலை நாகம்! அப்படியே ஏணியைத் தள்ளிக்கொண்டு கீழே விழத் தொடங்கினான்.

“ஐயோ... என்னாச்சுங்க?” பதறினாள்.

“பாம்பு தெய்வானை... அஞ்சு தலைப்பாம்பு” என்று விழுந்த நிலையில் கலக்கத்தோடு எழுந்தவன் முன்னால் கச்சிதமாய் கந்தசாமியும் வந்து நின்றான்.

“அய்யா... என்ன சொல்றீங்க?” என்று ராஜேந்திரனுக்கு உதவியபடியே கேட்டான்.

“அதுவந்து... பாம்பு... அஞ்சு தலை...” ராஜேந்திரனிடம் வார்த்தைகள் ‘தந்தி’ அடிக்கத் தொடங்கின.

“என்னய்யா சொல்றீங்க... நான் பார்த்த மாதிரியே நீங்களும் பார்த்தீங்களா?”

“ஆ... ஆமா... ஆமா...”

சொல்லும்போதே ராஜேந்திரன் பார்வை பயத்தோடு பரண் பக்கம் சென்றது.

அங்கே இருந்தவர்களிடம் ஒருவித ஸ்தம்பிப்பு.

“அது, ‘மரப் பெட்டி சிற்பம்’ன்னு சொன்னீங்களே... அதைப் பார்த்துதான் பயந்துட்டீங்களா?” என்று கேட்டவன். மிக நிதானமாக பூனை போல் ஏணி மேல் ஏறி பார்க்க முனைந்தான்.

பெட்டி ‘பளிச்’சென்று டார்ச் லைட் வெளிச்சத்தோடு கண்ணில்பட்டது. அந்த சிற்பமும் தெரிந்தது. அவனிடம் ஒருவித நிம்மதிப் பெருமூச்சு!

“அய்யா... சிற்பம்தான்யா! உண்மை புரியாம... என்னை மாதிரியே நீங்களும் பயந்துட்டீங்களே?” என்றான் சற்று கேலியான குரலில்...

டூவிலரில் ஊர் முழுக்கச் சுற்றியும், சித்தரோ... சாமியாரோ ஒருவரையும் பார்க்க முடியவில்லை. ஆசாரியின் மகன் திருவேங்கடத்துக்கு சோர்வாக இருந்தது. வண்டியை ஒரு மரத்தின் அடியில் ஓரமாக நிறுத்திவிட்டு, ‘பெரிய மாயாவிகளா இருக்காங்களே...?’ என்றபடியே காவிரி ஆற்றின் மையத்தில் அவர்கள் கூடுவதாக சொல்லப்படும் இடம் நோக்கி நடக்கத் தொடங்கினான்.

இடையில் வாழைத்தோப்பு.

வரப்பில் இறங்கி நடந்தபோது ‘ஸ்ஸ்ஸ்...’ என்கிற சப்தம். மெதுவாக திரும்பியவன் அரண்டு போகத் தொடங்கினான். அவன் எதிரில்... ஒரு வாழை மரம் கீழ் அதே ஐந்து தலை நாகம்!

***

# 7

> ‘இல்லாத வெளியாய் இருப்பவன் நான்;
> இருக்கின்ற கதிராய் உதிப்பவன் நான்!’

அந்த ஐந்து தலை நாகம், படம் விரித்த நிலையில் கம்பீரமாக பார்த்தது. உடம்பின் நீளம் பன்னிரண்டு அடிக்கும் குறையாமல் இருந்தது. திருவேங்கடம் கண்களை கசக்கி விட்டுக்கொண்டான். சொற்ப நொடியில் அவன் உடம்பு முழுவதும் வியர்த்துப் போய் கண்கள் அகண்டுவிட்டன. உடம்பிலும் ஒருவித படபடப்பு.

நாகம் சீறத் தொடங்கவும், அது துரத்தினாலும் துரத்தும் என்று யூகித்தவன், வந்த வழியே திரும்பி ஓட ஆரம்பித்தான். தன் ‘டூ வீலர்’ அருகில் வந்தவன் அதை ‘ஸ்டார்ட்’ செய்யக்கூட முனையாமல்... அது அங்கேயே கிடக்கட்டும் என்பது போல் வேகமாய் ஓடினான்.

ராமைய்யா ஆச்சாரி. தணல் சட்டியில் ஊதலில் இருந்தார். கரித்துண்டுகளில் தீப்பிழம்புகள் தாண்டவமாடிய நிலையில் நாட்டுப் பப்பாளிப் பழத்துண்டுகள் போல நெருப்புக் கங்குகள் அழகாய் கண்ணில்பட்டன. அவை நடுவில் ஒரு தகரக் குவளை. அதில் தங்கம் உருகி குழம்பாக மாறிக்கொண்டிருந்தது.

"அய்யாவ்... அய்யாவ்..." என்கிற தீனமான குரலோடு ஓடி வந்தவன். அவர் முன் இளைப்பாற முற்பட... அவரும் ஊதுகுழலை விலக்கியபடியே அவனை ஏறிட்டார்.

"என்னப்பு... எதுக்கு இந்த ஓட்டம்... புலி துரத்துனகணக்கா?" - ஏறிட்டபடியே கேட்டவர் முன் நெஞ்சை நீவி விட்டுக்கொண்ட திருவேங்கடம்.

"புலி துரத்தறது ஒண்ணும் புதுமை இல்லய்யா... பாம்பு துரத்துனா அது புதுமைதானே?" என்று மென்று விழுங்கியபடியே கேட்டான்.

"பாம்புக்கு பயந்தா ஓடி வந்தே?"

பதிலுக்கு கேட்ட அவரது குரலில் ஏளனம் தொனித்தது.

"அய்யா... சாதாரண நல்ல பாம்போ இல்ல. சாரைப் பாம்போ இல்லய்யா... இது அஞ்சு தலை நாகம்ய்யா!"

"அஞ்சு தலை நாகமா?" - ஆச்சாரி வாயைப் பிளக்க... அவனும் விவரித்து முடித்தான்.

"ஏலேய்... தெளிவா பாத்தியா? இல்ல... எதாச்சும் சினிமா பட போஸ்டரைப் பார்த்துட்டு பயந்தியா?" என்று அப்போதும் அவர் நம்பவில்லை!

"வாழைத் தோப்புல எப்படிய்யா சினிமா 'போஸ்டரு' வரும்?"

"அதுவும் சரிதான்! ஆமா... பக்கத்துல சித்தன் எவனாவது இருந்தானா?"

"யாருமில்ல... என் நேரத்துக்கு ஒருத்தர்கூட கண்ணுல படல. அய்யா... அப்ப இது அவுக வேலையா இருக்குமோ?"

"அவுக வேலையேதான்டா..."

"எப்படி அவ்வளவு தீர்மானமா சொல்றீங்க?"

"அவுகள நீ யாருன்னு நினைச்சே... புழுதிய தங்கமா ஆக்கறவங்களுக்கு புழுவைப் பாம்பாக்கறதா பெரிய விஷயம்?"

“அப்ப அந்த அஞ்சு தலை நாகம்?”

“அவுக சம்பந்தப்பட்டதாதான் இருக்கணும். ‘பதஞ்சலி’ன்னு ஒரு சித்தர். பாம்பு உடம்பு, மனுஷ தலை அவருக்கு. ‘பாம்பாட்டி’ன்னே ஒரு சித்தர்... கண்ணுல படுற பாம்புகளை எல்லாம் சாதாரணமா புடிச்சு தன் உடம்பு மேல் விட்டுக்குவாரு.”

“சரிய்யா... இப்ப என்ன சொல்ல வர்றீங்க?”

“நீ தேடி அலையறது அவுகளுக்கு தெரிஞ்சிப் போச்சுன்னு நினைக்கிறேன்?”

“அது எப்படிய்யா?”

“அதான் சித்தர்! காத்துல கரைவாங்க... நீர் மேல் நடப்பாங்க. கூடு விட்டு கூடு மாறி பறப்பாங்க... சித்தர்ங்க.”

ராமையா ஆச்சாரி அவர்கள் பற்றிய ஒரு விமர்சனம் செய்த நிலையில், இருட்டிவிட்ட ஏழு மணி அளவில் “நமச்சிவாயம்” என்றொரு குரல் வீட்டு வாசல்புரம் இருந்து ஒலித்தது. அவருடைய மனைவியும் திருவேங்கடத்தின் தாயுமான மனோன்மணி ஊரில் உள்ள மாரி அம்மன் கோவிலுக்குப் போய்விட்டு வந்திருக்கும் நிலையில் அவரைப் பார்த்தவளாக “ராப்பிச்சையா?” என்று கேட்டாள்.

“நின்று வெறித்த அந்த மனிதர் பிச்சைக்கு வரல தாயி... எச்சரிக்க வந்திருக்கேன். ஊருக்குள்ள யாரையும் தேட வேண்டாம்ன்னு சொல்லு. களவும் பாவம்ன்னு சொல்லு...” என்று சொன்ன நொடி திரும்பிவிட. மனோன்மணி முகத்தில் சலனம். அதற்குள் திருவேங்கடம் வாசல் பக்கம் வந்தவனாக... “யாரும்மா இந்த நேரத்துல நமச்சிவாயம்ன்னு கத்தினது?” என்று கேட்டான்.

“இருட்டுல சரியா தெரியலடா... யாரோ பரதேசி! அவருகூட பிச்சைக் கேட்டு வரலையாம். ஊருக்குள்ள எதையும் தேட வேண்டாம்ன்னு சொல்லு. களவும் பாவம்ன்னு சொல்லுன்னாருடா” என்றாள்.

“வீட்டுக்குள் நுழைந்தபடி அவள் சொன்னது, ராமையா ஆச்சாரி காதில் விழுந்து... அவர் முகத்திலும் பெரும் மாற்றம். திருவேங்கடமும் அதைக் கவனித்தான்.”

“அய்யா...”

“கவனமா இருக்கணும்ய்யா. நம்மள தெரிஞ்சிக்கிட்டாங்க...”

“அய்யா... என்ன சொல்றீங்க...?”

“இரு! அந்தப் பொட்டலத்த எடுத்து பாக்கறேன்...” என்ற ஆச்சாரி உள்ளே தான் தொழில்புரியும் இடத்துக்குச் சென்று, சரிந்த மர மேஜையின் டிராயரைத் திறந்து அதில் இருந்த ஒரு சாக்லேட் டப்பாவின் மேல் மூடியையும் திறந்து... அதற்குள் வைத்திருந்த தங்கப் பொட்டலத்தை எடுத்துப் பார்த்தார். விபூதி ‘கமகம’என்று வாசமடித்தது. தங்கத்தூள் இல்லை.

ராமைய்யா ஆச்சாரிக்கும் வியர்க்கத் தொடங்கிவிட்டது!

இரவு நேரம்...

‘செல்போன்’ திரையில் நேரத்தைப் பார்த்த ராஜேந்திரன், கந்தசாமி - அங்கம்மாளை அனுப்பிவிட்ட நிலையில் ‘பெட்ரூமை’ ஏறிட்டான். உள்ளே ஆஷாவும், தெய்வானையும் ‘செஸ்’ விளையாடியபடி இருந்தனர்.

அறையின் அந்த நாளைய மின்விசிறி ‘கர்க் கர்க்’ என்ற சப்தமுடன் சுழன்று கொண்டிருந்தது. இருவரையும் நெருங்கினான். கைலி உடுத்தி இருந்தான்.

உற்சாகமாக ஏறிட்டாள் ஆஷா.

பின், “டாடி... நாம் விளையாடலாமா?” என்று கேட்டாள்.

“நல்லா விளையாடுறா... இது மூணாவது மூவ்” - இரண்டுலேயும் இவதாங்க ஜெயிச்சா... என்றாள். மகிழ்வான குரலில் தெய்வானை.

“ஆஷாக் கண்ணு... உனக்கு தூக்கம் வரலையாம்மா?”

“இல்லப்பா... நான் இப்ப ரொம்ப ‘பிரிஸ்க்’கா ஃபீல் பண்றேன்.”

“மாத்திரை மருந்து சாப்பிட்டியா?”

“இல்ல... எனக்கு இனி அதெல்லாம் வேண்டாம். அதான் நான் நல்லாகிட்டேனே?”

“அப்படின்னு யார் சொன்னா?”

“நான்தான் சொல்றேன். என்னைப் பார்த்தா தெரியலையா? ‘ஹோம் ஒர்க்’ எல்லாம்கூட பண்ணி முடிச்சிட்டேன்.”

‘பட் பட்’ என்று பதில் சொன்னாள் ஆஷா. ராஜேந்திரனுக்கு பிரமிப்பாக இருந்தது.

“சரி... சரி... விளையாடினது போதும். படுங்க” என்றான்.

“நாங்க படுக்கறது இருக்கட்டும். நீங்க எங்க படுக்கப் போறீங்க?”

“நான் இப்படியே கீழே படுத்துக்கிறேன் தெய்வானை.”

“கீழயா?”

அவள் சற்று பயந்தாள்.

“இன்னிக்கு ஒரு நாள்தானே?”

“அப்ப நாளைக்கே நாம் ஊருக்கு கிளம்பிடுறோமா?”

“வந்த வேலை முடிஞ்சிடுச்சே! கிளம்ப வேண்டியதுதான்...”

“ம்... ‘ரிஜிஸ்ட்ரேஷன்’ முடியலையே?”

“அதுக்கு ஒரு வாரம், பத்து நாள்கூட ஆகும் போல தெரியுது. அதுவரை இங்கே நமக்கு என்ன வேலை?”

“என்னங்க... நடக்கறதை எல்லாம் பார்த்து நீங்களா வேகமா ஒரு முடிவுக்கு வந்துட்ட மாதிரி தெரியுதே?”

“அதுவும் ஒரு காரணம்தான் தெய்வானை. நம்மைச் சுத்தி வினோதமா என்னென்னவோ நடக்குது. அதை பத்தி யோசிக்கவே எனக்கு குழப்பமா இருக்கு.”

அவர்கள் இருவரும் பேசும்போது ஆஷா தனியாக ‘செஸ்’ விளையாட தொடங்கினாள். அதை கவனித்த ராஜேந்திரன்.

தெய்வானையோடு அறைக்கு வெளியே சென்று ஹாலின் நடுவில் அமர்ந்தான்.

ஒற்றை 'டியூப் லைட்' வெளிச்சத்தில்... அவளும் அருகில் உட்கார்ந்தாள்.

"எனக்கென்னவோ ஆஷாவைப் பார்க்கும்போது... எல்லாம் நல்லவிதமா நடக்கற மாதிரிதான் தெரியுது. அவ எவ்வளவு எனர்ஜிடிக்கா இருக்கா தெரியுமா? இதை நான் ஒரு நம்பிக்கையா மட்டும்தான் வெச்சிருந்தேன்."

"புரியுது! ஆஷா எனக்கே ஆச்சரியம் தர்றா. நானும் ஒரு டாக்டர்தானே? இது எப்படி சாத்தியம்னு யோச்சிச்சிக்கிட்டே இருக்கேன்."

"யோசிக்க என்ன இருக்கு... எல்லாம் இந்த வீட்டுக்கு வந்த வேளை!"

"அப்ப அந்த விபூதிச் சித்தர்?" - ராஜேந்திரன் கேட்கவும், தெய்வானை பதில் கூறத் தெரியாமல் விழித்தாள். அவனே தொடர்ந்தான்...

"இப்பவும் சொல்றேன் தெய்வானை... அந்தப் பரண்மேல் அஞ்சு தலை நாகத்தை நான் பார்த்து நிஜம். ஆனா, அது பொம்மையா மாறிப்போனது எப்படின்னு எனக்கே தெரியல! ஆங்கிலத்துல 'இல்லூஷன்'னு ஒரு வார்த்தை இருக்கு. தமிழ்ல அதை 'பிரமை'ன்னு சொல்வாங்க. 'அப்படியொரு பிரமையா?'ன்னும் எனக்குள்ள கேள்வி ஓடுது. சுருக்கமா சொல்லப்போனா... இன்னிக்கு பகல் பொழுது நடந்த ஒவ்வொரு விஷயமுமே புரியாத புதிர். எதையும் கொஞ்சம்கூட புரிஞ்சிக்க முடியல..."

"உண்மைதாங்க! எனக்கும் எதுவும் புரியல. 'மழை லிங்கம்'ன்னு ஒண்ணு இந்த ஊர்ல இருக்கறதாவும், அதை தேடித்தான் வந்துருக்கேன்னும் சித்தர் சொன்னார். அந்த லிங்கத்தைத் தேடி வந்த அவங்களுக்கும், நமக்கும் என்னங்க சம்பந்தம்?"

குறிப்பா... எனக்கு என்ன சம்பந்தம்? நாம் இந்த ஊரைவிட்டுப் போக முடியாதுன்னா என்ன அர்த்தம்? ஏன் போக முடியாது? எதுக்குமே சரியான விடை தெரியல! ஒருவேளை அந்த 'ஏட்டுக்கட்டை' எடுத்துப்பார்த்தா ஏதாவது தெரியுமா?"

தெய்வானை அங்கு தொட்டு... இங்கு தொட்டு... இறுதியாக ஏட்டுக்கட்டிடம் வந்து நின்றாள்.

அதைச் சொன்ன உடனேயே அந்த பெட்டியும், ஐந்து தலை நாகமும்தான் திரும்ப நினைவில் வந்தன. அவன் முகம் மாறத் தொடங்கியது.

அப்போது வீட்டு வாசலில் "நமச்சிவாயம்" என்கிற குரல். இருவருமே ஒருவரை ஒருவர் பார்த்துக் கொண்டானர். திரும்பவும் "நமச்சிவாயம்" என்ற குரல்!

ராஜேந்திரன் மெல்ல எட்டிப் பார்த்தான். வாசற்புரம் தலையில் தம்புரான் மாதிரி தலைப்பாகையோடு காவி கட்டிய மனிதர். தோளில் ஜோல்னாபை. நெற்றியில் 'பளிச்'சென்று திருநீரு. கழுத்தில் உலோக சிவலிங்கம்.

அவர் திரும்பக் குரல் கொடுத்தார்.

"நமச்சிவாயம்..."

ராஜேந்திரன் வெறித்துப் பார்த்தான். யாசகத்துக்கு வந்தது போல் தெரியவில்லை. மதிப்பிற்குரிய தோற்றம்!

"யார் சாமி நீங்க... இந்த நேரத்துல?"

"நானொரு சிவனடிமைங்க... திருவண்ணாமலையில் இருந்து வர்றேன். இன்னிக்கு ஒரு ராத்திரி இந்த திண்ணையில் படுத்துக்கலாமா? பொழுது விடிஞ்ச உடனேயே போயிடுவேன்..."

அந்த மனிதர் கேட்ட விதமே மிக இதமாய் இருந்தது. ராஜேந்திரன் சரி என்றும் சொல்லாமல், மறுப்பும் கூறாமல் அவரை மலங்க மலங்கப் பார்த்தான். அவரோ திரும்ப பேசினார்.

“இந்த ஊர்ல சத்திரம் - சாவடின்னு எதுவுமில்லை இருந்தா அங்கே போயிடுவேன்.”

“இந்த ஊர்ல நீங்க யாரைப் பார்க்கணும்?”

“என் குருநாதரைப் பார்க்க வந்துருக்கேன்...”

“உங்க குருநாதர் யாரு? அவர் இந்த ஊர்ல எங்க இருக்காருன்னு உங்களுக்குத் தெரியுமா?”

“அவர் இனிமேதான் வரப்போறார். நாங்க முன்னாலயே வந்துட்டோம்.”

“அவர் இனிமேதான் வரப்போறாரா... நீங்க முன்னாலயே வந்துட்டீங்களா? உங்க பேச்சே புரியலியே?”

“ஆமா... இப்ப புரிஞ்சுக்க கொஞ்சம் கஷ்டமாத்தான் இருக்கும். ஆனா, போகப் போக எல்லாம் புரியும்.”

“போதும் சாமி... ஏற்கெனவே நாங்க ரொம்ப குழம்பிப் போய் இருக்கோம். உங்களை மாதிரி சாமியார்கள், இந்த ஊருக்குள்ள நிறைய நடமாட தொடங்கிட்டாங்க. இப்ப நீங்க வந்துருக்கீங்க. எனக்கு எதுவும் சரியா படல. தயவுசெய்து இடத்தைக் காலி பண்ணுங்க.”

“சரி... உங்களை நான் வற்புறுத்த விரும்பல வர்றேன்.”

அவர் திரும்பத் தொடங்க, “நில்லுங்க சாமி...” என்றபடியே வந்தாள் தெய்வானை.

அவரும் நின்றார்.

“நீங்க தாராளமா இந்த திண்ணையில் தங்கிக்கோங்க...” என்றவள், ராஜேந்திரனை உள்ளே வரும்படி சைகை காட்டினாள். அவனும் சென்றான்.

“அவர் திண்ணையில்தான் தங்கறேங்கறாரு. நமக்கும் ஒரு காவல் மாதிரி ஆச்சுல்ல? அதான் சொன்னேன். எனக்கென்னவோ நீங்க தனியா கீழே படுத்துக்கறது சரியாபடலைங்க” என்று அவரை தங்கச் சொன்னதற்கான காரணத்தைக் கூறினாள்.

“இந்த மாதிரி சாமியார்களாலதான் நமக்கு குழப்பமே! நீ இவரைப் போய் காவல்ங்கறியே தெய்வானை...”

“காவல்தாங்க... நீங்க வேற அஞ்சு தலைநாகத்தைப் பார்த்த பயத்துல இருக்கீங்க. இந்த ராத்திரில ஒருவேளை அந்தப் பாம்பு மறுபடியும் கண்ணுல பட்டா...?”

“பயமுறுத்தாதே! அது நிஜமா... பிரமையான்னே புரியாம இருக்கேன்...”

அவர்கள் தங்களுக்குள் பேசிக்கொள்ள... அந்த மனிதர் வாசல் பக்கம் இருந்து திரும்பவும் “நமச்சிவாயம்” என்றார். இம்முறை தெய்வானை சென்றாள். அவர் திண்ணையில் காவித்துண்டை விரித்து சம்மணமிட்டு அமர்ந்திருந்தார்.

தெய்வானை வரவும், “குடிக்க கொஞ்சம் தண்ணி கிடைக்குமா?” என்று கேட்டார்.

அவளும் கொண்டு வந்து தந்தாள். குடித்து முடித்தவர் சொம்பைத் திரும்பத் தந்தபடியே... “இந்த வீட்ல சர்ப்ப நடமாட்டம் இருக்கும் போல தெரியுதே...?” என்று கேட்டார்.

தெய்வானை விதிர்க்கத் தொடங்கினாள்!

***

# 8

> **‘வெட்டவெளிதனில் வட்டத் திகிரியும் நான்;**
> **நட்ட நடு இரவில் நன்னிலாவும் நான்!’**

“**ச**ர்ப்ப நடமாட்டம் இருப்பது போல் தெரிகிறதே?” என்று அந்த மனிதர் கேள்வி கேட்ட மறுநொடி... தெய்வானை திகைத்தாள். அவரை வெறித்துப் பார்த்தாள்.

“என்னம்மா அப்படி பார்க்கறே... இருக்குதானே?”

“அ... அ... அப்படித்தான் தெரியுது சாமி.”

“அப்ப சந்தேகமா இருக்கா... ஊர்ஜிதமா இல்லையா?”

“அதுவந்து... நாங்க சென்னையில ஒரு ‘அபார்ட்மென்ட்’ல குடி இருக்கோம். இது எந்த பூர்வீக வீடு. நேத்துதான் வந்தோம். குறிப்பா எனக்கு இந்த வீட்டைப் பத்தி எதுவும் தெரியாது. அதே சமயம் வீட்டு பரண் மேல ஒருத்தருக்கு ரெண்டு பேரு... பாம்பைப் பார்த்து பயந்துட்டாங்க. ஆனா, அதை பிரமைன்னும் நினைக்க வேண்டியது இருக்கு.”

தெய்வானை ஒரு தெளிவு இல்லாமல் பேசினாள்.

அவர் பூடகமாக சிரித்தார்.

அதற்குள் ராஜேந்திரனும், வெளிப்புறம் வந்து அவளோடு சேர்ந்து கொண்டான்.

“தெய்வானை... என்ன அரட்டை?”

“அதெல்லாம் இல்லீங்க... இந்த வீட்ல ‘சர்ப்ப’ நடமாட்டம் இருக்கற மாதிரி தெரியுதுன்னார் சாமி. எனக்கு ‘பக்’குன்னு ஆகிடிச்சு. அதான் பேசிக்கிட்டிருக்கேன்.”

“சர்ப்ப நடமாட்டமா... அப்படின்னா?”

“சர்ப்பம்ன்னா தெரியாதா... பாம்புங்க!”

“அது எப்படி இவருக்குத் தெரியும்?”

“அதை நீங்களே கேளுங்களேன்.”

தெய்வானை திசை திருப்பிவிட... ராஜேந்திரனும், பதில் வேண்டி அவரைப் பார்த்தான்.

“யோக வாழ்க்கை வாழ்ந்தா... பல ரகசியங்களை உணர முடியும் தம்பி. நான் ஒரு யோகி. பாம்போட வாடையை என் நாசி உணர்ந்ததாலதான் கேட்டேன்” என்று அவரும் இதமாய் பதில் சொன்னார்.

“அடுத்து என்ன கேட்பது?” என்று தெரியாமல் சில விநாடிகள் வெறித்தவன்...

“அஞ்சு தலை தாகம். நிஜமா இருக்கா சாமி?” – எனக் கேட்டான்.

“ஏம்ப்பா... அப்படி ஒண்ணை பார்த்தியா?”

“ஆமா! ஆனா அதைப் பார்த்தும் என்னால் நம்ப முடியல. அஞ்சு தலை நாகத்தை மரப் பெட்டியில் பொறிச்சிருக்காங்க. அதுதான் கண்ணுக்கு அப்படி பட்டுச்சோன்னும் ஒரு குழப்பம்.”

“ஓ... அப்ப ‘அரவப் பெட்டி’ உன் வீட்டுலதான் இருக்குதா?”

“அரவப் பெட்டியா... என்ன சொல்றீங்க?”

“நாகப் படம் பொறிச்ச மரப் பெட்டிதாம்ப்பா... அரவப் பெட்டி”

“அதுசரி! அப்படின்னா என்ன அர்த்தம்?”

“அப்படியொரு பெட்டி எங்க வீட்டு பரண்ல ரொம்ப காலமாவே இருக்கு சாமி.”

“நமச்சிவாயம்! குருவருள் என்ன சரியான இடத்துக்குத்தான் கொண்டு வந்துவிட்டிருக்கு...” அவர் தாடியைத் தடவிக்கொண்டு பெருமூச்சு விட்டார்.

“சாமி... என்ன சொல்றீங்க?”

“அந்தப் பெட்டியை நான் பார்க்கலாமா?”

“எங்க வீட்டு பெட்டியை நீங்க எதுக்கு பார்க்கணும்?”

“இன்னும் சில நாட்கள்ல காவிரியில் வெள்ளம் வரப் போகுது. அது சாதாரண வெள்ளம் இல்ல. அது விசேஷ சக்தி படைச்ச சப்த நதி வெள்ளம்.”

“சாமி... நான் ஒண்ணு கேட்டா... நீங்க ஒண்ணு சொல்றீங்களே...?”

“அட ஆமால்ல...! நான் விபரமா... தெளிவா எல்லாத்தையும் சொல்றேன். அந்தப் பெட்டியை நீ திறந்து பார்த்தியா?”

“பார்த்தேன் சாமி. உள்ளே ஏட்டுக் கட்டுகள் இருக்கு. ஒண்ணை மட்டும் எடுத்துப் பார்த்தேன். ‘அம்பலத்து மாயங்கள்’ன்னு மேல எழுதி இருந்தது. ஊடுருவிப் படிக்க முடியல. புரியாத எழுத்துங்க.”

“சபாஷ்... சபாஷ்... எது கிடைக்கணுமோ அது கிடைச்சிடுச்சு. குருநாதர் ரொம்ப சந்தோஷப்படுவார்.”

“தொடர்ந்து புரியாத மாதிரியே பேசிக்கிட்டு போறீங்க. இந்த ஊருக்கு வந்ததுல இருந்து நாங்களும் குழம்பிக்கிட்டே இருக்கோம். நிம்மதியா தூங்கலாமன்னா இப்படி தேடி வந்து, ‘பாம்பு நடமாட்டம் இருக்கா...?’ன்னு கேட்டு என்னென்னவோ சொல்றீங்களே சாமி!”

ராஜேந்திரன் வாய்விட்டு புலம்பினான்.

அவர் எழுந்தார். பிறகு, “எல்லா குழப்பமும் கொஞ்ச நேரத்துல நீங்கிடும்ப்பா. முதல்ல நான் அந்தப் பெட்டியை ஒரு பார்வைப் பார்த்துக்கறேன். அதை காவல் காத்துக்கிட்டிருக்கற பதஞ்சலி நாகத்தைத்தான் நீ பார்த்துருக்கே! பெரிய பாக்கியம். காலம் கடந்து வாழற சித்தர்களை எந்த வடிவத்துல பார்க்கறதும் பாக்கியம்தான். அதை தெரிஞ்சுக்கோ.” என்றவர் உள்ளே நுழைய தயாரானார். ராஜேந்திரனும் அழைத்துச் சென்றான்.

அங்கே ‘செஸ்’ விளையாடிய ஆஷா, அப்படியே தூங்கி விட்டிருந்தாள். அறைக் கதவைச் சாத்திவிட்டு வரும்படி அவர் ‘சைகை’ காட்டவும். தெய்வானை அப்படியே செய்தாள்.

பின்னர், ஏணி வைத்து மேலே ஏறிப் பார்த்தார். பெட்டி தெரிந்தது. இறங்கினார். அதன்முன் சாஷ்டாங்கமாக விழுந்து வணங்கினார். அதன்பின் மெல்லத் திறந்தார். உள்ளே ஏராளமான ஏட்டுக் கட்டுகள்! ஒருவித மூலிகை வாசம் ‘கும்’மென்று எழுந்தது.

ஒரு கட்டின் மேல்... ‘சொர்ண ஜாலத்திரட்டுக் குறிப்பு’ என்று இருந்தது. இன்னொன்றின் மேல் ‘தசமகாவித்தை’ என்கிற குறிப்பு. மற்றொன்றில், ‘பஞ்ச பூத வஸ்யம்’ என இருந்தது.

இப்படியே ஒவ்வொன்றின் மேலும் ஒவ்வொரு தலைப்புகள். அவ்வளவையும் எடுத்து கண்களில் ஒற்றிக்கொண்டார். அந்த நொடி ‘பு...ஸ்...ஸ்’ என்று ஒருவித சீற்றம்!

சப்தம் வந்த திசையைப் பார்த்தபோது கொல்லைப்புற கதவுக்கு அப்பால் அந்த ஐந்து தலை நாகம் படம் விரித்து நின்றிருந்தது. அதைப் பார்த்த நொடி தெய்வானை. ராஜேந்திரனை நெருங்கி கட்டிக்கொண்டாள்.

இந்த மனிதரோ “நமச்சிவாயம்... நமச்சிவாயம்...” என்று கூறியபடியே சாஷ்டாங்கமாய் கீழே விழுந்து அந்தப் பாம்பை கும்பிடத் தொடங்கினார்.

ராஜேந்திரன் - தெய்வானையையும் கும்பிடச் சொன்னார். அவர்களும் பதற்றம் குறையாது கீழே விழுந்து வணங்கினர். அடுத்த நொடி அந்த நாகத்தைக் காணவில்லை!

"சா...மீ..."

"பயப்படாதீங்க... என்னைப் பார்க்கவும் சாமி போயிட்டாரு?"

"சாமியா?"

"ஆமா! அந்தச் சர்ப்பம் ஒரு சித்தர் சாமி. இவ்வளவு நாளா ஏட்டுப் பெட்டிக்கு காவல் இருந்திருக்காரு."

"காவலா... காவல் காக்கற அளவு இந்தப் பெட்டி அவ்வளவு விசேஷமானதா?"

"என்னப்பா அப்படி கேட்டுட்டே...? இது ஒரு சித்தர் புதையல் ரசவாத ரகசியத்துல இருந்து... சிதம்பர ரகசியங்கள் வரை எல்லா ரகசியங்களும் இதுக்குள்ள அடக்கம்."

"அந்த ரகசியங்களால என்ன பிரயோஜனம்?"

"ஒரே ஒரு விஷயத்தை மட்டும் சொல்றேன்... கேட்டுக்கோ!"

"செப்டம்பர் 13-ந் தேதி தொடங்கி, 25-ந்தேதி வரை காவிரியோடு, இந்த உலகத்தோட எல்லா நதிகளும் ஒண்ணா கலக்கப் போகுது. அந்த ஆத்துல நாம் நீராடும்போது... இந்த உடம்பால மனசாலன்னு செஞ்ச அவ்வளவு பாவங்களும் போயிடும். அதுலேயும் குறிப்பிட்ட காலகட்டத்துல செய்யற 'ஸ்நானம்' மிகப் பெரிய வலிமையை ஆத்மாவுக்குத் தரும். இது ஒரு அற்புதமான தருணம். நானும் என்னைப் போல் சித்த புருஷர்கள் பலரும் இந்த மகேந்திர மங்கலத்துக்கு அதுக்காகத்தான் வந்திருக்கோம்.

காவிரி மாதா பாயற எல்லா இடங்களும் இந்நாட்கள்ல மிகப் புனிதமானதா மாறிடுது. அதுல மகேந்திர மங்கலப் பகுதி காவிரி ரொம்ப விசேஷசமானது. ஏன்னா... இது தினமும் 'வேதம்' ஓதப்படுற இடம். இங்கதான் காஞ்சி மகா பெரியவர் தனக்கான வேத பாடத்தையே படிச்சார்.

ஒரு காலத்துல இதுபோல எல்லா நதிகளும் ஒண்ணா கலக்கற காலகதி வந்தபோது பாவங்கள் அதிகமா காணப்பட்டதால் காவிரியில் வெள்ளம் வரல. வெப்பம் அதிகமாகி வறட்சி

தாண்டவமாடிச்சு. அப்படியொரு நிலையில் மனித இனம் அழிஞ்சிடக் கூடாதுன்னு எல்லா சித்த புருஷர்களும் ஒண்ணா சேர்ந்து பிரார்த்தனை செய்தார்கள்.

அந்தச் சூழல்ல அகத்தியரும் வந்து சேர்ந்தார். காவிரி உருவாகவே அவர்தான் காரணம். அப்படிப்பட்டவர், காவிரிய வெள்ளமா பெருகி வர விருப்பம் கொண்டு காவிரி மணலால லிங்கம் செய்து அதுக்கு வருண லிங்கம் கற பேர் வெச்சு பூஜை செய்யவும், பெரும் மழை பொழிந்து காவிரியில் வெள்ளம் வந்தது.

அப்படி வரவும், மற்ற நதிகள் ஆவி வடிவுல காவிரியில கலந்து புஷ்கரம்ங்கற ஒரு நிகழ்வு உருவாக்க அந்த நிகழ்வுல பல்லாயிரக்கணக்கான பேர் தங்கள் பாவங்களை போக்கிக்கிட்டாங்க. இந்த மண் மேல... பாவங்களோட பாரம் இல்லாத சூழல் உருவாச்சு. இப்படி செய்யறதுக்கு பூமியை சமன் செய்யறதுன்னு பேர். இதை சராசரி மனிதர்களால் செய்ய முடியாது. சித்த புருஷர்களாலேயும் யோகிகளாலேயும்தான் முடியும். கொஞ்சமும் சுயநலம் இல்லாம... உலக உயிர்கள் நலமா வாழச் செய்யற ஏற்பாடு இது" என்றவர்,

"144 ஆண்டு அதிசயமான மகா புஷ்கரம் நடக்கிற வேளை இப்ப காவிரி இருக்கற நிலை தெரியும்தானே?" என்றும் கேட்டார்.

"வறண்டு போய் கிடக்குதே சாமி. கேட்டா மழை இல்லேன்னுல்ல கர்நாடகாகாரன் சொல்றான்."

"நல்லா கேட்டுக்கோ... பாவ புண்ணியங்களுக்கும், மழைக்கும் தொடர்பு உண்டு. பயம் அதிகரிக்கும்போது... மழை குறையும். மீறிப் பெய்தாலும் அழிக்கிற மழையா அது மாறிடும்."

"சாமி... இப்ப இந்த ஏடுகளால் என்ன பிரயோஜனம்? இது எப்படி எங்க வீட்டுக்கு வந்தது?" ராஜேந்திரன் முடிவான கேள்விக்கு வந்தான்.

"துளியும் சுயநலம் இல்லாத உன் முன்னோர்கள்ல ஒருத்தர்தான் இதுக்கு காரணம். அது உன் கொள்ளுத் தாத்தாவாகக்கூட

இருக்கலாம். அவர்கிட்ட அந்த ‘அரவப் பெட்டி’யைக் கொடுத்து பத்திரமா பார்த்துக்க சொல்லிட்டு போயிட்டாங்க. 144 வருடங்கள் கழிஞ்ச நிலையில் இப்ப இதுக்கு திரும்ப வேலை வந்திருக்கு?”

“அப்ப 144 வருடமாவா அந்த நாக சித்தர் இதை காவல் காத்திருக்காரு.”

“ஆமாம்! இது சரியானவங்க கையில கிடைக்கணும். இல்லேன்னா ஆபத்து.”

“ஆபத்தா?”

“ஆமாம்ப்பா...! இந்த ஏடுகள்ல உள்ள ரகசியங்களுக்காக பலர் அலையா அலைஞ்சுகிட்டு இருக்காங்க. குறிப்பா... மழை லிங்கம் எங்கே இருக்குங்கற குறிப்பு இதுல உண்டு. அந்த ‘மழை லிங்கம்’ ஒருவர் வசப்பட்டுட்டா... எந்த இடத்துலேயும் அதைக் கொண்டு மழையைப் பெய்விக்க முடியும்...”

“நீங்க சொல்றது உண்மைன்னா நம்ப தமிழ்நாடே தண்ணீர் பிரச்சினையில் இருந்து விடுபட்டுடுமே.”

“ஏன் தமிழ்நாடுன்னு சுருக்கமா சொல்றே... உலகத்தையே மழை லிங்கம் கொண்டு ரட்சிக்கலாம்.”

“அது இந்த ஊர்லதான் இருக்கா சாமி?”

“ஆமா! அகத்தியர்தான் அதை மறைவா வெச்சதோடு வெச்ச இடம் பற்றிய குறிப்புகளையும் இதுல எழுதி இருக்கார். இதை கொண்டு அதை வெளியே எடுத்து பூஜை செய்தா... நிச்சயம் காவிரியில் நினைச்சு பார்க்க முடியாத வெள்ளமும். 16 வருஷத்துக்கு உத்தரவாதமா குறைவற்ற மழையும் நிச்சயம்.”

அந்த நள்ளிரவில் அவர் பேசிய அவ்வளவு விஷயமும் ராஜேந்திரனையும் தெய்வானையையும் புரட்டிப் போட்டுவிட்டது. அதை எந்த அளவு நம்புவது என்பதிலும் மனதுக்குள் குழப்பம்.

அதே இரவில் அந்த ஊரின் எல்லையில் ஓர் அகோரி. கார் ஒன்றில் இருந்து இறங்கி ஊரின் சுடுகாடு நோக்கி நடக்கத் தொடங்கினான். மனிதனின் தொடை எலும்பு, ஆயுதம் போல அவன் கைவசம் இருந்தது!

❋ ❋ ❋

# 9

> 'ஓதுவார் மேனியில் சாம்பலும் நான்;
> ஒன்பது வாசல் மேனியின் சகலமும் நான்!'

**செ**ன்னையில் வசித்து வருபவன் ராஜேந்திரன். எம்.பி.பி.எஸ். படித்தவன். மனைவி தெய்வானை. இவர்களின் ஒரே மகள் ஆஷா. கார் விபத்தை நேரில் பார்த்து மனச்சிதைவுக்கு ஆளாகி பேச முடியாமல் போகிறாள். ராஜேந்திரனே டாக்டர் என்பதால் மகளை குணப்படுத்த முயன்றதில் மெல்லப் பேச்சு மட்டும் வருகிறது. ஆனால், பழைய சுறுசுறுப்போ... செயல் வேகமோ வரவில்லை. அது போகப் போக வரும் என்று கருதுகின்றனர்.

இப்படியொரு நிலையில் ராஜேந்திரனின் பூர்வீகமான காவிரி ஆறு பாயும் மகேந்திரமங்கலம் எனும் கிராமத்தில் உள்ள அவரது வீட்டையும், நிலபுலன்களையும் விற்றுவிடும் முடிவுக்கு வருகிறான். இனி தன் வாழ்வு என்பது சென்னையில்தான் என்பதாலும் அந்த - நிலபுலன்களால் எந்த வருமானமும் வராததாலும் இப்படியொரு முடிவு செய்கிறான்.

காவிரி ஆற்றில் முன்போல் தண்ணீர் வரத்து இல்லாததும் ஒரு காரணம். அதன் பொருட்டு ஓர் உரக் கம்பெனி தொடங்க

இருப்பவர்களுக்கு நிலத்தை விற்றுவிட விரும்பி மனைவி - மகளுடன் மகேந்திரமங்கலம் புறப்படுகிறான்.

இதை அறிந்து பூர்வீக வீட்டை சுத்தம் செய்து அவர்கள் தங்க உரிய ஏற்பாடுகளை செய்ய தயாராகிறான் குத்தகைதாரனான கந்தசாமி. அப்படி சுத்தம் செய்யும்போது பரண் மேல் ஒரு மரப்பெட்டி அருகே ஐந்து தலை நாகம் படம் விரித்து நிற்பதைப் பார்த்து அலறியடித்து ஓட முற்பட... அப்போது ராஜேந்திரன் காரில் அந்த வீட்டுக்கு வந்துவிட கதையும் சூடுபிடிக்க தொடங்குகிறது.

பரண்மேல் ராஜேந்திரன் எட்டிப் பார்க்க... பாம்பு இல்லை. மாறாக அந்த மரப் பெட்டியில் பாம்பு உருவம் பொறிக்கப் பட்டிருக்கிறது. அதைப் பார்த்தே கந்தசாமி பயந்துவிட்டதாக கூறும் ராஜேந்திரன், அது ஒரு பிரமை என்கிறான். பின் அங்கே தங்கி நிலபுலன்களை விற்கத் தயாராகிறான். அதற்காக கந்தசாமியோடு போய் பார்க்கும்போது காவிரியில் தண்ணீர் வராததால் நிலமெல்லாம் வறண்டு கிடக்கிறது.

அவன் ஊர்க்காரர்களையும் சந்திக்கிறான். அவர்கள் 'ஒரு டாக்டரான நீ இந்த ஊரில் இருந்து சேவை செய்வதை விட்டுவிட்டு சென்னையில் இருந்துகொண்டு எதை சாதித்தாய்?' என்று கேட்க... அவனும் வறண்ட இந்த ஊரில் வாழ்வதில் பயனில்லை என கருதும்போது ஒரு சித்த சன்னியாசி எதிர்ப்பட்டு நீ இந்த ஊரை விட்டுப் போக மாட்டாய். போகவும் உன்னால் முடியாது என்கிறார்.

ராஜேந்திரன் இகழ்ந்து பேசவும், அவர் காலடில் கிடக்கும் புழுதி மண்ணை எடுத்து நொடியில் தங்கமாக்கி 'என்னை சாதாரணமாக நினைத்துவிடாதே!' என்று எச்சரித்து அனுப்புகிறார். பிறகே தெரிகிறது. அந்த ஊரில் அவரைப் போல நிறைய சித்தர்கள் நடமாடத் தொடங்கியிருப்பதும்... அவர்கள் இரவில் காவிரியில் ஒன்றுகூடி தீ வளர்த்து... அதன் ஒளியில் ஆடிப் பாடுவதும் தெரிந்தது.

ஊரில் அமானுஷ்யமாக ஏதோ நடப்பதை உணரும் ராஜேந்திரன், அந்தத் தங்கத் தூளோடு அதே ஊரில் உள்ள ராமைய்யா ஆச்சாரி என்பவரைப் பார்க்கிறான். தங்கத்தை உரசிப் பார்த்து இருபத்திநாலு காரட் தங்கம் இது என்ற அவர் அவனுக்கே தெரியாமல் அந்தத் தங்கத்தை ஆட்டையைப் போட்டுவிடுவதோடு தெருப் புழுதியை பொட்டலமா ககட்டித் தந்து ஏமாற்றிவிடுகிறார்.

ராஜேந்திரனும் 'எல்லாம் சித்து வேலை' என்றே நினைக்கிறான். அதன்பின் உரக் கம்பெனிக்கு நிலத்தை விற்கும் பேச்சு வார்த்தையிலும் இறங்கிவிட... அவர்களும் தயாராகின்றனர். இவ்வேளையில் ராஜேந்திரன் மகள் ஆஷா. வீட்டு கொல்லைப்புறம் ஒரு விபூதிச் சித்தரைப் பார்த்து... அவரோடு சென்று மடியில் அமர்ந்து விளையாடுவதோடு பூரண குணமும் அடைகிறாள். அவளைத் தேடி வரும் தெய்வானை... சித்தரிடம் இருந்து மீட்டு அவளோடு செல்ல முனையும்போது அந்தச் சித்தரும், 'நீ இந்த ஊரைவிட்டுப் போக முடியாது. ஒனக்கு இங்கே நிறைய கடமை உள்ளது' என்கிறார்.

தெய்வானை மகளோடு திரும்பி வந்து கணவன் ராஜேந்திரனிடம், சித்தர் சொன்னதைச் சொல்ல, நிலம் வாங்க வந்த உரக் கம்பெனிக்காரர்களும் எங்களையும் சித்தர்கள் வழி மறித்து இந்த நிலத்தை வாங்காதே! வாங்கவும் முடியாது என்று கூறியதைச் சொல்லவும் ராஜேந்திரன் ஆச்சரியப்படுகிறான்.

ஊருக்கு வந்தது முதலே அடுக்கடுக்காய் அமானுஷ்ய செயல்பாடுகள் நடப்பதை நினைப்பவன். மரப் பெட்டியை திறந்து பார்க்கும்போது அவனும் ஐந்து தலை நாகத்தைக் காண நேர்கிறது. இதே நாகத்தை ஒரு வாழைத் தோப்பில் ராமைய்யா ஆச்சாரியின் மகன் திருவேங்கடமும் கண்டு அஞ்சுகிறான்.

இறுதியில் இரவு நேரத்தில் வீட்டுத் திண்ணையில் ஓய்வெடுக்க வந்த ஒரு சிவப் பரதேசி மூலம் அந்த, நாகம் ஏட்டுப் பெட்டியை காவல் காக்கும் பதஞ்சலி சித்தர் என்பதும், பெட்டிக்குள்

விலை, மதிப்பே இல்லாத பல ஏட்டுக் கட்டுகள் இருப்பதையும் ராஜேந்திரன் பார்க்கிறான். 144 வருடங்களுக்கு முன்பு இதே ஊர் காவிரியில் வெள்ளம் வந்ததாகவும், அப்போது வெள்ளம் வர அகத்திய சித்தர் காரணமாக இருந்ததையும், அவர் காவிரி ஆற்று மணலில் ஒரு லிங்கம் செய்து வழிபடப் போய்... மழை வந்து வெள்ளம் ஓடிய விபரத்தை அதே இரவில் சிவப் பரதேசி மூலம் அறிந்து கொள்கிறான்.

அந்த லிங்கம் இப்போது ஊருக்குள்தான் எங்கோ உள்ளது. அதை தேடியும், 144 வருடம் கழித்து இப்போது வரப்போகும் வெள்ளமாகிய மகா புஷ்கரத்தில் குளித்து பாவம் போக்கக் கொள்ளவுமே ஊருக்குள் பல சித்தர்கள் திரிகிறார்கள் என்பதையும் அவன் தெரிந்து கொள்கிறான். இது அபூர்வமான காலகட்டம்.

'தன் ஊரின் பின்புலத்தில் இப்படியொரு அதிசயமா?' என்று ஆச்சரியப்படுபவன் முன்னால்... மரப்பெட்டிக்குள் இருந்து தங்கம் செய்யப் பயன்படும் 'ரசவாத ரகசியம் முதல்... பஞ்சபூத வசியம்' போன்ற பல ஏடுகளை சிவப்பரதேசி காட்டி, 'பத்திரமாக பாதுகாக்கப் பட வேண்டிய இவைகளைத் தேடி தப்பானவர்களும் வரக்கூடும்' என்கிறார். அதற்கேற்ப அந்த நள்ளிரவில் ஊருக்குள் ஒரு நிர்வாண அகோரி கார் ஒன்றைவிட்டு இறங்கி சுடுகாடு நோக்கி செல்கிறான்.

இனி என்னவாகும்...? ராஜேந்திரனால் ஏன் சென்னை திரும்ப முடியாது? மழை தரும் வருண லிங்கம் எங்கே உள்ளது? பெட்டியையும் ஏடுகளையும் என்ன செய்வது?

வரப்போகும் அத்தியாயங்களில் அறிந்து கொள்ள பின்தொடருங்கள்...

இனி...

அர்த்தராத்திரியில் அகோரியைப் பார்க்க சாலையில் யாருமில்லை. ஒரு சில வீடுகளில் டிவி ஓடிக்கொண்டிருப்பது அதன் சப்தத்தில் தெரிந்தது அகோரியிடமோ எந்த தயக்கமும்

இல்லை. அதே சாலையில்... தொலைவில் யாரோ ஒருவர் மொபட்டில் வந்தார். வண்டியின் ஹெட்லைட் வெளிச்சம். அகோரி மேல் விழவும் அவர் அதிர்ந்து நிறுத்தினார்.

அகோரியும் அவரை ஊடுருவிப் பார்த்தார்.

சில நொடிகள்தான்! அந்த மனிதர் வண்டியைவிட்டு இறங்க கைகூப்பி வணங்கத் தொடங்கினார்.

அகோரி முகத்தில் மெல்லிய புன்னகை மலரத் தொடங்கியது. சிரித்தபடியே கையால் சைகை காட்டி “போ...” என்று கூறவும் சத்தியத்துக்கு கட்டுப்பட்டவர் போல அவரும் திரும்பிச் செல்லத் தொடங்கினார்.

அகோரியும் நடக்கத் தொடங்கினான். அதகளமான நடை. நிர்வாணமாக இருக்கும் நெருடலோ... உடம்பெங்கும் சாம்பல் பூசி இருக்கும் மாறுபாட்டையோ துளியும் லட்சியம் செய்யாமல்... 'நாங்கள் இப்படித்தான்!' என்பதுபோல் இருந்தது அந்த நடை.

அதன்பின் அகோரியை யாரும் பார்க்கவில்லை. பார்க்கும் சூழலும் இல்லை. நள்ளிரவில் ஊர்ச் சுடுகாடும் அமுங்கிக் கிடந்தது. அது மட்டுமின்றி அந்த வாரத்தில் ஒவ்வொரு நாளும் வயதான ஒருவர் வீதம் இறந்து போயிருந்ததால் எரிமேடையில் புகை கசிந்தபடியே இருந்தது. மயானத்தானை காணவில்லை!

முன்பெல்லாம் மயானத்திலேயே ஒரு மூலையில் குடிசை போட்டு இருந்து கொள்வார்கள். இன்று அதெல்லாம் மாறிவிட்டது. ஊருக்கு வெளியே ஆற்றோரமாகத்தான் மயானத்தான் குடிசையும் இருந்தது.

இந்த அகோரி புகைகின்ற சடலம் முன் போய் நின்றுகொண்டு சில நொடிகள். அதையே பார்த்தான். பின் சற்றுத் தள்ளி கட்டப்பட்டிருந்த ஒரு சமாதி மேல்... திண்ணையில் அமர்வது போல அமர்ந்துகொண்டான். அப்படியே பத்மாசனமிட்டு ஏதோ “முத்திரை வழிபாடு” போல ஒரு வழிபாட்டையும் செய்யத் தொடங்கினான்.

அதே அடர் இருட்டு நேரம்!

தூக்கம் வராமல் படுக்கையில் புரண்டுகொண்டே இருந்தான் ராஜேந்திரன் தெய்வானைக்கும் தூக்கம் வரவில்லை. ஆஷா தூங்கிப் போயிருந்தாள். அறை கும்மிருட்டாக இருந்தது. வெளியே அந்த சிவபரதேசி தூங்கிக்கொண்டிருக்கிறாரா... இல்லை தன்னைப் போலவே தூக்கம் வராமல் புரண்டு கொண்டிருக்கிறாரா? என்கிற கேள்வியும் ராஜேந்திரனிடம் அப்போது எழுந்தது. அருகில் இருந்த கைபேசியை எடுத்து பார்த்தபோது மணி 3.15 என்று காட்டிற்று.

அதன் வெளிச்சம் தெய்வானையைப் பேசச் செய்தது.

"என்னங்க... தூக்கம் வரலையா?"

"எப்படி வரும் தெய்வானை...? நடந்ததை எல்லாம் நினைச்சா... நாம் இந்த உலகத்துலதான் இருக்கோமான்னுகூட தோணுது."

"ஆனா எனக்கென்னவோ இதெல்லாம் நல்லதுக்குத்தான்னு தோணுதுங்க."

"தூங்கி இருப்பார்... ரொம்ப சந்தோஷமாவே தூங்குவார். அவர் மட்டும் வரலைன்னா... நமக்கு பல விஷயங்கள் தெரியாமலே போயிருக்கும்... இல்லீங்க?"

தெய்வானை கேட்க... செல்போனை மறுபடி எடுத்து அதன் வெளிச்சத்தோடு நகர்ந்து மெல்ல வெளியே சென்று பார்த்தான்.

வெளித் திண்ணையில் அவர் இல்லை. ஆகவே, கொஞ்சம் அதிர்ச்சியாகத்தான் இருந்தது. அதே வேகத்தில் திரும்பி வந்து மரப் பெட்டி இருக்கிறதா என்று பார்த்தான். இருந்தது நெருங்கிச் சென்று திறந்து பார்க்க சற்று பயமாக இருந்தது.

திரும்பினான்.

"என்னங்க... தூங்கிட்டிருக்காரா?"

"இல்லை தெய்வானை... போயிட்டார்."

“போயிட்டாரா? இந்த ராத்திரி நேரத்துல எங்க போயிருப்பாருங்க?”

“எங்கே போனா என்ன... எனக்கு எப்படா பொழுது விடியும்னு இருக்கு?”

“இன்னும் சில மணி நேரங்கள்ல எப்படியும் விடியத்தானே போகுது?”

“விடிஞ்ச உடனே முதல் வேலை. அந்த ஏடுகளை எடுத்துப் பார்க்கிறதுதான். சில பக்கங்களை இந்த செல்போன்ல போட்டோ எடுத்து... என்னோட சீனியர் டாக்டர் குமரகுருபரனுக்கு அனுப்பப் போறேன்.”

“அவருக்கு எதுக்குங்க?”

“அவர்தான் இந்தச் சித்தர்கள் பத்தி அப்பப்ப என்கிட்ட பேசுவர். லண்டன்ல பிராக்டிஸ் பண்ணி, ‘அலோபதி’ மருத்துவத்துல பெருசா சாதிச்ச போதிலும், ‘நம்மளால சில விஷயங்கள் செய்ய முடியாது. ஆனா, இந்தச் சித்தருங்க பலே ஆளுங்க. அவங்கள குறைச்சு எடை போட்டுடக் கூடாது!’ன்னு சொல்வார்.”

“நீங்க சொல்றதைப் பார்த்தா நாம் பொழுது விடிஞ்ச உடனே சென்னைக்கு புறப்பட போறதில்லையா?”

“அதுல சின்ன மாற்றம்! காவிரியில் குளிக்கிறது விசேஷம்னு சொன்னாருல்ல..”

“ஆமாம்... 144 வருடத்துக்கு ஒருமுறை வர்ற விசேஷம்னுகூட சொன்னாரே...”

“அப்படி வெள்ளம் வருதான்னுதான் பார்ப்போமே!”

“அதுக்கு அந்த ‘மழை லிங்கம்’ங்ற ‘வருண லிங்கம்’ வேணுமே! அதை அகத்தியர் எங்கியோ மறைச்சு வெச்சிட்டதால்ல சொன்னார்.”

அவர்கள் இருவரும் பேசிக் கொண்ட வேளையில் ‘திடும்’மென்று நாசியை அதீதமான விபூதி வாசம் ஊடுருவ ஆரம்பித்தது.

“என்னங்க இது... விபூதி வாசம் வர்ற மாதிரி இல்ல?”

“அதேதான்!” ராஜேந்திரன் சொன்ன மறுநொடி... வீட்டைச் சுற்றி பலர் நடமாடுவது போலவும் ஒரு சப்தம்.

“அந்த சிவப்பரதேசியாதான் இருக்கணும்...” என்றவன்... திரும்பவும் வாசல்புறம் பார்க்கச் சென்றான். திண்ணை காலியாகவே இருந்தது.

ஸ்வீட்சைப் போட்ட போது, வெளிச்சம் பரவியதில் சற்று தள்ளி ஓர் உருவம் நிற்பது தெரிந்தது. ‘யாரது...? சாமி... நீங்கதானே?’ என்று கேட்கவும் உருவம் திரும்பியது.

அது அந்த அகோரி!

***

# 10

> ‘மேரு கொண்டு கடைந்தட்ட அமுதமும் நான்;
> மேவிடும் தவத்தவர் வர மூலமும் நான்!’

அகோரியைப் பார்க்கவும் சற்று பதைப்பாக இருந்தது! முழு நிர்வாணத்தில் உடம்பெல்லாம் விபூதியோடு வெண்மையாய்... கையிலொரு கோலைப் பற்றிக்கொண்டு... அதன் நுனியில் திரிசூலத்தைக் கட்டி சூலாயுத பாணியாக காட்சி தந்த அகோரி தெய்வானையை ஓர் உலுக்கு உலுக்கிவிட்டான். அதே வேகத்தில் வெட்கத்தோடு வேகமாய் உள்ளே சென்றாள்.

ராஜேந்திரன் அந்த அகோரியை மிரள மிரளப் பார்த்தான்.

“யார் நீங்க?” என்று சற்று மரியாதையோடு கேட்கத் தொடங்கி ‘யா... யார்யா நீ?’ என்று மாறினான்.

அகோரியோ உற்றுப் பார்க்கத் தொடங்கினான்.

அவன் அப்படிப் பார்க்கும் விதம் ராஜேந்திரனுக்கு ஒன்றும் புதிதில்லை. ஹிப்னாடிசம் தெரிந்த டாக்டர் துர்கா பிரசாத் அப்படித்தான் பார்த்து பேஷண்ட்டுகளைக் கண்ட்ரோல் செய்வார்.

அது அசாதாரண பார்வை! எல்லோராலும் அப்படிப் பார்த்துவிடவும் முடியாது. அதற்கு பின்னால் பெரும் பயிற்சி

முறைகள் உள்ளன. இவை அவ்வளவும் ராஜேந்திரனுக்குள் எண்ணங்களாக ஓடிய நொடியே அவனிடம் ஒரு மாற்றம். அவன் மனதுக்குள் எண்ணங்கள் எழும்புவது அப்படியே நின்று போய்... மனம் என்கிற ஒன்றே இல்லாததாகி நாடி நரம்புகளில் ஒருவித சோர்வும். அதன்பின் மயக்க நிலையும் தோன்ற ஆரம்பித்தது.

அப்படியே மயங்கி விழத் தொடங்கினான். உள்ளே ஓடிப் போன தெய்வானை, கணவன் விழும் சப்தம் அவசியமே இல்லாதபடி... அகோரி வீட்டு வாசல் நடுவில் கால்களை சற்று அகட்டி நிற்கத் தொடங்க... அவன் சடை முடி ஆல மர விழுது போல் இருபுறமும் இடுப்பைத் தொட்டு ஆடியது. அவனிடம் அதே பார்வைக் கூர்மை!

தெய்வானையும் சில நொடிகளில் மயங்கி விழத் தொடங்கினாள். பிறகு, அகோரியின் உடல் மொழியிலும் சில மாற்றங்கள். உள்ளே நுழைந்தவன்... தூங்கிக்கொண்டிருந்த ஆஷாவைப் பார்த்தான். திரும்பி வந்து மரப்பெட்டியை ஏறிட்டவன் அதைத் திறந்தான். உள்ளிருந்த ஏட்டுக்கட்டுகள்... புதையலைக் கண்டவன் போல அவன் கண்ணை ஒளிரச் செய்தன.

அருகில் கிடந்த துணி ஒன்றை எடுத்து தரையில் விரித்தவன். அதில் அவ்வளவு ஏடுகளையும் அள்ளிப் போட்டு ஒரு சலவைத் தொழிலாளி மூட்டையைக் கட்டுவது போல கட்டி அப்படியே இடது தோளுக்கு ஏற்றிக்கொண்டான். பின் ஆஷாவை நெருங்கி அவளையும் தூக்கினான்.

ஒரு தோளில் ஏடுகள், மறுதோளில் ஆஷா.

புறப்பட்டுவிட்டான் அவன்!

விடிந்த பொழுதைத் தொட்டு ஊருக்குள் ஒரே பரபரப்பு. வாசல் தெளிக்க வந்தவர்கள் காதுகளில் எல்லாம்... காவிரியில் வெள்ளம் ஓடிக்கொண்டிருக்கும் செய்தி புகவும் எல்லோரும் ஓடினார்கள். அவர்களில் ஆச்சாரி ராமய்யாவின் மகன்

திருவேங்கடமும் இருந்தான். அவனும் காவிரிப்படுகை நோக்கி ஓடினான்.

காவிரிக் கரையில் குறிப்பிட்ட ஓர் இடத்தில் அனேக சாமியார்களும், சித்தர்களும் கூப்பிய கைகளும்... மூடிய விழிகளுமாய் காட்சி தந்தனர். அவர்கள் படுகையில் மண்டியிருந்தனர். தொலைதூரத்தில் தண்ணீராலான மலைப்பாம்பு புரண்டு புரண்டு வருவது போல வெள்ளம் வந்து கொண்டிருந்தது.

அபூர்வமான காட்சி!

கர்நாடகம் பக்கம் இப்போதுதான் மழைப்பொழிவு அதிகரித்துள்ளது. இத்தனை நாள். இத்தனை காலம். இத்தனை வருஷம் என்று இந்த மழைக்கு பின் ஓர் அளவீடு உள்ளது. அந்த அளவை கூட்டுவதும், குறைப்பதும் காற்றுதான்! இந்த மழை நீரின் முடுக்கே காலற்றுதான். அதனால்தானோ என்னவோ கரையோரமாய் ஒதுங்கி இருந்த சாமியார்களில் சிலர் சம்மணமிட்டு அமர்ந்தவர்களாய் பிரணாயாமத்தில் ஈடுபட்டிருந்தனர்.

பத்மாசனமிட்ட நிலையில் மூச்சை உள் இழுத்து பின்... மார்பில் குறிப்பிட்ட கால அளவுக்கு அந்த காற்றை நிறுத்தி... பிறகு மூக்கின் மறு துவாரம் வழியாக அதை இரைச்சலோடு அவர்கள் வெளியிட்ட விதத்தை ஊரார் வேடிக்கையாகப் பார்த்தபடி இருக்க... அந்தக் கூட்டத்தில் கந்தசாமியும் இருந்தான்.

அவனுக்கும் அந்த வெள்ளக் காட்சி அரிதான ஒன்று. அவர்கள் இருக்கும் இடத்தைக் கடந்து நீண்டு கிடக்கும் பரந்த மண்வெளியில் நீர் விறுவிறுவென்று ஓடிற்று. எல்லோர் கால்களையும் நனைக்கவும் அனைவரிடமும் ஒரே உற்சாகம். சிலர் விழுந்து கும்பிட்டனர். பலர் கூச்சலிட்டனர்.

சாமியார் கூட்டமோ அமைதியாக அமர்ந்தபடியே காணப்பட்டது. கந்தசாமிக்கு எல்லாமே புது அனுபவமாக இருந்தது. இனி ஆறு மாதத்துக்கு தண்ணீர் பிரச்சினை இருக்காது. வயலில் நினைத்தபடி நினைத்த தானியத்தை விதைத்து

அறுவடை செய்யலாம். அவன் தனக்குள் எண்ணும்போதே... அருகில் நின்றிரந்த ஊர்க்காரர், "எலே கந்தசாமி... சாமியாருங்க சொன்ன மாதிரி தண்ணி வந்துடுச்சி பார்த்ததில்ல..." என்று பேச ஆரம்பித்தார்.

"மேட்டூர்ல திறந்துவிட்டா வந்துதானே தீரும்."

"அப்ப நீ என்னங்கறே... இது வழக்கமா வர்ற தண்ணிதாங்கறியா?"

"எனக்கு தெரியல... ஆனா எப்பவும் ஆனி மாசமே ஓட்டம் வந்துடுமே?"

"அதெல்லாம் பத்து பதினைஞ்சு வருஷத்துக்கு முந்தி கர்நாடகாகாரன் நமக்கு தெரிஞ்சு நாலு, தெரியாம நாலுன்னு அணையா கட்டி... பெய்யற மழைத் தண்ணியையெல்லாம் தனக்கேன்னு எடுத்துக்கிட்டு சின்னப் பையன் ஒண்ணுக்கு போற மாதிரி ஒழுகி வர்ற தண்ணியைத்தானே நமக்கு தர்றான்!"

"என் பாட்டனுக்கு பாட்டன் காலத்துலயே இந்தத் தண்ணிப் பிரச்சினை இருந்துருக்குய்யா. இப்ப ஜனத்தொகை கூடிப் போகவும், மழையும் குறையவும்... ரொம்பவே கஷ்டப்படுறோம். இதுக்கெல்லாம் ஒரே தீர்வு... மழை நல்லா பெய்யறது ஒண்ணுதான்! அது பெய்யாத வரை நம்பச் சிக்கல் தீரவே தீராது."

அவர்கள் பொதுவாகவும், தங்களுக்காகவும் ஓடி வரும் நீர் பக்கம் நின்று பேசியபடி இருக்க... சாமியார்கள் ஒன்றாக கூடி இடுப்பளவு நீரில் மூழ்கத் தொடங்கினர். அதைப் பார்த்து ஜனங்களும் மூழ்கினர். திருவேங்கடமும் மூழ்கினான். அப்படியே கந்தசாமி அருகில் அவனைத் தேடிக்கொண்டு வந்தவன். "எலேய்... இந்தச் சாமியார்ல, யாருலே டாக்டருக்கு புழுதியைத் தங்கமாக்கி கொடுத்தது?" என்று கேட்டான்.

"நீ எதுக்குக் கேக்கறே?"

"அந்தச் சாமி கால்ல விழுந்து கும்பிடத்தான்..."

“அதான் தங்கம் திரும்பவும் புழுதியா விடுச்சே...! என்னத்த கும்புட்டு என்ன புண்ணியம்? எல்லாம் சரியான கண்கட்டால்ல போச்சு?”

உண்மை தெரியாமல கந்தசாமி கேட்க... திருவேங்கடம் விடவில்லை.

“இப்ப நீ அடையாளம் காட்டப் போறியா... இல்லையா?” திருவேங்கடம் சற்று மிரட்டலாகக் கேட்க... கந்தசாமியும் பணிந்தான். சாமியார் கூட்டத்தில் ஓரமாய் நின்றபடி கண் மூடி கும்பிட்டுக் கொண்டிருந்த அந்தச் சாமியாரை காண்பித்தான்.

“அவருதானா?”

“அவரேதான்!” - கந்தசாமி அழுத்தம் கொடுத்தான்.

“ஆமா... டாக்டரய்யா அந்த இடத்தை வித்துட்டாரா?”

“இல்ல... விக்கப் போறாரு.”

“தண்ணிதான் வந்துடுச்சே... இப்ப போய் எதுக்கு வித்துக்கிட்டு.”

“இப்போ தண்ணி வந்துட்டா ஆச்சா... எப்பவும் இதே மாதிரி ஓடுமா?”

“இந்தச் சாமியாருங்க மனசு வெச்சா ஓடும்ய்யா. இனிமே நமக்கெல்லாம் நல்ல காலம்தான்னு கேள்விப்பட்டேன்ய்யா.”

“யார் சொன்னது?”

“கேள்விப்பட்டேன்னா விட்டுத் தள்ளு. ஒண்ணு மட்டும் நல்லா தெரிஞ்சுக்க... இந்தச் சாமியாருங்க ஒண்ணும் ஊரை ஏமாத்தற போலிச் சாமியாருங்க இல்ல. நெசமான சாமியாருங்க...”

“எதை வெச்சு சொல்றே?”

“போகப் போக பாரு... தெரிஞ்சுக்குவே! தண்ணி இனி போகப் போக கூடும். குறையாது. முடிஞ்சா அந்த இடத்தை நீ வாங்கிக்கிடப் பாரு” - திருவேங்கடம் சொன்னபடியே அந்த ரசவாதச் சாமியாரையே பார்த்தபடி விலகி நடந்தான்.

கந்தசாமிக்கும் ராஜேந்திரனைப் போய் பார்த்து... வெள்ளம் வந்த விஷயத்தைச் சொல்லத் தோன்றியது.

ஓட்டமாய் ஓடி வந்து நின்ற போது... நெஞ்சை அடைத்தது. வாசல் கதவு திறந்திருக்க... ராஜேந்திரன் ஓர் இடத்திலும், உள்ளே தெய்வானை மற்றொரு இடத்திலுமாக விழுந்த கிடந்தனர். “ஐயா... டாக்டர் ஐயா...” என்று குனிந்து ராஜேந்திரனை எழுப்பவும், மயக்கத்தில் இருந்து மீண்டவன் போல கண் மலர்ந்தான்.

கண்களைக் கசக்கிக்கொண்டு கந்தசாமியைப் பார்த்தான்.

“ஐயா... என்னய்யா இது? வாசல் திறந்து கிடக்கு! நீங்க ஒரு பக்கம், அம்மா ஒரு பக்கம்ன்னு எப்படியோ கிடக்கிறீங்க. என்னய்யா ஆச்சு?” என்று கேட்கவும்... ராஜேந்திரனும் அப்போதுதான் தெய்வானையைப் பார்த்தான். பின்னர் பதைப்போடு போய் அவளை எழுப்பவும், அவளும் கண்களை கசக்கிக் கொண்டு எழுந்தாள். தலையை உதறிக்கொண்டாள்.

“தெய்வா... நீயும் என்னப் போலவே அந்தச் சாமியாரைப் பார்த்து மயங்கிட்டியா? ஐயா... ஆஷா எங்கே?” பேச்சோடு மகள் நினைவு வந்து படுக்கை அறைக்குள் போய்ப் பார்த்தபோது குழந்தை இல்லை.

இருவருக்குமே நெஞ்சை அடைக்கத் தொடங்கியது.

கந்தசாமிக்கு ஒன்றும் புரியவில்லை!

“டாக்டரய்யா... என்ன நடந்துச்சு? பாப்பாவை வேற காணோம்ங்கிறீங்க?”

“ஆமா கந்தசாமி... ராத்திரி ஒரு நிர்வாண சாமியார் வந்தாரு. உத்துப் பார்த்தாரு அவ்வளவுதான் தெரியும். மயங்கிட்டோம்.”

“அப்படிங்களா? ஐயா... அங்க பாருங்க! மரப்பெட்டியும் திறந்து கிடக்கு.”

அடுத்து அங்கே போய் பெட்டியைப் பார்க்கவும்... உள்ளே எதுவுமே இல்லை.

"எல்லா ஏட்டு கட்டுகளும் என்ன ஆச்சு...? அந்தச் சாமியார்தான் ஏதோ செய்திருக்கான்."

"ஐயோ... என்னங்க நீங்க? இந்தப் பெட்டியும், ஏடும் எக்கேடு கெட்டா நமக்கு என்னங்க? நம்ம குழந்தை முக்கியம்ங்க. அவளைத் தேடுவோம்ங்க..." என்ற தெய்வானை, வீட்டுக் கொல்லைப் பக்கமாய் முன்பு தேடிச் சென்றது போல செல்லத் தொடங்கினாள். குரலில் அதீத படபடப்பு.

"ஆஷா... ஏய் ஆஷா..." என்று கத்திக்கொண்டே போனாள்.

மலைத்து நின்றுவிட்ட ராஜேந்திரனிடம் "ஐயா... ஆத்துல் வெள்ளம் வந்து டீச்சிங்க. முழங்காலுக்கு தண்ணி போய்க் கிட்டிருக்குங்க. இனி தண்ணியை எப்படி பார்ப்போம்னு இருந்தோம். ஆனா வந்துடிச்சி. ஆத்துலதான் அந்தச் சாமியாருங்களும் இருக்காங்க... உங்ககிட்ட சொல்லி கூட்டிப் போகத்தான் வந்தேன். ஆனா இங்க ஏதேதோ நடந்திருக்குதுங்களே?" என்றான் கந்தசாமி.

"ஆமா! முதல்ல ஆஷாவை கண்டுபிடிக்கணும். அப்புறம்தான் மறு பேச்சு. ஆமா... சாமியாருங்க எல்லாம் ஆத்தங்கரையில இருக்கறதா சொன்னேல்ல?"

"ஆமாங்க..."

"அதுல நிர்வாணமா... தலையில சடை விழுந்து உடம்பெல்லாம் விபூதியோட யாரையாவது பார்த்தியா?"

"அப்படி யாரும் இல்லீங்களே..."

"சரி... வா! நீ ஒரு பக்கம் போ... நான் ஒரு பக்கம் போறேன். முதல்ல குழந்தை... அப்புறம்தான் மத்தது" ராஜேந்திரன் ஒரு பக்கமாக செல்லத் தொடங்கினான். கந்தசாமியும் விலகி தேடலானான்.

ஆற்றங்கரையில் சாமியார்களுக்கு ஏகப்பட்ட மரியாதை. பலர் அவர்கள் கால்களில் விழுந்து கும்பிட்டுக் கொண்டிருந்தனர் ஒருவர் "உங்களை எல்லாம் முதல்ல தப்பாதான் நினைச்சோம்.

இப்ப தண்ணி வரவும்தான் தெரியுது... உங்க சக்தி" - என்று முகஸ்துதி செய்தபடி இருந்தார்.

கூட்டத்தில் திருவேங்கடம் அந்த ரசவாத சாமியாரை நெருங்கி கூப்பிய கையும் பக்தியான முகபாவமுமாகவே நின்றான். அவரையே உற்று உற்றுப்பார்த்தான்.

ஒரு கட்டத்தில் அவரே அருகில் அழைத்தார். அவனும் நெருங்கினான்.

"எலே களவாணி! என்ன... என்னோடு கூட்டு சேர்ந்து 'ரசவாதம்' கத்துக்க ஆசைப்படுறியா?" என்று... தேங்காயை ஒரு அடியில் இரு கூறாக பிளப்பது போல கேட்டார்.

திருவேங்கடம் வெலவெலத்தாலும் விடாது, "ஆமா சாமி... உங்ககிட்ட எதையும் மறைக்க முடியாது. எதுக்கு மறைச்சிக்கிட்டு?" என்றான்.

"என் தங்கத்தை திருடிட்டு, அந்த டாக்டர் தம்பிகிட்ட என்னை சித்து வேலைக்காரனா ஆக்கிட்டேல்ல?" என்கிற அடுத்தக் கேள்வி அவனை ஊசியாக குத்திற்று.

"சாமி... மன்னிச்சிடுங்க! அந்தத் தங்கத்தை இப்படியே திருப்பித் தந்துடுறேன். ஆனா, எங்கள தப்பா மட்டும் நினைக்காதீங்க."

"திருடனை தப்பா நினைக்காம வேற எப்படிடா நினைக்கிறது?"

"சாமி... நாங்க திருடங்க இல்ல. அதிசயமான விஷயத்தை ஆராய்ச்சி செய்யத்தான் என் ஐயா அதை எடுத்து வெச்சிக்கிட்டாரு. அதனாலதான் நானும் உங்களைத் தேடி வந்திருக்கேன். வர்றப்ப அஞ்சு தலை நாகத்தையும் பார்த்தேன். இந்த ஊர்ல நிறைய அதிசயம் நடக்கப் போறதா தெரிஞ்சிக்கிட்டோம்" என்று நிதானமாக பதில் கூறினான் திருவேங்கடம்.

சாமியாரோ விழிகள் அகல அவனைப் பார்த்தார்!

❋❋❋

# 11

> ‘பக்திக்கு பின் உள்ள மகத்துவமும் நான்;
> முக்திக்கு முன் உள்ள தத்துவமும் நான்!’

திருவேங்கடத்தின் பேச்சை பரதேசிச் சித்தர் நம்பி ஏற்றுக்கொண்டது மாதிரிதான் தெரிந்தது.

“ஆமா... நீ இந்த ஊர்க்காரனா?” - அந்தப் பரதேசிச் சித்தர் திருவேங்கடத்திடம் கேட்டார்.

“ஆமா சாமி! பல தலைமுறையா இங்க இருக்கோம்...”

“வயித்துப் பாட்டுக்கு?”

“நகைநட்டு செய்யறது. கட்டிடம் கட்டுறதுன்னு கைவேலைப்பாடுதான் சாமி.”

“அதான் என் தங்கத்தை ‘தேவப்பசு’ன்னு (சொக்கத் தங்கம்) கண்டுபிடிச்சியாக்கும்?”

“நான் கண்டுபிடிக்கல சாமி... எங்க அப்பாதான் கண்டறிஞ்சவரு.”

“சரி... இப்ப நான் என்ன செய்யணுங்கறே?”

“என்னை உங்களோடு சேத்துக்கணும்?”

“அடக் கேடு கெட்டவனே! வாழுற வயசுல சாக நினைக்கறியா?”

“வாழத்தான் சாமி சேரவே நினைக்கிறேன்.”

“புரியுது... சித்த வித்தையைக் கத்துகிட்டு இந்த ஊரை ஏமாத்தறதுன்னு முடிவு பண்ணிட்டே!”

“ஏமாத்தறதெல்லாம் இல்ல சாமி... தங்கத்தாலயே ஒரு கோவில் கட்டி பார்த்துடணுங்கறது எங்க முன்னோர்களுக்கு ரொம்ப காலமா ஆசை.”

“இப்படியெல்லாம் ஆசைப்படாதே! அதுக்குப் பதிலா... பெண்டாட்டிக்கு ஆயிரம் ‘பவுன்’ல அட்டிகை பண்ணனும்னு சொல்லு. அதை ஏத்துக்குவேன். நீ யாரு... அந்த சர்வேஸ்வரனுக்கு கோவில் கட்ட?”

பரதேசி சித்தர் மெல்ல ஆற்றங்கரையை விட்டு நகர்ந்து கொண்டே பேசினார். அவரைத் தொடர்ந்தபடியே திருவேங்கடமும் கேட்டான்.

“சாமி... முதல்ல என்னை உங்களோடு சேர்த்துக்குங்க. அப்புறம் நீங்க சொல்றபடியெல்லாம் கேக்கறேன்” - என்றான் ஒரு முடிவோடு.

“மகா புஷ்கரம் தொடங்கி முடிஞ்சிட்டாலும் இன்னும் 13 நாள் நான் இங்கதான் எங்காவது இருப்பேன். தினமும் உச்சிக்காலத்துலேயும் அஸ்மனத்துலேயும். அதேபோல இப்ப நடந்துகிட்டிருக்கிற உதயப் பொழுதுலயும் காவிரியில முழுக்குப் போட வருவேன். இந்த நாட்கள்ல. அந்த மூணு வேளையும் சூரியனைப் பார்த்து நீயும் மூழ்கு. பொறவு பார்க்கலாம்...”

“சாமி... உங்க உத்தரவுப்படியே செய்யறேன். நீங்க எங்க சாமி தங்கப் போறீங்க?”

“இங்கதான்னு ஒரு இடம் கிடையாதுடா. என் போன்ற பரதேசிங்களுக்கு இந்த ஊரே என் இடம்தான்.”

“அதுக்கு இல்ல சாமி! உங்களுக்கு ஆட்சேபனை இல்லேன்னா... நீங்க என் வீட்டுலகூட தங்கிக்கலாம்.”

“என்னை கடங்காரனாக்கப் பார்க்குறியா? என்கிட்ட நடக்காதுடா... போ. போய் நான் சொன்னபடி நடந்துக்கப் பாரு. அப்பால அந்தத் தங்கத்தை எடுத்து இந்த ஆத்துல மூழ்கும்போது காணிக்கையா கரைச்சு விட்டுடு.”

“சா...மி...!”

“என்னடா?”

“அந்தத் தங்கத்தைப் போய் வெள்ளத்துல விடச் சொல்றீங்களே... அதுக்கு நாலு தாலி செஞ்சு ஏழைப் பொண்ணுங்களுக்கு கொடுக்கலாமே?”

“இப்ப இந்தக் காவிரித் தாயே பெரிய ஏழை தாண்டா! சொன்னதைச் செய்.”

“சா...மி...”

“மேல் பேச்சு பேசாதே! நீ பொய் பேசாததாலதான் உன்கூட இவ்வளவு நேரம் பேசினேன். பொய்யா நடந்துகிட்டே... என்னைப் பார்க்கவே முடியாது. ஞாபகம் வெச்சிக்கோ...”

“சாமி... அப்படியெல்லாம் சொல்லாதீங்க. நீங்க சொல்றபடியெல்லாம் கேக்கறேன். உங்கள் எங்க பார்க்கலாம்னு மட்டும் சொல்லுங்க.”

“முதல்ல முழுக்குப் போடு... பல தலைமுறை பாவம். உன் முதுகுல மூட்டையா தெரியுதுடா? அது மூழ்க மூழ்கத்தான் கரையும். கரைக்கத்தான் ஒருத்திக்கு ஒம்பது பேர் இப்ப இந்த ஆத்துக்குள்ள ஓடிக்கிட்டு இருக்காளுக... போ... போய் சொன்னதை மட்டும் செய்.”

“ஒம்பது பேரா... அதுவும் பொம்பளைங்களா? சாமி... கொஞ்சம் புரியற மாதிரி சொல்லுங்க.”

"சொல்றேன்... நான் சொல்லி முடிக்கவும் போயிடணும். சும்மா 'தொண தொண'ன்னு பேசி என் உசுரை வாங்கக்கூடாது."

"சரிங்க சாமி..."

"நான் சொல்லப் போறது எல்லாம் 'சிதம்பர ரகசியம்'டா! அது உனக்குப் புரியாது. இருந்தாலும் சொல்றேன்... இவ இப்ப பேருக்குத்தான் காவிரி. இவளோடு கங்கையில் இருந்து நர்மதை, சரஸ்வதி, யமுனா, கிருஷ்ணா, கோதாவரி, துங்கபத்ரா, பிரம்ம புத்தரான்னு எட்டு பேர் கை கோர்த்துக்கிட்டிருக்காங்க."

ரூபங்கள்ள ஜலரூபம் தான் பிரதானம். பஞ்ச பூதத்துலேயும் நீர்தான் உச்சம். உஷ்ணமான நெருப்புகூட ஜலத்துல அணைஞ்சிடும். ஜலம்தான் இந்தப் பிரபஞ்சம். இதுக்கு இன்னொரு பேர் 'நாரம்!' அதை அணைஞ்சு கிடக்கறதாலதான் விஷ்ணுவுக்கே நாராயணன்னு பேர்.

இந்தக் காவிரி அந்த நாராயணன் கழுத்து மாலையா ஸ்ரீரங்கத்துல ஓடுறா. கடைசியில அவன் படுத்துருக்கற சமுத்திரத்துல போய் சேர்ந்துடுறா. அதாவது நம்ம பாவங்களையெல்லாம் சமுத்திரத்துல நாராயணன் காலடியில் கொண்டு போய் சேர்த்துடுறா.

அதுலேயும் 12 நாள் மகா புஷ்கர காலத்துல ரொம்ப சிரத்தையா அதைச் செய்யறா. அவளோடு சேர்ந்து கங்கையில இருந்து பிரம்மபுத்ரா வரை எல்லாருமே செய்யறாங்க அந்த 12 நாள் குளியல், சகல தீர்த்தத்துலேயும் குளிச்சதுக்கு சமமாயிடுது. கூடுதலா குரு பகவானோட அருளுக்கு பாத்திரமாகி அமிர்தமும் நம்ம ஊத்த உடம்புல பட்டு இது புனிதமாயிடும். அதுக்கப்புறம் வாழப்போற வாழ்வே புது வாழ்வுதான்."

அவர் மூச்சுவிடாமல் சொல்லி முடித்தார்.

"சாமி... நிறைய புராண சமாச்சாரமா சொல்லிட்டீங்க உங்ககிட்ட ஒரே ஒரு கேள்வியை மட்டும் இப்ப கேக்க விரும்பறேன். குளிச்சா உடம்போட அழுக்குதான் போகும். செய்த 2 பாவம் எல்லாம் எப்படி சாமி போகும்?"

திருவேங்கடம் மிகுந்த உணர்ச்சிபாவத்துடன் தன்னை மறந்தவனாய் கையை வேகமாய் ஆட்டியபடி கேட்டான். ஆனால் அதற்கு பதில் சொல்லத்தான் அவரில்லை!

அதுவரை அவனோடு சேர்ந்து நடந்து வந்தவர். ஒரு நொடிப் பொழுதில் மாயமாகிவிட்டிருந்தார்.

திருவேங்கடத்திடம் வியப்பு கலந்த பெருமூச்சு!

ராஜேந்திரன் வீடு திரும்பிய போது வாசலிலேயே காத்திருந்தாள் தெய்வானை. அவன் மட்டும் வரவும் பதைத்தாள்.

"ஐயோ என்னங்க... ஆஷா கிடைக்கலையா?"

"கிடைக்கல தெய்வா! நானும் ஊர் பூராவும் தேடிட்டேன். கந்தசாமி ஒரு பக்கம் தேடிப் போயிருக்கான்..." எனும்போதே அவன் சைக்கிளில் வந்து இறங்கினான்.

"ஐயா... என்னய்யா... பாப்பா கிடைக்கலீங்களா?"

"நீயும் வெறும் கையோட வந்துருக்கியே கந்தசாமி? இது அந்த நிர்வாண சாமியார் வேலைதான்! இதுக்கு மேல நாம தேடிகிட்டு இருக்கிறதெல்லாம் 'வேஸ்ட்!' போலீஸ்ல புகார் கொடுக்க வேண்டியதுதான்... புறப்படு."

வேகமானான் ராஜேந்திரன். தெய்வானை கண்களில் கண்ணீர் வழிந்தது.

கந்தசாமி தன் சைக்கிளை நிறுத்திவிட்டு வந்து காரில் ஏறப்போன நேரம், குளித்து முடித்தவராய் முன்னிரவில் வந்து வெளியே திண்ணையில் படுத்த சிவப்பரதேசி எதிரில் வந்தார்.

நெற்றியில் விபூதி, உடம்பில் காய்ந்தபடி இருக்கும் ஈர ஆடை. வெறித்துப் பார்த்தார்.

"சாமி... நீங்கதானே ராத்திரி திண்ணையில படுத்திருந்தது?" அவரிடம் ஆமோதிப்பு!

"அப்புறமா உங்களைப் பார்த்தப்போ இல்லையே சாமி... எங்க போயிட்டீங்க? இங்க என்னென்னமோ நடந்துடுச்சி!"

"என்ன நடந்தது?"

"எங்க வீட்டு மரப்பெட்டியில் இருந்த ஏடுங்க அவ்வளவும் காணோம். கூடவே என் மகளையும் காணல! ஒரு நிர்வாண - விபூதி சாமியார் வந்து என்னையும் என் பொண்ட்டியையும் பார்வையாலயே 'மெஸ்மரைஸ்' பண்ணி மயக்கிட்டு, எல்லாத்தையும் தூக்கிட்டுப் போயிட்டார்."

ராஜேந்திரனின் படபடப்பைக் கேட்டு கண்களை மூடி சற்று சலனமானார் அந்த சிவப் பரதேசி. பின் "பதற்றப்படாதீங்க... உங்க பொண்ணுக்கு எதுவும் ஆகிடாது. அவ பாலா! நான் யூகித்தது சரிதான்" என்றார்.

"என்ன சாமி சொல்றீங்க?"

"நேத்து ராத்திரி சொன்னதெல்லாம் ஞாபகம் இருக்குதானே?"

"எதைச் சொல்றீங்க?"

"அந்த மரப்பெட்டியில இருந்த ஏடுகள் மதிப்புமிக்கது. அதை நாக சித்தர் காவல் காத்துக்கிட்டிருந்ததைச் சொன்னேனே...?"

"ஆமா சாமி... நல்லா ஞாபகம் இருக்கு. நான்கூட அந்த அஞ்சு தலை நாகத்தை ஒரு தடவைக்கு ரெண்டு தடவைப் பார்த்தேனே?"

"நான் வரவும் அவர் விலகிப் போனார். நானும் அர்த்த ஜாமத்துல காவிரி ஆத்துல நடந்த சித்த பூஜையில் கலந்துக்க போனேன். அந்த இடைவெளியிலதான் களவு நடந்திருக்கு!"

"அப்ப நிர்வாண சாமி...?"

"ஒரு அகோரியாதான் இருக்கணும்."

"அகோரியா... பிணத்தைக்கூட சாப்பிடுவாங்கன்னு சொல்லுவாங்களே?"

"ஆமா... அதுக்காக அகோரிகளை உடனே தப்பா நினைக்க வேண்டாம். அகோரியாகி வாழுறது சாதாரண விஷயமில்ல. அகோரி வேறு... அந்த சிவன் வேறு இல்லை..."

“என் மகளைத் தூக்கிட்டுப் போன அகோரியை அப்ப என்னன்னு சொல்றது சாமி?”

“உங்க மக இந்த ஊருக்கு வந்து நல்லா குணமானதாகூட சொன்னீங்கதானே?”

“ஆமா சாமி... பழையபடி நல்லா ஆகிட்டா எனக்குகூட பெரிய பிரமிப்பு. ஆனா இப்ப காணாம போய் எங்களை நிலை குலைய வெச்சுட்டாளே?”

“மறுபடியும் சொல்றேன்... பதற்றப்பட வேண்டாம். காரணம் இல்லாம காரியமில்லை. உங்க மகளுக்கு சித்தம் கலங்கினதுல இருந்து இப்ப அவ காணாம போனது வரை ஒரு தொடர்பு இருக்கு. நீங்க சென்னையை விட்டு இங்க வந்ததுகூட உங்க செயலால் அல்ல... எல்லாம் தெய்வச் சித்தம்.”

“சாமி... நின்னு விபரமா பேச இப்ப நேரமில்லை.”

“என் மனைவியைப் பாருங்க. கதி கலங்கிப் போய் நிக்கறா. எங்களுக்கு எங்க மக வேணும் அந்தப் பெட்டியும், ஏடும் எக்கேடோ கேட்டுப் போகட்டும்.”

“அப்படிச் சொல்லாதே... அதெல்லாம் தெய்வீகப் புதையல்! உன் மகளும் முக்கியம். அதுவும் முக்கியம்...”

“எங்களுக்கு மகள்தான் முக்கியம். இப்படி ஆகும்னு தெரிஞ்சிருந்தா இந்த ஊருக்கே வந்திருக்க மாட்டோம்.”

“ஐயோ... பேசினது போதும்! புறப்படுங்க. கடத்தினவன் அகோரின்னு வேற இவர் சொல்றாரு. நரமாமிசம் சாப்பிடுற அவன் கையில் நம்ப மகள்னா உடம்பே நடுங்குதுங்க” - என்று கலங்கினாள் தெய்வானை.

“பார்த்தீங்களா சாமி என் மனைவி துடிக்கிறதை? விலகுங்க... நாங்க போலீசுக்குப் போறோம்.”

“போங்க... நான் வேண்டாம்னு சொல்லல? ஆனா போலீசால எதுவும் பண்ண முடியாது.”

"எதுவும் பண்ண முடியாதா?"

"ஆமா... உங்களால் ஏதாவது பண்ண முடிஞ்சதா?"

"அவர் வெறிச்சுப் பார்க்கவுமே மயங்கிட்டீங்களே?"

"அதனால...?"

"இது கொஞ்சம் அமானுஷ்யமான விஷயம். இதை இன்னொரு அமானுஷ்யத்தாலதான் வெல்ல முடியும்?"

"அப்படின்னா?"

"என்கூட வாங்க... எங்க பரதேசிக் கூட்டத்துக்கே குருவா ஒருத்தர் இருக்கார். இன்னும் பல சன்னியாசிகள் இப்ப இதே ஊர்லதான் இருக்காங்க. அவங்களாலதான் உங்களுக்கு உதவ முடியும். சொல்லப் போனா... இந்த மண்ணுல பல அதிசயங்கள் நடக்கப் போறது தெரிஞ்சே நாங்க வந்திருக்கோம். ஒரு பக்கம் எங்களோட அன்றாட கடமைகள். மறுபக்கம் அதிசயங்களை ரசிக்கப் போறோம்."

அந்த சிவப் பரதேசியின் பேச்சு ராஜேந்திரனை தவிக்கச் செய்தது. தெய்வானைக்கு என்ன பதில் சொல்வதென்று தெரியவில்லை. ஆனால், அவனிடம் ஏக வேகம்.

"இல்ல சாமி... இங்க அதிசயங்கள்னு சொல்ற அவ்வளவும் ஏதோ பித்தலாட்டம். எனக்கு இப்ப உங்களையெல்லாம் நினைச்சாலே கோபம்தான் வருது."

"அந்த அகோரியை சிவனோடு ஒப்பிட்டீங்க. சிவன் இப்படியா திருட்டுத்தனமா குழந்தையை தூக்கிட்டுப்போவரு? பெட்டி வேணும்னா அதைத் தூக்கிட்டுப் போயிருக்க வேண்டியதுதானே? என் மகளை எதுக்கு சாமி?"

ராஜேந்திரன் கொந்தளித்தான். அப்படியே போலீஸ் நிலையத்துக்குப் புறப்பட்டான்!

❋❋❋

# 12

**'வேதியர் வாழ்வில் வேதமும் நான்...**
**அரவாணியர் மேனியில் பேதமும் நான்!'**

**போ**லீஸ் நிலையத்தை நோக்கி புறப்பட்டுவிட்ட ராஜேந்திரனை அந்தச் சிவப்பரதேசி தடுக்கவில்லை! ஒரு சிறு பெருமூச்சோடு, "சரி... உன் விருப்பம் போல் செய்" என்றவராய் அங்கிருந்து புறப்பட்டார்.

அதற்கு முன் ராஜேந்திரனின் பழங்கால வீட்டை சற்று தொலைவில் நின்று ஒரு பார்வை பார்த்தார்.

'பட்டயக்காரர் வீடு' என்று அந்த நாளில் வீட்டுக்கு பெயர்! ராஜேந்திரனின் பாட்டன் வகையறாக்கள், நாயக்கர் காலத்தில் நாயக்கர் அரண்மனையிலேயே பணியாற்றியவர்கள். குறிப்பாக ஊர் எல்லை நிர்மாணம், நன்செய், புன்செய், பொட்டல் - மந்தை கணக்கு எல்லாம் இவர்களுக்கு அத்துப்படி.

அதன் காரணமாக அளவீட்டுக் கருவிகளாக முழக்கோல், முருக்குக் கயிறு, கொக்கிக் கம்பி, மட்டப் பலகை என்று அந்நாளில் பயன்படுத்தியதைக் கொண்டே இந்த வீட்டையும் கட்டி இருந்தனர். எந்த ஒரு வீட்டின் வட திசை மையத்தில் கூரை போல் சிவலிங்க மொழுக்கு இருக்கிறதோ...

வீட்டுக்கு உரியவரே கட்டிய வீடு அது என்று அர்த்தம். சிவப்பரதேசியின் பார்வையில் அந்தச் சிவலிங்கம் தெரிந்தது. அது வெயில்... மழையில் மருவிப் போய் சற்றே உதிர்ந்தும் காணப்பட்டது. அதையெல்லாம் பார்க்க... அந்தப் பரதேசியின் முகத்தில் திரும்பவும் ஒரு ஆழ்ந்த பெருமூச்சு!

***

**போ**லீஸ் நிலையம்.

எஸ்.ஐ. இருக்கையில் குமரேசன். ராஜேந்திரனுடன் ஒன்றும் முதல் ஐந்தாம் வகுப்பு வரைப் படித்தவன்.

"ராஜி..."

"குமரேசா, நீயா?"

"அட... நீ எங்கப்பா இங்கே! ஆமா... நீ இன்னும் நம்ப ஊர்லயேவா இருக்கே? சென்னையில் 'டிஸ்பென்சரி' வெச்சு தொழில் பண்ணுறதால்ல கேள்விப்பட்டேன்?"

"ஆமா... அதான் உண்மை! நான் இப்ப ஒரு முக்கிய விஷயமா ஊருக்கு வந்திருக்கேன். வந்ததுல இருந்தே ஒரே குழப்பம். பயம். தடுமாற்றம்."

"முதல உட்காரு... நிதானமா பதற்றமில்லாம என்ன நடந்ததுன்னு சொல்லு" என்றதோடு... பக்கத்தில் நின்றிருந்தவரைப் பார்த்து, நீங்க கந்தசாமி அண்ணன்தானே?" என்றும் கேட்டான்.

"ஆ... ஆமாங்க சார்! நல்லா ஞாபகம் வெச்சிருக்கீங்களே?"

"ஐயோ அண்ணே... சும்மா எப்பவும் போல குமரேசுன்னு பேரைச் சொல்லியே கூப்பிடுங்க. இந்த சாரு மோருல்லாம் எதுக்கு? நீங்களும் உக்காருங்க. ராஜி... சொல்லுப்பா! என்ன யோசனை?"

"எப்படி ஆரம்பிக்கறதுன்னுதான் தெரியல. எதைச் சொல்லலாம்... அது தேவை இல்லைன்னும் தெரியல!"

"நீ ரொம்பவே குழம்பிப் போயிருக்கே... என்ன எதாவது நிலத் தகராறா?"

"அதெல்லாம் இல்ல குமரேசா! சரி... நடந்தை அப்படியே சொல்றேன். மூணு நாளைக்கு முந்திதான் நான் சென்னையில இருந்து என் கார்லயே நம்ம ஊருக்கு வந்தேன். இன்னிக்கு திரும்பப் போயிருக்கணும். ஆனா, போக முடியாதது மட்டுமில்ல... என் ஒரே பெண் குழந்தையையும் காணோம்! அவ ஒரு 'சிக் பேபி'. ஆஷான்னு பேர். பன்னிரண்டு வயசாகுது."

"அடடா... யாராவது கடத்திட்டாங்களா...? இல்ல... வெளியில எங்கையாவது போனப்போ மிஸ்ஸிங்கா?"

"சந்தேகமில்லாம கடத்தல்தான்! அதுவும் அந்த நிர்வாணமா வந்த சாமியாரோட வேலையாத்தான் இருக்கணும்."

"நிர்வாண சாமியாரா... நம்ம ஊர்லயா? நான் அப்படி யாரையும் பார்க்கலையே! இப்பக்கூட காவிரிக்கு ரோந்து போயிட்டு வந்தேனே?"

"நான் நடந்ததை அப்படியே சொல்றேன். அப்புறம் நீ ஒரு முடிவுக்கு வரலாம்" என்ற ராஜேந்திரனும் ஆதியோடு அந்தம் எல்லாம் சொன்னான்.

வரிசையாக நடந்தவைகளைச் சொல்லி முடிக்க... கிட்டத்தட்ட இருபது நிமிடங்கள் ஆகிவிட்டிருந்தன. குமரேசன் முகத்தில் ஒருவித உறைந்த தன்மை.

"என்ன குமரேசா... நான் சொன்னதை நம்ப முடியலையா?"

"எதை வெச்சு நம்பறது? மத்த விஷயங்கள்கூட பரவாயில்ல. ஆனா, அஞ்சு தலை பாம்பைப் பார்த்தேன்னு சொன்னே பாரு - அதைத்தான் என்னால் ஜீரணிக்கவே முடியல!"

"முதன்முதலா பார்த்தப்போ..."

"நான்கூட அதை ஒரு இல்லூஷனா... மனப் பிரமையாதான் நினைச்சேன். ஆனா ஒரு தடவைக்கு ரெண்டு தடவை. இல்லை...

இல்லை... மூணு தடவைப் பார்த்தேன். நான் மட்டுமில்ல... இதோ இந்த கந்தசாமியும்தான்!"

"ஆமா தம்பி... சார் சொல்றது பொய்யில்லை. அந்தப் பாம்போட உருவம் இப்பவும் என் கண்ணுக்குள்ளேயே நிற்குது."

"ஒரு பனை மரம் சைசுக்கு பாம்பு இருக்கு. அது யானையைக்கூட விழுங்கி பார்த்திருக்கிறேன். இதெல்லாம் மேல்நாடுகள்ல 'வீடியோ'வாவே இருக்கு. ஆனா, அங்கக்கூட அஞ்சு தலையோட பாம்பு கிடையாது. இரண்டு தலையோட ஒரு பாம்பு இருந்திருக்கு. அது 'ஜீன் ஸ்ட்ரக்சர் பிராப்ளம்'ன்னு கண்டுபிடிச்சிட்டாங்க. இந்த அஞ்சு தலை பாம்பு நம்ம புராணங்கள்ல மட்டும்தான் இருக்கு ராஜி..."

"பை த பை... அந்தப் பாம்புதான் 'பதஞ்சலி சித்தர்'னு பரதேசி சித்தர் சொன்னார். ஆகையால் இது சித்து வேலையா இருக்குமோ?"

"சித்து வேலையேதான்! சித்துலதான் நம்ம கண்ணை நல்லா கட்ட முடியும்."

"அதான் கட்டி. என் பெண்ணையும் தூக்கிட்டுப் போயிட்டாங்களே...! அதுல என்ன சந்தேகம்?"

"சரி ராஜி! நீ இப்பவே ஒரு கம்ப்ளைண்ட் எழுதிக் கொடு. நானும் களத்துல இறங்கறேன். ரெண்டுல ஒண்ணு பார்த்துடுவோம்."

"தம்பி... பார்த்து! சாமியாருங்க விசயத்துல அவசரப்பட்டுட்டா... பெரிய ஆபத்தா போயிடும்."

கந்தசாமி சற்று பயமுறுத்தினான்.

"என்னண்ணே பண்ணிடுவாங்க? சாமியாருங்கன்னாலே எனக்கு அப்படியே உடம்பு நெருப்பா கொதிக்குது தெரியுமா?"

"இல்ல தம்பி... அப்படி அவசரப்பட்டு எல்லாரையும் தப்பா நினைக்க வேணாம். வாஸ்தவத்துல புல் பூண்டெல்லாம்கூட கருகிப் போய்... காவிரியே ஒரு பாலைவனப் பிரதேசமா இருந்திச்சு.

இனி இந்த ஊர்ல பொழைக்கவே முடியாதுன்னு நாங்கல்லாம் முடிவுக்கு வந்துட்டோம். ஆனா இப்ப ஆத்துல வந்திருக்கற தண்ணி எல்லாத்தையும் தலைகீழா மாத்திவிட்டிருச்சு."

"கந்தசாமிண்ணே... காவிரி ஆத்துல தண்ணி வந்தது. கர்நாடகா பக்கம் நல்லா மழை பெஞ்சதால! இவங்களுக்கும்... அதுக்கும் என்னண்ணே சம்பந்தம்?"

"நிறைய இருக்கு தம்பி... ஊர்ல பெரியவங்க எல்லாரும் பேசிக்கிறாங்க. அவங்க செய்த பூஜையாலதான் மழை பெய்து, தண்ணியும் வந்துருக்குதாம்! குறிப்பா அந்த மழை லிங்கம். அதாவது, காவிரி மண்ணைக் கொண்டே அகத்தியர் செய்த லிங்கம்."

"அதுதான் எங்க இருக்குன்னே தெரியலியே! அதை எதுக்கு இதோடு கனெக்ட் பண்றீங்க?"

"நமக்கு தெரியல தம்பி... ஆனா சாமியாருங்களுக்கு தெரிஞ்சிருக்கலாம்ல்ல?"

"சரி... முடிவா நீங்க என்ன சொல்ல வர்றீங்க?"

"கவனமா செயல்படச் சொல்றேன்... அவ்வளவுதான்!"

"கவனமாதான் எங்க டிபார்ட்மெண்ட் எப்பவும் இருக்கு ராஜி. நீ தைரியமா வீட்டுக்குப் போ. நான் முதல்ல ஒரு ரவுண்டு போய் பார்க்கறேன். நிர்வாணசாமியார்னு வேற சொல்றே! எங்காவது ஒளிஞ்சிக்கிட்டுதான் இருக்கணும். அவனையும் பிடிக்கிறேன்."

"குமரேசா உன்கூட நானும் வர்றேன். வீட்டுக்குப் போய் என்ன பண்ணப் போறேன்?"

"அதுவும் சரிதான்! 'பை த பை' குழந்தை காணோம்ங்கறதை ஸ்பீக்கர்ல அறிவிக்கலாமா?"

"ஐயோ வேணாம்! முதல்ல நாம இறங்கித் தேடுவோம். உன் டிபார்ட்மெண்ட்டையும் கொஞ்சம் முடுக்கி விடு."

"ம்... 'நோ பிராப்ளம்!' நீ முதல்ல 'கம்ப்ளைண்ட்' எழுதிக் கொடு. 'ரைட்டர்' சண்முகசுந்தரம் அதை 'ரெஜிஸ்டர்' பண்ணி

எஃப்.ஐ.ஆர் போட்டுடட்டும்” என்று குமரேசன் கூறிட... ராஜேந்திரனும் எழுதத் தொடங்கினான்.

ராமய்யா ஆச்சாரி. தங்கத் தூள் கொண்ட அந்தப் பொட்டலத்தை விரித்து வைத்துக்கொண்டு, அதையே பார்த்தபடி. இருந்தார். அருகில் அவர் மகன் திருவேங்கடம்.

“என்னய்யா... இப்படியே பார்த்துகிட்டிருந்தா எப்படி?”

“இல்ல... இதை அப்படியே ஓடுற ஆத்துலு போடச் சொல்லிட்டாரே அந்த மனுஷன்! லட்ச ரூபா நோட்டுக்கட்டை நெருப்புல போடுறதும், இதை ஆத்துல வீசுறதும் ஒண்ணாச்சே...”

“நான்கூட பல மாதிரி பேசி பார்த்துட்டேன். அவருக்கு தெரியாததே இல்லை. இப்ப நாம் இங்க பேசிக்கிட்டு இருக்கிறதைக்கூட காத்துல மறைஞ்சு வந்து கேட்டாலும் கேட்டுக்கிட்டு இருக்கலாம். பேசாம அவர் சொன்னபடி கேட்போம். முதல்ல நம்பிக்கையைச் சம்பாதிப்போம்.”

“அப்படிங்கறே...?”

“அப்படியே தாங்கறேன்!”

“சரி... உன்னை சிஷ்ய புள்ளையா கட்டாயம் சேத்துக்கிறேன்னு சொல்லிட்டாரா?”

“அப்படி வாக்கெல்லாம் கொடுக்கல! ஆனா, அவருக்கு ‘தோதா’ நாம் நடந்துக்க நடந்துக்க... நிச்சயம் என்னை சிஷ்யனா ஏத்துக்குவாருன்னு நம்பறேன்.”

பதிலோடு அவர் கையில் இருந்த தங்கப் பொட்டலத்தை எடுத்த திருவேங்கடம், அதை அப்படியே கட்டிக்கொண்டு... சட்டை பாக்கெட்டில் வைத்துக்கொண்டான். புறப்பட்டான்.

போலீஸ் ஜீப்பில் ராஜேந்திரன்! குமரேசன் அருகில் இருக்க... மகேந்திரமங்கலம் கிராமம் முழுக்க வலம் வந்தபடி இருந்தனர். குமரேசன் தன் தேடலுக்கு நடுவில் திருச்சியில் உள்ள எஸ்.பி. சூரிய பிரகாசத்தைத் தொடர்பு கொண்டான்.

சார்... எஸ்.ஐ. குமரேசன்.

ஃப்ரம் மகேந்திரமங்கலம்.

"வெல்கம் குமரேசன் ஊர்ல கூட்டம் எப்படி இருக்கு? எல்லாம் கண்ட்ரோல்ல இருக்குதானே?"

"ஊர்ல ஒரு பிரச்சினையும் இல்லை சார். காவிரியிலேயும் நல்ல 'வாட்டர் ஃப்ளோ'... சந்தோஷம். எல்லாரும் குளிச்சிட்டு இருக்காங்க. அதே சமயம் என் நண்பர் டாக்டர் ராஜேந்திரனோட மகள் இந்தச் சூழல்ல கடத்தப்பட்டு காணாம போயிருக்கா சார்."

"மை காட்... யார் கடத்தினது?"

"அவர் சொல்ற அடையாளங்கள்படி பார்த்தா... ஒரு அகோரி மாதிரி தெரியுது. ஆனா, இங்க காவிரிக்கு அப்படி யாரும் வந்த மாதிரியே தெரியல சார்."

"அகோரியா..."

"இஸ் இட் ட்ரூ?"

"அவங்கதான் சார் உடம்பெல்லாம் விபூதியோட முழு நிர்வாணமா சுத்துவாங்க?"

"இல்ல... இல்ல... அவங்கள்ல நிறைய பேர் உண்டு. அதே சமயம். அகோரிகள் இறந்து போனவங்க உடம்பைத்தான் சாப்பிடுவாங்க. எந்தக் காரணம் கொண்டும் கொலை செய்து உடலை சாப்பிடுவாங்களான்னு தெரியல எனக்கு!"

"சார்... அந்த அகோரியை கண்டுபிடிச்சாதான் டாக்டரோட மகள் கிடைப்பார். அந்த நபர்... குழந்தையோடு, டாக்டர் வீட்டுல பெட்டி நிறைய இருந்த ஓலைச் சுவடிகளையும் எடுத்துக்கிட்டுப் போயிருக்கான்."

"அந்த ஓலைச் சுவடியில் என்ன இருந்தது?"

"அது ரொம்ப 'வேல்யூ'வானது சார். இரும்பைப் பித்தளையாக்கற ரசவாதத்துல தொடங்கி முதுமையை இளமையா மாத்தற யோக ரகசியங்கள் எல்லாம் இருக்குன்னு கேள்வி!"

“அது எப்படி டாக்டர் வீட்டுல?”

“அவங்க முன்னோர்கள் ‘பட்டயக்காரர்கள்’ சார். அதாவது ராஜாக்கள்கிட்ட அதிகாரமட்டத்துல வேலை செய்தவங்க. பட்டயங்கறதே நம் ‘பாண்ட் பேப்பர்’ மாதிரிதான் சார்.”

“விஷயம் பெருசா இருக்கும் போல தெரியுதே! சரி... நான் இப்ப என்ன செய்யணும்?”

“ம்... ‘சைலண்ட்’டா வானத்துல பறந்து போய் கண்காணிக்கற ‘போர்டு’ மாதிரி ட்ரோன் கேமராவும், அதை ‘ஆபரேட்’ பண்ணத் தெரிஞ்ச நபரும் வேணும் சார். அதுவும் உடனே...”

“அப்ப ஊரைச் சுத்தி ரகசிய இடங்கள் இருக்குதா?”

“நிறைய...! காவிரி கரையோரமா நிறைய புதர்கள் சவுக்கு காடுகள் இருக்கு. ஒருவேளை அந்த நபர் அங்க ஒளிஞ்சி இருக்கலாம்னு நினைக்கிறேன்.”

“பிரச்சினை இல்லை. அதிகபட்சம் மூணு மணி நேரத்துல ட்ரோன் கேமராவோட நம்ப ‘டிபார்ட்மென்ட் டெக்னீஷியன்’ வருவான்.”

“ரொம்ப நன்றி சார்.”

***

# 13

**'யானையும், நெருப்பும் என் பிச்சைகள்;**
**வீணையும், உடுக்கும் என் இச்சைகள்!'**

ஓடியபடியே இருக்க... குமரேசன் காட்டிய வேகம் ராஜேந்திரனுக்கு ஆச்சரியமாகவும் சற்று மகிழ்ச்சியாகவும்கூட இருந்தது. ஊருக்குள்ளேயும் அதிக அளவில் ஜன நடமாட்டம். பெரிதாய் வேலை இல்லாது நிறுத்தியே வைக்கப்பட்டிருந்த பல 'டிராக்டர்'கள் டீசல் நிரப்ப பெட்ரோல் பங்கில் காத்திருந்தன.

நிறைய காளை மாடுகள் முடுக்கி விடப்பட்டு, ஆற்றை நோக்கிச் சென்றபடி இருந்தன.

ஆறு பாயும் ஊர்களில் ஒரு கலாச்சாரம் உண்டு.

ஆண்கள் என்றால் இடுப்பில் வேட்டியோ இல்லை. கைலியோ போதும். தோளில் ஒரு துண்டுடன் கிளப்பிவிடலாம். பெண்களும் குளித்துவிட்டு உள்வாவாடையை மார்புக்கு மேல் ஏற்றிக் கட்டிக்கொண்டு தோள் மேல் ஒரு துண்டையோ... துணியையோ போர்த்திக்கொண்டு வீதியில் நடக்கலாம்.

இந்த நடைமுறைகள் அசிங்கமாகவே தெரியாது.

ராஜேந்திரனுக்கும், எஸ்.ஐ குமரேசனுக்கும் இந்தக் காட்சிகள் புதிதில்லை. ஆனால் ஆற்றில் நீரோட்டம் அறவே இல்லாமல் போனதில்... பல வருடங்களாக இத்தகைய காட்சிகளுக்கு இடமில்லாமல் போய்விட்டது. இப்போதோ இது மனதுக்கு உற்சாகம் அளிப்பதாக இருந்தது. இருந்தும் குழந்தையை இழந்து நிற்கும் மனநிலையில் இக்காட்சிகள் மகிழ்வைத் தரவில்லை.

“கவலைப்படாதே ராஜி... இப்பெல்லாம் எங்க டிபார்மெண்ட் ரொம்ப முன்னேறிடுச்சு. எல்லாமே டிஜிட்டல் மயம்தான்! முன்ன மாதிரி ஃபிராடு வேலைகளெல்லாம் பண்ண முடியாது. எஃப்.ஐ.ஆர். எல்லாம் போட்டா போட்டதுதான்! சென்னையிலே இருக்கற ஹெட் ஆபீஸ்ல இருந்துகூட அதையெல்லாம் பார்க்கலாம். அதேமாதிரி குற்றவாளிகளை கண்டு பிடிக்கறதுலயும் பல புது உத்திகள் வந்தாச்சு. அதுல ஒண்ணுதான் டிரோன் கேமரா...”

குமரேசன் வெளியே நடமாட்டத்தை பார்த்தபடியே கூறவும், ராஜேந்திரனும் புரிந்தது போல் ஒரு புன்சிரிப்பு சிரித்தான்.

“இன்னும் மூணு மணி நேரத்துல டிரோன் கேமராவோடு போலீஸ்ஸும் வந்துடுவாங்க. ‘டிரோன்’ல பல வகை இருக்கு. கருவண்டு மாதிரி பறக்கறதுல இருந்து பொது நிகழ்ச்சிகள்ல பயன்படுத்தறாங்களே குட்டி ‘ஹெலிகாப்டர்’ மாதிரி... இப்படி பல ரகம்! இப்ப வரப்போற ‘டிரோன்’ அனேகமா குருவியாகவோ இல்ல வண்டாகவோதான் இருக்கும். 15 கிலோ மீட்டர் சுற்றளவுக்கு மூணு மணி நேரம் பறக்கும். பத்து மீட்டர் உயரத்துல இருந்து நூறு மீட்டர் உயரம் வரை ‘அப்சர்வ்’ பண்ணும். நாம் உக்கார்ந்த இடத்துல இருந்தே ‘மானிடர்’ல காட்சிகளைப் பார்க்கலாம்.”

“நன்றி குமரேசா... நிஜமா இப்ப எனக்கு நீதான் பெரிய ஆறுதல். எனக்கு போலீஸ்ன்னாலே ‘அலர்ஜி!’ நியாயமான ஒரு சின்ன காரியத்துக்குக்கூட பெருசா முயற்சி செய்ய வேண்டியது இருக்கும். ரொம்ப தயங்கித்தான் ஸ்டேஷனுக்கு வந்தேன். உன்னைப் பார்க்கவும் ஏதோ நம்பிக்கை...”

“அது என்னவோ வாஸ்தவம்தான் ராஜேந்திரன். நாங்களும் பெரும்பாலும் நல்லவங்களோடு பழசு முடியறதே இல்லை. ‘கிரிமினல்ஸ்’, கேப்மாரி, மொள்ளமாரி, குடிகாரங்கன்னே பார்க்கறோம். அவங்க பாதிப்பு எங்ககிட்ட எப்படிப்பா இல்லாம போகும்?”

“சாரி குமரேசா... நான் இப்ப ‘ஜோவியலா’ பேசற நிலையில் இல்லை. எனக்கு மகள் ஞாபகமாகவே இருக்கு. என் மனைவியோட நிலை இன்னும் மோசம்.”

தெய்வானை பற்றி சொல்லும்போதே அவளிடம் இருந்து ராஜேந்திரனுக்கு அழைப்பு. கைபேசி சிணுங்கவும் எடுத்து, காதைக் கொடுத்தான்.

“என்னங்க... எங்க இருக்கீங்க?”

“போலீஸோடு தேடிக்கிட்டுத்தான் இருக்கேன் தெய்வானை.”

“இங்க நான் கொல்லைப்புறமாகவும், பக்கத்துல மற்ற இடங்களுக்கும் போய் தேடினதுல... ஒரு இடத்துல பலிகொடுத்த மாதிரி நிறைய ரத்தமும், கோழியும் இருந்ததுங்க. விபூதி, குங்குமமெல்லாம் சிதறிக் கிடந்தது. அங்க நம்ம ஆஷாவோட ‘ஹேர்பேண்ட்’ கிடந்தது. எனக்கு ரொம்ப பயமா இருக்குங்க...”

“கடவுளே... என்ன பண்ணுவேன்? இப்ப நீ அங்க இருந்துதான் பேசுறியா?”

“ஆமாங்க... நம்ம வயல்காட்டோட ஈசானிய மூலையில் இருந்து பேசுறேன். என்கூட நம்ம வீட்ல வேலை பார்த்த அங்கம்மாவும் இருக்காங்க...”

“சரி... நீ அங்கேயே இரு. நானும், சப்-இன்ஸ்பெக்டரும் இப்ப வர்றோம். எதுக்கும் பயப்படாதே! நமக்காக போலீஸ்டிபார்ட்மெண்ட் பெரிய ‘ஸ்டெப்’ எடுக்காங்க...”

என்றபடி குமரேசனைப் பார்க்க... போலீஸ்கார டிரைவரோ ராஜேந்திரன் காட்டும் வழியில் ஜீப்பை செலுத்தத் தொடங்கினார்.

காவிரி ஆற்றில் நல்ல வெள்ளப் பெருக்கு. ஒவ்வொரு மணிநேரமும் ஓர் அங்குலம் என்று நீரோட்டம் கூடிக்கொண்டே வந்தது. கரையோரமாய் மனிதக் கூட்டம், அக்கம் பக்க கிராமங்களில் இருந்து வண்டி கட்டிக் கொண்டெல்லாம் வந்தனர்.

முழுமையாக ஒரு நாள்கூட ஆகிவிடாத நிலையில் ஆற்றோரம் கட்டில் போட்டு அதன்மேல் வாழைப்பழ தார்களை விரித்து வைத்து ஒரு கூட்டம் வியாபாரத்தில் இறங்கிவிட்டிருந்தது. சிலர் தேங்காய் பழக்கடை போட்டிருக்க...

வெளி கிராமத்தில் இருந்து வந்த பலர் தேங்காயை வாங்கி ஆற்றில் இறங்கி குளிக்கும்போது தலையைச் சுற்றி.. அதை ஓடும் நீரில் போட்டுவிட மிதந்தபடி செல்லும் அதை உள்ளூர் வேலையில்லா பட்டதாரிப் பட்டாளம் பாய்ந்து சென்று தங்கள் வசப்படுத்த... திரும்பவும் அந்தத் தேங்காய்க் கடை போட்டவர்களிடமே பாதி விலைக்கு வந்து நின்றது.

'இவ்வளவு வேகமாய் ஒரு ஐதீகத்தை யார் சொல்லிக் கொடுத்தார்கள்?' என்பதுதான் புரியாத புதிர். அந்தச் சூழ்நிலையில்தான் - திருவேங்கடமும் ஆற்றுப் பக்கம் வந்திருந்தான். அவன் சட்டைப் பாக்கெட்டில் அதே தங்கத்தூள்!

அதிவேகமாய் ஓடிக்கொண்டிருக்கும் காவிரி ஆற்றுக்குள் அதைப் போடுவதை நினைத்துப் பார்க்கவே கஷ்டமாய் இருந்தது அவனுக்கு...

ஆற்று சூழலை ஒரு பார்வை பார்த்தான்... கண்ணுக்கு எட்டிய தூரத்துக்கு... நீரின் விரிந்த பாய்ச்சல் நேற்று வரை மணல்வெளி, இன்று வெள்ளக்காடு. இயற்கையால் மட்டுமே இப்படியெல்லாம் அற்புதம் செய்ய முடியும்.

மக்களிடம் பெரும் மாற்றம்!

ஆற்றோரமாய் நிறைய தென்னை மரங்கள். அவைகூட, 'அப்பாடா... இப்போதைக்கு பசியாதிருக்கும்' என்பது போல மட்டைகளை விசிறிகளாக்கி விட்டிருந்தன.

திருவேங்கடம் நாலாபுறமும் பார்த்தான். ஒரு சித்தர், சன்னியாசியைக் கூட காணமுடியவில்லை. எல்லோரும் கிராமத்து ஜனங்களே! இப்படியொரு நிலையில் ஆற்றில் தான் அந்தத் தங்கத்தை போடுவது போல் பொய்யாக நடந்துகொண்டாலும் தப்பில்லை என்று தோன்றியது. அவன் அப்பா ராமைய்யா ஆச்சாரி சொன்னது போல் லட்ச ரூபாய்க்கு மேலானது அது!

அதோடு ஆற்றுக்குள் இறங்கினான். 'ஆற்றில் மஞ்சளைக் கரைப்பது போல் இதை கரைப்பதா?' என்று கலக்கமாகத்தான் இருந்தது. நெடுநேரம் வரை மனமே வரவில்லை. இடுப்பளவு தண்ணீரில் நின்றபடி நீரோட்டத்தின் இழுவையை உணர்ந்தான். காலடி மண் அரிபட்டு, அரிபட்டு உடம்பு நகர்ந்தது. தொடர்ந்து நிற்க சிரமமாக இருந்தது.

பின்னால் ஓர் அகோர அழுக்குக்காரர் குனிந்து நிமிர்ந்து வாயால் நீரை உமிழ்ந்து அட்டகாசம் செய்தபடி இருக்க... அந்தத் தண்ணீர் அவனைக் கடந்தபோது அருவருப்பை உணர்ந்தான்.

எல்லாம் சில நொடிகள்தான்!

அதுதான் ஆற்றின் மாயம். இப்படி தயங்கி நின்றுகொண்டிருந்தால் வேலைக்கு ஆகாது என்ற தோன்றவும்... பாக்கெட்டில் இருந்து பொட்டலத்தை வெளியே எடுத்தான்.

உற்றுப் பார்த்தான்... பிரித்தான் தங்கத்தூள் தகதகவென மின்னியது. அதை அப்படியே தண்ணீரில் கவிழ்த்தான். அந்தத் தூளின் ஒவ்வொரு பொட்டும் போன இடம் தெரியாதபடி கரைந்து போயிற்று!

பெருமூச்சு வந்து... திருவேங்கடத்தை ஆட்கொண்டது.

கூடவே... ஏதோ பெரிய காரியத்தை துணிச்சலாக செய்துவிட்ட நினைவும் எழுந்தது. அப்படியே ஒரு முழுக்கு போட்டவன், "சாமி... என்னை ஏமாத்திடாதீங்க!" என்றபடியே திரும்பி நடந்தான்.

ஈரம் சொட்டச் சொட்ட கரை ஏறியவன், சட்டையைக் கழற்றிப் பிழிந்து அதையே உடம்பை துவட்டவும் பயன்படுத்திவிட்டு அப்படியே வேட்டியை அவிழ்த்து பட்டாபட்டி 'அன்ட்ராயர்' தெரிய நின்றபோது "என்னவே... ஒரு வழியா நான் சொன்னபடி செஞ்சுட்ட மாதிரி தெரியுதே" என்ற குரல் கேட்டது.

திரும்பிப் பார்த்தான்.

அவன் தேடிய அதே சித்தர்.

"சாமி... வந்துட்டீங்களா?"

"நான் எங்கே போனேன்... வர்றதுக்கு?"

"இறங்கும்போது பார்த்தேன்... அப்புறம் காணலையே!"

"அதெல்லாம் ஒரு கண் மட்டுமே... ரகசிய சமாச்சாரம்! இங்க பெரிய வித்தைக்கார சாமியெல்லாம் வந்திருக்காங்க. அவங்க சேட்டைகளை பார்த்தே... பார்த்த இடத்துல உசுரை விட்ருவே."

"சாமி! எப்படியோ... உங்களைப் பார்த்ததுல ரொம்ப சந்தோஷம். பொறந்ததுல இருந்து இன்னிக்குதான் நினைச்சு பார்க்கற மாதிரி ஒரு காரியம் பண்ணி இருக்கேன். லட்ச ரூபாய்க்கு மேலானதை ஆத்துல என் கையால போட்டிருக்கேன். மனசே வரல ஆனா, உங்க வாக்கு... அப்படி போட வெச்சிடுச்சு."

அதைக் கேட்டு சிரித்தார் சித்தர்.

"சரி சாமி... நான் அடுத்து என்ன செய்யணும்?"

திருவேங்கடம் கேட்டான்.

"போ... போய் பொழப்பைப் பாரு..."

"சா...மி...?"

"என்ன சாமி...?"

"என் பொழப்பே... இனிகூட இருந்து உங்களுக்கு ஒத்தாசை பண்ணுறதுதான்!"

"அப்ப... என் காலைச் சுத்துன பாம்புங்கறே?"

“தப்பு சாமி! உங்க காலடியில கிடக்கற நாய்.”

“போக போகத்தானே அது தெரியப் போகுது!”

“அப்படியெல்லாம் சொல்லாதீங்க சாமி. உங்க சிஷ்யனா என்னை ஏத்துகிட்டு சில வித்தைகளைக் கத்தக் கொடுங்க. நானும் கொஞ்சம் பெரிய ஆளாகிறேன். உங்களுக்கு கோவில் கட்டி... உலகமே கும்புடுகிற மாதிரி செய்யறேன்.”

“கோவில் கட்ட செங்கலும், சிமெண்டும் போதும். உள்ளே சாமியா உக்கார யோக்கியதை வேணும்ல...?”

“ஏன் சாமி... உங்ககிட்ட... அது இல்லைன்னா சொல்றீங்க?” - திருவேங்கடம் எதார்த்தமாய்தான் கேட்டான்.

சித்த சன்னியாசி முகத்தில் பலமான மாற்றம்!

“என்ன சாமி யோசனை...?”

“உன் கேள்வி என்னை யோசிக்க வைக்குதுடா...”

“எனக்குப் புரியல சாமி.”

“நான் சாமியாகறது. அவ்வளவு சுலபம் இல்லடா! அதுக்கு எனக்கு எட்டு வசப்படணும். ஆனா, இப்போதைக்கு நாலுதான் வசப்பட்டிருக்கு...”

“அது என்ன சாமி ‘எட்டு’?”

“சொன்னால் உனக்கு புரியாது! இருந்தாலும் சொல்றேன்... அணிமா, மகிமா, கரிமா, இலகிமா, பிராபதி, பிரகாமியம், வசியம், ஈசத்துவம்...!”

“இதெல்லாம் என்ன சாமி...?”

“அட்டமா சித்திடா.. அட்டமா சித்தி.”

“இப்ப ஞாபகம் வருது... புத்தகத்துல படிச்சிருக்கேன்.”

“இது படிச்சு தெரிஞ்சிருக்கற விஷயம் மட்டுமில்ல... பழகியும் தெரிஞ்சுக்கற விஷயம்!”

“சரி சாமி... இதெல்லாம் உங்ககிட்ட இல்லைங்கிறீங்களா?”

“இருந்தா நான் ஏன்டா இப்படி இருக்கேன்?”

“இப்ப உங்களுக்கு என்ன குறை சாமி?”

“இந்த ஊத்த உடம்பை துறக்க முடியலியேடா! இதைக் கொண்டு பெத்தெடுத்த என் மக்கள், உன்னைப் போல இந்த உலகத்துல ஆசை கொண்டவங்களா இல்ல இருக்காங்க?”

“உங்க உடம்புக்கும், பிள்ளைக்கும் என்ன சாமி சம்பந்தம்?”

“நிறையா இருக்குடா...! நான் இந்த உலக பந்தங்கள்ல இருந்து விடுபட நினைச்சாலும், அவங்க செய்யற... செய்யப் போற பாவ புண்ணியங்கள் என்னை விடுபட விடாதே...?”

“என்ன சாமி சொல்றீங்க... அப்ப பிள்ளைகுட்டி பெத்தவங்களுக்கு மோட்சம் கிடைக்காதா?”

“அதுதான்டா! ஒரு வினோதம்!”

“சரி சாமி... இப்ப இதை எதுக்கு சொல்றீங்க?”

“நல்ல கேள்வி! நீயும் சரி, நானும் சரி... இதோ இந்த ஆத்துல நம்ம பாவங்களை கரைச்சு விட்டுட்டோம். அதுவும் கொண்டு போயிடிச்சு. சொல்லப்போனா நம்ம பாவத்தை வாங்கிக்கத்தான் ஆத்தாளுங்க இ[illegible] ஆறா பெருகி ஓடி வர்றாங்க...”

“சாமி... அப்ப நான் இப்ப பாவி இல்லையா?” கரை ஏறினதும் என்னைப் பாக்க ஆசைப்பட்ட பார்த்தியா... அப்ப அந்த ஆசையால பாவியாகிட்டே! ஆமா... பாவக் கணக்கு மறுபடியும் தொடங்கிடுச்சு.”

“உங்களைப் பார்க்க ஆசைப்பட்டது எப்படி தப்பாகும்?”

“ஆசீர்வாதம் வாங்கவா என்னைத் தேடினே... ரசவாத வித்தையைக் கத்துகிட்டு தங்கம் பண்ணி ‘தனவான்’ ஆகற ஆசையாலதானே தேடினே?”

“அது... அது...”

திருவேங்கடம் திணறினான்.

"என்ன... மென்னு துப்பறே? இந்தக் கலியுக வாழ்க்கை லேசுப்பட்டது இல்ல! இது மாதிரி எத்தனை 'மகாபுஷ்கரம்' வந்தாலும் மனுஷன் புண்ணியமாக மாட்டான். தன் பாவக் கணக்கை வேணும்னா கொஞ்சம் குறைக்கலாம். அவ்வளவுதான்!"

அவரது இந்தப் பதில் முன்னே திருவேங்கடம் எதுவும் பேசவில்லை. மவுனமாய் நின்றான். அவரும் தொடர்ந்தார்...

"சரிடா... உனக்கு அந்த வித்தையைக் கத்து தர்றேன். பதிலுக்கு நீ ஒரு காரியம் செய்யணும்... செய்வியா?"

"ஐயா சாமி! சொல்லுங்க... என்ன செய்யணும்?" துடித்தான் திருவேங்கடம்.

"அந்த வித்தை பத்தின ரகசியம் மட்டுமல்ல... அப்பன் சிவபெருமான் இருக்கானே! அவனோட சிதம்பர ரகசியம் வரை மலை அதிசயங்கள் இப்ப இந்த ஊர்லதான் இருக்கு. நான் கணக்கு பண்ணின மாதிரியே காசியில் இருந்து அகோரியும் வந்து அதை எடுத்துட்டான். அவன்கிட்ட இருக்கற அது... என்கிட்ட வரணும் கொண்டு வந்து தருவியா?"

அவர் கேட்ட விதமே அலாதியாக இருந்தது. திருவேங்கடம், "யார் சாமி அகோரி?" என்று கேட்க... சித்தப் பரதேசியும், "சொல்றேன்... சொல்றேன்" என்று மட்டும் சொன்னார்.

ராஜேந்திரனும் குமரேசனும் வந்த 'ஜீப்' ஒரு குறிப்பிட்ட இடத்தோடு நின்றுவிட... இருவரும் இறங்கி வயலில் ஈசானியம் நோக்கி ஓடத் தொடங்கினார்கள். அங்கே சில பெண்களோடு தெய்வானை நின்று கொண்டிருந்தாள். ஒருவன் மட்டும் நடப்பதையெல்லாம் பார்த்தபடியே இருந்தான்... 'வெகு தொலைவில் ஒரு மரத்தின் பின்னால் இருந்து!'

***

# 14

**“ஓதுவார் நாவில் கருத்தும் இசையும் நான்;**
**ஓதார் நாவின் மறுப்பும் வெறுப்பும் கூட நான்!”**

ஒளிந்திருந்து பார்ப்பவனை அங்கு எவருமே கவனிக்கவில்லை! யாரும் தன்னைக் கவனித்துவிடாதபடிதான் அவன் ஒளிந்து, பார்த்துக்கொண்டிருந்தான். அங்கே ராஜேந்திரனும், குமரேசனும் வந்து சேர்ந்தனர்.

தெய்வானை நிற்கக்கூட முடியாதபடி.... வயல் வரப்பின் மேல் அமர்ந்திருந்தாள். அருகில் வேலைக்காரி அங்கம்மாள்! இன்னும் சிலர் சுற்றி நின்றபடி இருக்க... குறிப்பிட்ட இடத்தில் ரத்தம் சிந்திய கரையோடு எலுமிச்சம் பழத்துண்டுகளும், மஞ்சள் தூள் - குங்குமம் சிதறுதலாய் கண்ணில்பட்டன. கோழிச் சிறகுகளுடன் அதன் தலைப் பாகம் கிடந்தது. கூடவே ஆஷாவின் 'ஹேர்பேண்ட்!'

ராஜேந்திரன் வரவும் தெய்வானை அவனைக் கட்டிக்கொண்டு நின்றாள். உடம்பில் நடுக்கம், குமரேசன் சூழலை கூர்மையாக பார்த்த நிலையில், தன் செல்போனில் அந்தக் காட்சியை பதிவு செய்து கொண்டான். அப்போது ராஜேந்திரனும், “இவர்தான் எஸ்.ஐ. குமரேசன். என் பால்ய சினேகிதன், இதே ஊர்...” என்று தெய்வானைக்கு அறிமுகம் செய்யத் தொடங்கினான்.

'செல்போன் கேமரா'வைக் கொண்டு சுற்றி நிற்பவர்களையும் படம் பிடித்துக்கொண்டான். குமரேசன். பின் ரத்தக்கறை படிந்த மண் திட்டை எடுத்து பாக்கெட்டில் இருந்த 'பாலித்தீன் கவர்' உள்ளே போட்டுக் கொண்டான்.

ராஜேந்திரன் ஏறிட்டான்.

"தப்பா ஏதோ நடந்திருக்கு. இல்ல... நடக்கப் போகுதுன்னு தோணுது ராஜேந்திரா..." என்ற குமரேசனின் கருத்து, தெய்வானை வயிற்றைக் கலக்கியது.

"சார்... வேகமாக 'ஆக்ஷன்' எடுங்க சார். எங்களுக்கு ஒரே குழந்தை சார்" - தெய்வானை நடுங்கும் குரலோடு பேசினாள்.

"எல்லாமே லேகமாகத்தாம்மா நடந்துக்கிட்டிருக்கு. இந்த ஊருக்கு நான் வந்து சார்ஜ் எடுத்து, ஆறு மாசத்துக்கும் மேல ஆச்சு. கள்ளச்சாராய கேசும். நிலத் தகராறு மட்டும்தான் வரும். இப்படி வினோதமா சாமியாருங்க, பலி பூஜைங்கிற விஷயம் எனக்கு ரொம்பப் புதுசு. விஞ்ஞானம் எவ்வளவு வளர்ந்தாலும், ஒரு பக்கம் அடங்காம இந்த மாதிரி விஷயங்களும் நடக்கிறதுதான் எனக்கு புரியவே மாட்டேங்குது."

குமரேசன் பேச்சோடு பேச்சாக, "சரி... இங்க நீங்க எப்படி வந்தீங்க?" என்று தெய்வானையிடம் கூர்மையானான்.

"வீட்டுப் பின் வழியா தேடிக்கிட்டே வந்தேன். இது எங்க வயக்காடு. நேத்து வந்திருந்தோம். அதனால் ஒருவேளை ஆஷா இந்தப் பக்கம் வந்தாளோன்னு பார்க்க வந்தேன்."

"ஓ... அப்ப உங்க வயக்காடுதானா?"

"ஆமாம் குமரேசா. இதையும் வீட்டையும் விக்கதான் ஊருக்கே வந்தேன். நான்தான் 'ஸ்டேஷன்'ல வச்சே விபரமா எல்லாத்தையும் சொன்னேனே?"

"போலாமே...?"

ராஜேந்திரனும் ஆமோதிக்க... அங்கிருந்து புறப்பட தொடங்கினார்.

ராமைய்யா ஆச்சாரி, 'தீக்கங்கு'களுடன் போராடிக் கொண்டிருந்தார். 'காற்றுமதி' எடுத்து ஊதவும்... தீக்கங்குகள் புகைக்கோடு போடுவதைவிட்டு ஜொலிக்கத் தொடங்கின. அவைகள் மேல் ஒரு குழிக்கரண்டி, அதில் உருகிய நிலையில் தங்கக் குழம்பு. கீழே அந்தத் திரவத்தை ஏற்றுக்கொள்ள தயாராக 'வார்ப்பட அச்சு'கள்!

தளும்பத் தளும்ப தங்கக் குழம்பை அச்சில் ஊற்றவும். அது ஓடிப் போய் இரண்டு இடுக்குகள் எல்லாம் புகுந்து கொண்டு ஒரு வடிவம் எடுக்கத் தொடங்கியது. அப்படியே ஒரு மணி நேரம் விட்டால் போதும். இறுகிவிடும். அதன்பிறகு அச்சைவிட்டு தட்டி எடுத்து மொரமொரப்பான அரம் கொண்டு மேலாக தேய்த்தால்... அழுக்கும், கறுப்பும் உதிர்ந்து போக மஞ்சள் வண்ணத்தில் மின்னும் தங்கம், அதற்காக அவர் காத்திருக்கத் தொடங்கிய நேரம், "அய்யா..." என்றபடியே வந்து அந்த அறையின் கதவையும் தாழிடத் தொடங்கினான் திருவேங்கடம்.

அதுவே அவன் முக்கிய விஷயம் பேசப் போவதைச் சொல்லிவிட்டது. திருவேங்கடம் முகத்திலும் ஓர் உற்சாகம்.

"என்னலே... போன காரியம் பூவா... தலையா?"

"பாத்தாலே தெரியலியாக்கும். பூ தான்ய்யா..."

"விபரமா சொல்லு... சாமியைப் பார்த்தியா?"

"பார்க்காம...? அரை மனசா ஆத்துல தங்கத்தைப் போட்டுட்டு கரை ஏறினேன். மனசே கேக்கல... குமுறிட்டேன்யா! நல்ல வேளை... சாமி கண்ணுல பட்டாரு."

"பொறவு?"

"அய்யா என்னை தன்னோட சிஷ்யனா சேர்த்துக்கிட்டாருய்யா. பல லட்சம் கொடுத்து காலேஜ்ல 'சீட்' வாங்கற மாதிரி லட்ச ரூபா மதிப்புள்ள தங்கத்தை ஆத்துலப் போட்டு இவர்கிட்ட சிஷ்யனா சேர்ந்துட்டேன் நான்..."

"வளவளன்னு பேசாம உள்ளதைச் சொல்லு."

"சொல்றேன்... நம்ப சாமிக்கு எல்லா சித்து வேலையும் தெரியாது போல... பாதிதான் தெரியுமாம்?"

"அது என்னடா பாதி... அப்ப இவரு அரை குறையா?"

"அய்யோ அய்யா... மெல்லப் பேசுங்க. சாமி காதுல விழுந்துடப் போகுது! பாதிதான் தெரியும்னு நான் சொன்ன அர்த்தமே வேற ஏதோ எட்டு விதமான சித்து வேலைங்க இருக்குதாமே?"

"எட்டுவித சித்தா?" ராமையா ஆச்சாரி தாடையை தடவத் தொடங்கினார்.

"வரிசையா பேருங்களைச் சொன்னாரு... இம்புட்டு பெருசா இருக்கற நம்மால கொசு கணக்கா சிறுத்துப் போகவும் முடியுமாம்ல..."

"ஆமா... 'அணிமா சித்து'ன்னு அதுக்கு பேர்..."

"ஆங்... அதேதான்! அதேதான்ய்யா... அதே மாதிரி மலை போல பெருசாக முடியும். பஞ்சு போல லேசாகவும் முடியும்னு வரிசையாக சொன்னாரு."

"அதுல கூடு விட்டு கூடு பாயறதும் இருக்குல்ல?"

"ஆமாய்யா... இருக்குதய்யா! உங்களுக்குத் தெரியுமா?"

"நம்ம குடும்பத்துல என் தாத்தாதான் இதுக்கெல்லாம் ஆசைப்பட்டுதானே இந்தக் 'காத்தூதி'யைத் தூக்கிப் போட்டுட்டு... அதான் இந்தத் தொழிலை மறந்துட்டு காட்டுப் பக்கம் போனார்."

"அப்படியா விஷயம்?"

"திருவேங்கடம் நமக்கு இப்ப தேவை. தங்கம் செய்யற ரசவாதம். அது இந்தச் சாமிக்குத் தெரியும்தானே?"

"அவருக்கு இதெல்லாம் சாதாரணம்ய்யா. இவர்கிட்ட இப்ப இந்த எட்டுல நாலுதான் இருக்குதாம். மிச்சம் நாலு இவருக்கு வசப்படணுமாம்."

“அதுசரி... அது வசப்பட்டா என்ன; வசப்படாட்டி நமக்கென்ன? நமக்குத் தேவை ரசவாதம்.”

“அப்படி இல்லைய்யா... அந்த ‘எட்டு சித்தை'ப் பத்தியுமே ‘ஏடு'ங்க இருக்குதாம். கூடவே பல ரகசியங்கள் உண்டாம். அதுல ஒண்ணா சிதம்பர ரகசியத்தைக்கூட சொன்னாருய்யா.”

“என்னது...”

‘சிதம்பர ரகசியத்தையா?' வாயைப் பிளந்தார் ஆச்சாரி.

“ஆமாய்யா... அந்த ரகசிய ஏடுங்க அவ்வளவும் அந்த ராஜேந்திரன் டாக்டர் வீட்லதான் இருக்குதாம். நான்கூட அஞ்சு தல நாகத்தைப் பார்த்ததா சொன்னேனே. அதே பாம்புதான் ‘ஏடு'ங்களைக் காவல் காக்குதாம்.”

“அப்படி போகுதா கதை...? அந்த ராஜேந்திரன், மாணிக்கவாசகர் பரம்பரையில் வந்தவன்கறது சரியாதான் இருக்கு.”

“என்னய்யா சொல்றீங்க?”

“மாணிக்கவாசகர் பரம்பரையா... யாருய்யா அவரு?”

“ம்... திருவாசகம் பாடினவரை யாருன்னு கேக்கறியே...! போகட்டும் மேற்கொண்டு என்ன சொன்னாரு?”

“எப்படியாச்சும் அந்த ஏடுங்களை எடுத்துக்கிட்டுப் போய் அவர்கிட்ட கொடுத்தா போதுமாம். இதை நான் செய்தா... சொர்ண ரகசியத்தை ஒரே ஒரு தடவை சொல்லித் தருவாராம். அப்பவே நம்ப தேவைக்கு எவ்வளவு தங்கம் வேணாலும் நாம் செய்துக்கலாம். ஆனா, ஒரு தடவைக்கு மேல் சொல்லித் தரமாட்டாராம். அதுக்கு பேரே ‘ஏகாக்ரம்' அப்படின்னாரு...”

“ஏகாக்ரமா...!”

“ஒரே தடவைக்கு சமஸ்கிருதத்துல அந்தப் பேர் ஏன் ரெண்டாவது தடவை கூடாதாம்?”

“அதுக்கு பிரம்மாதான் காரணமாம். அவர்தான் விஸ்வகர்மாவுக்கு சொல்லித் தந்தாராம். விஸ்வகர்மா, மயனுக்கு சொல்லித் தந்தாராம். அதை திருட்டுத்தனமா சித்தருங்க கத்துக்கிட்டாங்களாம். அதனால சாபம் மாதிரி ஒரு தடவைங்கற கட்டுப்பாட்டை வெச்சிருக்காங்களாம்.”

“எல்லாம் சரி... அந்த ராஜேந்திரன் வீட்டுக்குப் போய் இவரால ஏடுகளை எடுத்துக்க முடியாதாமா? உன்கிட்ட என்ன இருக்குன்னு அதை செய்யச் சொல்றாரு?”

“அதான் அஞ்சு தலை நாகம் காவல் காக்குதுன்னு சொன்னேன்ல? அது காரணமா இருக்கலாம்.”

“அந்த நாகத்தை உன்னால என்னடா பண்ண முடியும்? நீ என்ன பாம்புகளைப் பிடிச்சு மேல விட்டுட்டு விளையாடுறே”

“பாம்பாட்டி சித்தனா? கிட்டப்போய் அதுகிட்ட கடிபட்டு துடிதுடிச்சி சாகவா?”

“அய்யா... ஒரே சமயத்துல எப்படிய்யா எல்லாத்தையும் பேச முடியும்? சொன்னதைச் சொன்னேன். காரணம் இல்லாம அவர் எதையும் சொல்லலைய்யா! அந்த ஏடுங்களை பல பேர் தேடிக்கிட்டு இருக்காங்களாம். ஆனா, அகத்தியர் தவிர யார் வந்தாலும் தரக் கூடாதுங்கறது டாக்டரோட வம்சத்துப் பெரியவங்க உத்தரவாம்.”

அப்பாவிடம் கிட்டத்தட்ட எல்லாவற்றையும் திருவேங்கடம் சொல்லிவிட்ட நிலையில் அவர் முகத்திலும் பலவித எண்ண ஓட்டங்கள்.

“என்னய்யா யோசிக்கிறீங்க?”

“திருவேங்கடம்! நம்ம ஊருக்கும் காவிரி ஆத்துக்கும் நிறைய தெய்வீக சம்மந்தங்கள் உண்டு. அதுல குறிப்பா ராஜேந்திரனோட முப்பாட்டன்மார்களுக்கு ஏகப்பட்ட தொடர்பு இருக்கு.”

‘புஷ்கரம்’ மாதிரி ஆறு சம்பந்தப்பட்ட விசேஷங்கள் நடக்கறப்ப எங்கிருந்தெல்லாம் சாமியார்களும், சித்தர்களும் நம்ம

ஊருக்கு வருவாங்க. அவங்களெல்லாம் அந்த வீட்டுலதான் தங்கி சாப்பிட்டுட்டுப் போவாங்க. அவங்க வீட்டுல அகத்தியர் சாமி கும்பிட்ட லிங்கம்கூட இருக்குது. அதனால அதுகிட்டயே நம்பளோட ஏடுகளும் இருக்கட்டுன்னு பல சித்தர் சாமிங்க அவங்ககிட்ட ஒப்படைச்சிட்டு... ஓடுற ஆத்துல இறங்கி 'ஜலசமாதி' ஆகியிருக்காங்க...

"ஓஹோ... அதனாலதான் அவங்க வீட்டுல அவ்வளவு 'ஏடு'களும் இருக்குதா?"

"ஆமா... அந்த ஏடுகளோடுகூட அவங்க சமாதி ஆகி இருக்கலாம். ஆனா, அப்படி செய்யாம தங்களுக்குத் தெரிஞ்சதை ஏட்டுல எழுதி, அது உலகத்துக்கு தெரியணுங்கறதுக்காகதான் ராஜேந்திரன் முப்பாட்டன்மார்கிட்ட கொடுத்து இருக்காங்க..."

"அப்ப அவ்வளவும் 'சித்த ரகசியங்களா'ய்யா?"

"நிச்சயமா! செத்த பிறகு உயிர் எங்கெல்லாம் போகுது?... எப்படி எப்படி மறுஜென்மம் ஏற்படுது?... யாருக்கு ராஜயோகம்?... யாருக்கு சிறை வாசம்? இப்படி பல கேள்விகளுக்கு அந்த ஏடுகள்ல விடை இருக்காம். சிதம்பர ரகசியமே கூட அதுல இருக்கறதா நீ சொன்னே பார்த்தியா?"

"ஆமா..."

"அதுதான் ரகசியத்துக்கெல்லாம் பெரிய ரகசியம்??? அந்த ரகசியத்துல என்னய்யா புண்ணியம்?"

"அது தெரிஞ்சா இப்படி கேட்கமாட்டே! ஒவ்வொரு சாமியாரும், சித்தரும் தெரிஞ்சிக்க ஆசைப்படுறது 'சிதம்பர ரகசியத்தை'தான்..."

"சொர்ண ரகசியம் தெரிஞ்சா தங்கம் கிடைக்கும். சிதம்பர ரகசியம் தெரிஞ்சா என்ன கிடைக்கும்?"

"இப்ப இந்தக் கேள்வி நமக்கு வேண்டாம். நமக்கு சொர்ண ரகசியங்கிற 'ரசவாதம்' பண்ற ரகசியம் தெரிஞ்சா போதும். மிச்சத்தைப் பொறவு பேசலாம். சரி... முடிவா என்ன சொன்னாரு?"

விபூதி மந்திரிச்சிக் கொடுத்திருக்காரு. ஒரு தாயத்தையும் கட்டி விட்டிருக்காரு. அஞ்சு தலை நாகம்கிட்டயே வராதாம். "ராஜேந்திரன் வீட்டுக்குப் போய்... ஏடுங்க கொண்ட பெட்டி பத்திரமா இருக்குதான்னு பாரு. இருந்தா முதல்ல செல்போன்ல படம் புடிச்சி எடுத்துக்கிட்டு வா...ன்னு சொல்லி இருக்காருய்யா..."

"அப்ப முதல்ல புறப்படு! அவன் பாட்டுக்கு வீட்டை வித்துட்டுக் கிளம்பிடப் போறான்."

"அப்பால் புதுசா வர்றவங்ககிட்ட நாம் போராட முடியாது..." ராமையா சொல்லி முடிக்க.

திருவேங்கடம் நடையைக் கட்டினான். அதற்கு முன்... மந்திரித்து தந்த விபூதியை எடுத்து புரபுரவென்று நெற்றி நிறைய பூசிக்கொண்டான்.

பெட்டியைப் பார்த்தபடி இருந்தான் குமரேசன்! அதில் அந்த நாளைய வேலைப்பாடுகள். உள்ளே இருந்து ஒருவித மூலிகை வாசம் வந்தபடியே இருந்தது.

"இந்தப் பெட்டியில்தான் ஏடுகள் இருந்ததாக?"

"ஆமாம் குமரேசா... கட்டுக் கட்டா இருந்தது..."

"அதுல என்ன எழுதி இருந்ததுன்னு தெரியுமா?"

"தெரியாது! ஆனா, எல்லாமே விலை மதிப்பில்லாத ரகசியங்கள்னு ராத்திரி தங்கி இருந்த அந்தச் சிவபரதேசி சித்தர் சொன்னார்..."

"அவர் இப்ப எங்க?"

"தெரியல...!"

"உங்க வீட்டுப் பெட்டியில ஏடுகள் இருக்கறது அவருக்கு எப்படித் தெரியும்?"

"திண்ணையில் படுத்திருந்தவர். 'வீட்ல பாம்பு நடமாட்டம் இருக்கா?'ன்னு கேட்டார். நானும் அஞ்சு தலை நாகத்தை பார்த்ததைச் சொன்னேன். அப்ப அவர்தான். 'அந்த நாகம்தான்

பதஞ்சலி சித்தர்'னு சொன்னார். பெட்டியைப் பார்த்துட்டு ஜாக்கிரதையா கவனிச்சிக்கச் சொன்னார்."

ராஜேந்திரன் குமரேசனுக்கு விளக்கம் அளித்தபடியே இருக்க... வாசல் பக்கமாய் திருவேங்கடம் வந்து நின்றான். போலீசைப் பார்த்த நிலையில்... அவனிடம் அதிர்ச்சியோ அதிர்ச்சி!

***

# 15

> "ஆகாய வெளிதனில் மேகமும் நான்;
> லோகாய செயல்களில் மோகமும் நான்!"

திருவேங்கடம் வந்து நிற்பதை ராஜேந்திரனும் பார்த்தான். கூடவே, அவனைப் பார்த்துவிட்டு, "அடடே திருவேங்கடம்... நீயா?" என்று கேட்ட குமரேசன் முகத்தில் தடுமாற்றம்.

எல்லோரும் ஒரே ஊர் என்பதால், பரிச்சயங்களும் முன்பே இருப்பதால், மூவருமே ஒருவரை ஒருவர் மலங்க மலங்கப் பார்த்துக் கொண்டனர்.

"என்ன திருவேங்கடம்... இவ்வளவு தூரம்? உன் முகத்தைப் பார்த்தாலும் ஒரு பதற்றம் தெரியுதே...?" என குமரேசன் அடுத்து கேட்கவும். திருவேங்கடத்திடம் பதற்றம் அதிகமாகத் தொடங்கியது.

"ச்சே... சே! அதெல்லாம் ஒண்ணுமில்ல. வாசல்ல 'போலீஸ் ஜீப்' நிக்கவும் எட்டிப் பார்த்தேன். வேற ஒண்ணும் இல்ல. சரி... ஏதாவது பிரச்சினையா?"

"பிரச்சினைதான்! ஆமா... உனக்கு ராஜேந்திரனைத் தெரியும்தானே?"

"ஓ... தெரியுமே! அதுக்கென்ன இப்போ?"

"ராஜேந்திரன் மகளைக் காணோம்ப்பா. நீயும் இதே ஊர்தானே... வழியில் எங்கேயாவது பார்த்தியா?"

குமரேசன் கேள்வி திருவேங்கடத்தை திகைக்க வைத்தது.

"என்னது... இவர் மகளைக் காணோமா?"

"இப்ப நானும் அதைத்தானே சொன்னேன்."

"என்ன இது கொடுமை? ஆமா... நல்லா தேடிப் பார்த்தீங்களா?"

"தேடிக்கிட்டே இருக்கோம். எல்லாம் ஒரு அகோரியோட வேலை. அவன் சிக்கினா... அவ்வளவுதான்!"

குமரேசன் முகத்தில் கோபத்தைக் காட்டிட... எதிரில் பெட்டி திறந்து கிடந்தது.

"ஆமாங்க... இது என்ன பெட்டி? திறந்து கிடக்கு?"

"பெட்டியில் இருந்ததை எல்லாமும் கொண்டு போயிட்டான் அந்த அகோரி..."

"ஐய்யோ... அவ்வளவும் விலைமதிப்புமிக்க ஏடுகளாச்சே?"

"அது எப்படி உனக்குத் தெரியும்?"

குமரேசன் மடக்கவும். திருவேங்கடத்திடம் சற்று திணறல். தெய்வானையோ அழுதபடியே இருந்தாள்.

"இப்படியெல்லாம் நடக்கும்னு தெரிஞ்சிருந்தா நான் வந்திருக்கவே மாட்டேன். சொந்த ஊருக்கு வந்திருக்கோமா... இல்லை... மர்ம ஊருக்கு வந்திருக்கோமா?ன்னு எனக்கு மனசு கிடந்து துடிக்குது" - என்று கண்ணீரை துடைத்துக் கொண்டாள்.

அப்போது ராஜேந்திரன் 'செல்'லில் சென்னையில் இருந்து மருத்துவர் ஒருவர் பேசினார்.

"டாக்டர் ராஜேந்திரன். நாளைக்கு 'ஆபரேஷனை கன்ஃபார்ம்' பண்ணிடலாம்தானே?"

"இல்ல டாக்டர்... நான் நாளைக்கு சென்னை வரக்கூடிய நிலையில் இல்ல!"

"என்னாச்சு டாக்டர்... நீங்க இன்னிக்கே திரும்பிடுவேன்னு சொன்னீங்களே?"

"அஃப்கோர்ஸ்... நான் வந்த இடத்துல எதிர்பாராதவிதமா சில பிரச்சினைகள் டாக்டர்..."

"அப்ப நாளை மறுநாள் வெச்சுக்கலாமா?"

"இல்ல டாக்டர்... நான் இப்ப இருக்கற நிலையில் எப்ப திரும்புவேன்னு தெரியல. நீங்க வேற டாக்டரை வெச்சு 'ஆபரேஷனை' பண்ணிடுங்களேன்."

அந்த டாக்டர் பதிலுக்கு என்ன சொன்னாரோ தெரியவில்லை. 'போனை' முடக்கிய ராஜேந்திரன் பரிதாபமாய் குமரேசனைப் பார்த்தான். அப்போது அவனுக்கும் 'போன்!'

"சார்... டிரோன் கேமராவோடு புறப்பட்டு வந்துகிட்டு இருக்கோம். அரைமணி நேரத்துல ஸ்டேஷனுக்கு வந்திடுவோம்."

"வெரிகுட்! மணி இப்ப மூணாகுது. இருட்டுறதுக்குள்ள டிரை பண்ணிப் பார்த்துடணும்."

"கமான் க்விக்!" - என்று தனக்கான பதிலைச் சொல்லிவிட்டு ராஜேந்திரனிடமும், "இன்னும் அரை மணிநேரத்துல 'டிரோன் கேமரா' வந்துடும். இந்த 'ஏரியா'வை சல்லடைப் போட்டு சலிச்சிடலாம்" என்றான்.

அப்போது திருவேங்கடம் பெட்டியை நெருங்கி, அந்தப் பாம்பு உருவச் செதுக்கலை தொட்டுப் பார்த்தபடி இருந்தான். அவன் செயலில் ஒரு தயக்கம் தெரிந்தது.

"என்ன திருவேங்கடம்... பெட்டியைத் தொட்டெல்லாம் பார்க்கறே?"

"பொக்கிஷங்கள் இருந்த பெட்டியாச்சே! அது மட்டுமா... அஞ்சு தலை நாகம்ல காவல் காத்திருக்கு."

திருவேங்கடம் நாகம் பற்றி கூறவும் குமரேசன் - ராஜேந்திரன் இருவரும் திகைத்து, 'உனக்கு எப்படி தெரியும்?' என்பது போல் பார்த்தனர். அவனுக்கும் தன்னை மீறி உளறிவிட்டது புரிந்தது.

“அது... அது... இந்தப் பெட்டி பத்திதான் ஊர்ல பல பெருசுங்களுக்கு தெரியுமே! அதுல எங்க அப்பாவும் ஒருத்தருல்ல...”

“அப்படியா?”

“ஆமா குமரேசா... ஏன் உங்க அப்பா எதுவும் சொன்னதில்லையா?”

“இல்லையே...?”

“அது என்னவோப்பா... இந்த வீட்டையே ‘சிவகடாட்சம்’னு தான் என் அப்பா சொல்வாரு?”

“அப்புறம் இன்னும் என்ன சொல்வாரு?”

“நம்ப ஊர்ல காவிரி ஆத்து படித்துறையே விசேஷமானதாச்சே”

“எந்த வகையில?”

“இது வேதம் படிக்கற ஊருங்கறதால பவுர்ணமி ராவுல தேவதைகள் வந்து காவிரியில் குளிச்சிட்டுப் போவாங்களாமுல்ல...”

“அப்புறம்...?”

“தேவதைகளே வரும்போது... சித்தர் சாமிங்க வரமாட்டாங்களாக்கும்? அப்படி வர்றவங்கள்ல அகத்தியர் சாமியும் ஒருத்தராம். அவர் இந்த வீட்டுக்கு வந்து பால் - பழம் சாப்பிட்டுட்டுப் போவாராம்.”

“இதை உன்னால் நம்ப முடியுதா?”

“யாருமே நம்ப மாட்டாங்க! ஆனா அஞ்சுதலை நாகத்தை ஒரு தடவை பார்த்துட்டா நம்பிடுவாங்க.”

“நீ பார்த்திருக்கியா... இவ்வளவு நம்பிக்கையா சொல்றே?”

“நான்... நான்...”

திருவேங்கடத்துக்குள் வாழைத்தோட்டத்து காட்சி மனதில் முண்டியது. ஆனால், அதைச் சொல்லத் தொடங்கினால்...

எல்லாவற்றையும் சொல்ல வேண்டியது வரும். எனவே, சமாளிப்பாக...

“இல்ல.. நான் பார்த்ததில்ல! ஆனா, எங்க அப்பா சொன்னா சரியா இருக்கும்” என்றான்.

“சரி... உன் அப்பாவுக்கு இன்னும் என்னவெல்லாம் தெரியும்?”

“என்ன குமரேசா... ஏதோ குற்றவாளிகிட்ட கேக்கற மாதிரி கேக்கறே.”

“பைத்தியக்காரா... நான் போலீஸ். இப்படியெல்லாம்தான் கேட்பேன். நீ சொல்ற பதில்ல எனக்கு சில ‘க்ளூ’ கிடைக்கலாம்...”

“நானெல்லாம் மூணாம் மனுஷன் இதோ ராஜேந்திரன் இந்த வீட்டுக்கே உரியவர். இவருக்கு தெரியாததையா நான் சொல்லிடப் போறேன்?”

“ஆமா திருவேங்கடம். இப்ப நீ சொன்ன பல விஷயங்கள் எனக்கு தெரியாது. நான் இந்த ஊர்ல பிறந்து வளர்ந்திருந்தாலும் எட்டாம் வகுப்புக்கு பிறகு திருச்சிக்கு போயிட்டோம். அப்புறம் சென்னையில படிப்பு அங்கேயே வேலைன்னு என் நாட்கள் போயிடுச்சு. நடுவுல அப்பா-அம்மா, பெரியப்பா, மாமான்னு எல்லாரும் இறந்துட்டாங்க.”

“என் வீட்டைப் பத்தியோ... இந்தப் பெட்டியைப் பத்தியோ எனக்கு நெஜமா எதுவும் தெரியாது” - என்ற ராஜேந்திரனை ஆச்சரியமாக பார்த்த திருவேங்கடம்... அதற்கு மேல் எதுவும் பேசவில்லை.

அதே நேரம், ‘ஓர் அகோரி... பெட்டியைக் கொள்ளை அடித்ததோடு குழந்தையையும் கடத்திவிட்டான் என்பதையும் ஜீரணிக்க முடியவில்லை! முதலில் இந்த விஷயத்தை அந்தச் சித்தரிடம் கூறவேண்டும்’ என்றுதான் தோன்றியது.

ஆனால், குமரேசன். அவனை விடுவதாக இல்லை.

“திருவேங்கடம்... உன் அப்பாவை நான் பாக்கணுமே!” என்றான்.

"அவரை எதுக்கு பார்க்கணும்?"

"அவருக்குத்தான் அந்தக் கால விஷயங்கள் நிறைய தெரிஞ்சிருக்கு."

"எங்க அப்பாவைவிட சிவன்கோவில் பட்டருக்கு நிறைய தெரியும். அவர்கிட்ட கேளுப்பா. அதுக்கு முந்தி அந்த அகோரியை கண்டுபிடிக்கற வழியைப் பாரு" என்றபடியே திருவேங்கடம் புறப்படப் பார்த்தான்.

"குமரேசா... அந்தச் சிவப்பரதேசி அவரோட குருநாதர்கிட்ட என்னை கூப்பிட்டார். அவரால ஆஷா இருக்கற இடத்தைக் கண்டுபிடிச்சு சொல்ல முடியுங்கற மாதிரி சொன்னாரு. ஆனா நான்தான்... அவங்க சங்காத்தமே வேண்டாம்'னு உன்கிட்ட வந்திருக்கேன்" - என்று ராஜேந்திரன் சொல்லவும் அதைக் கேட்டபடியேதான் திருவேங்கடம் வெளியேறினான்.

"கவலைப்படாதே... 'டிரோன்' வந்துடட்டும். தேடிப் பார்ப்போம். காவிரிக்கு நடுவுல சவுக்குத்தோப்பு இருக்கு. அங்ககூட ஒளிஞ்சிருக்கலாம். அது நிச்சயம் காட்டிக் கொடுத்துடும். முடியாத பட்சத்துல அந்தச் சாமியார்களையும்தான் போய் பார்ப்போமே!" என்ற குமரேசன், "புறப்படு... ஸ்டேஷனுக்குப் போகலாம். நாம் போகவும்... அவங்க வரவும் சரியா இருக்கும்" என்று கூற... இருவரும் புறப்பட்டனர்.

தெய்வானை அவர்கள் சொல்வதை மலங்க மலங்க கேட்டாள். அப்படியே 'செல்போன்' திரையில் தெரிந்த ஆஷா படத்தைப் பார்த்தவளாய், 'கண்ணு எங்கடா இருக்கே?' என்று விம்மினாள். அருகில் ஆறுதலாக அங்கம்மாள்.

"அம்மா... நான் சத்யமா சொல்றேம்மா... அந்தப் பாம்பைப் பார்த்தது இப்பவும் அப்படியே ஞாபகம் இருக்கு. அதே சமயம் அது கடிச்சு யாரும் செத்தது இல்லை. அது காவல் நாகம்! அது இருந்த வரை நடக்காத தப்பு அது வீட்டை விட்டுப் போகவும் நடந்துடுச்சேம்மா..." என்று அவளும் சேர்ந்து கொண்டாள்.

தெய்வானையும் முதல்முறையாக அந்தப் பாம்பை அச்சமூட்டும் ஜந்துவாக நினைக்காமல் ஒரு தெய்வ சக்தியாக உணரத் தொடங்கினாள்.

ஐந்து தலை நாகம் நிச்சயம் எங்கும் போயிருக்காது. இங்கேதான் எங்காவது இருக்க வேண்டும் என்றும் அவளுக்குள் ஒரு! எண்ணம் தோன்றியது.

“அங்கம்மா... காலகாலமா காவல் இருந்த பாம்பு அப்படியா விட்டுட்டுப் போயிடும்? அது ஒரு காவல் நாகம்னா... யார் கொண்டு போயிருப்பான்னு அதுக்குக் கூடவா தெரியாது?” என்று அங்கம்மாவையும் பார்த்து கேட்டாள்.

“நீங்க என்னம்மா சொல்றீங்க?”

“அந்த நாகம் நிஜம்ன்னா... அதுதான் பதஞ்சலி சித்தர் சாமின்னா... என் ஆஷா இருக்கற இடத்தை கண்டுபிடிச்சு அது சொல்லனும். முதல்ல நான் பயந்தேன். இப்ப பக்தி செலுத்தப் போறேன்” என்றவள். வேகமாக ஒரு விளக்கை ஏற்றி, வந்து பெட்டியில் செதுக்கப்பட்ட நாகத்தின் பாகம் முன் வைத்து கண்களை மூடியவளாக உருக்கமாய் பிரார்த்திக்கத் தொடங்கினாள்.

சுந்தர வாத்தியார் தென்னந்தோப்பில் காற்று விளையாடிக் கொண்டிருந்தது. குரங்குக் கூட்டமும் நுழைந்திருந்தது. தோப்புக் காவல்காரனும், அவனோடு இன்னும் சிலரும் ‘கவன்’கல் கொண்டு விரட்டினார்கள். குரங்குகள் மரங்கள் மேல் தாவிக் குதித்துக் கொண்டே காவல்காரனைப் பார்த்து பழிப்பும் காட்டின.

அதே தோப்புக்குள் நுழைந்திருந்த திருவேங்கடம் சித்தர் சாமியை தீர்க்கமாக நினைக்கத் தொடங்கினான். அவர்தான் அமைதியான, ஆள் அரவம் இல்லாத இடமாய் பார்த்து தன்னை அழைப்பதாக நினைத்தால் போதும். தான் வந்துவிடுவேன் என்று கூறியிருந்தார்.

‘சாமி வாங்க சாமி... சீக்கிரம் சாமி... தப்புத்தப்பா என்னென்னமோ நடக்குது சாமி...’ தனக்குள் சொல்லிக் கொண்டான். மிகத்

தீவிரமாக அவன். குருவான அந்தச் சித்தருக்காக தவித்தான். அவ்வளவு நேரம் அவரோடு பேசியும் பெயரைக் கேட்காதது அப்போதுதான் ஞாபகம் வந்தது.

“சாமி! வாங்க சாமி... சீக்கிரம் வாங்க சாமி” என்று கண்களை மூடியபடி தியானிக்க... அந்த நொடியில் அவன் தோள் மேல் ஒரு கை விழுந்தது. கண் விழித்தான். அவரேதான்!

“சாமி... வந்துட்டீங்களா?”

“உனக்கு என்னாச்சு?”

“என்னத்த சாமி சொல்வேன்? ஓர் அகோரி வந்து பெட்டியில இருந்த ஏடுகள் எல்லாத்தையும் எடுத்துகிட்டதோடு அந்த வீட்டு பெண் குழந்தையையும் கடத்திட்டுப் போயிட்டான் சாமி...” – திருவேங்கடம் பளிச்சென்று சொன்ன நொடி...

“நாங்க நினைச்சது நடந்துடிச்சு” என்றார் அவர்... லேசான புன்னகையோடு!

“என்ன சாமி சொல்றீங்க?”

“இப்படி நடக்கும்னு எதிர்பார்த்தோம். நடந்துடுச்சி. அவன் வந்துட்டான். அவ்வளவையும் அழிக்கப் பார்ப்பான். ஆனா, குழந்தைக்கு எதுவும் ஆகாது... பயப்பட வேணாம்.”

“எதை சாமி அழிக்கப் பார்ப்பான்... யார் சாமி அந்த அகோரி?”

“சித்தாந்த ரீதியா ரொம்பவே வேறுபட்டவன். ரகசியங்களை அழிக்கறதை நோக்கமாக கொண்டவன்.”

“ஏன் அழிக்கணும்... எதனால அழிக்கணும்?”

“அதுக்கு முந்தி அகோரியைப் பத்தி நீ தெரிஞ்சிக்கணும். அது ஓர் உக்கிரமார்க்கம். சிவனை அடையற விநோத வழிமுறை.”

“என்னென்னவோ சொல்றீங்க... எனக்கு ஒரு ரகசியம் மட்டும் தெரிஞ்சா போதும். அதுலேயும் தங்கம் செய்யற ரகசியம் தெரிஞ்சா போதும். அதையெல்லாமா அவன் அழிப்பான்?”

“உனக்குதான் எவ்வளவு ஆசை? இந்த ஆசைகளுக்குத்தான் அவங்க பெரிய எதிரி. போகட்டும்... நான் உனக்கு ஒரு கட்டளை இடுறேன். அதைச் செய்.”- என்றவர் எங்கோ குலைத்த நாயின் குரல் கேட்டு கண்களை மூடி ஏதோ முணுமுணுக்கத் தொடங்கினார். சில நொடிகளில் அந்த நாய் அவர் முன் வந்து நின்று அவரை ஏறிட்டது!

***

# 16

**‘ரகசியங்களுக்கெல்லாம் ரகசியம் நான்;**
**அதிசயங்களுக்கெல்லாம் அதிசயமும் நான்!’**

**எ**ங்கோ தெருவில் சுற்றிக் கொண்டிருந்த ஒரு நாய் ஓடி வந்து சித்தர் முன்னால் நின்றதைப் பார்த்து திருவேங்கடத்துக்கு மலைப்பு தட்டிற்று. அது தன் எஜமானரைப்பார்ப்பது போல் பார்த்து வாலையும் ஆட்டத் தொடங்கியது.

சித்தரும் அதை நோக்கி ஒரு மென் சிரிப்பு சிரித்தார்.

பின் அதன்முன் ஒரு மந்திரத்தை தியானித்து முடித்தவராக... அருகே தன் கட்டை விரலை கொண்டு சென்று நெற்றியில் ஒரு இழு இழுத்தார். கருப்பாய் மை பூசிய திலகம் உருவாயிற்று.

திருவேங்கடத்திடம் வியப்பு கூடிக்கொண்டே போனது. அவர் இவன் பக்கம் திரும்பியவராக...

‘யப்பா... இது இப்ப நாய் இல்ல... கால பைரவன்! அவனுக்குண்டான காயத்திரி மந்திரத்தால் கட்டிப் போட்டிருக்கேன். இதோட சக்தி மூணு நாழிகை அதாவது, கிட்டதட்ட ஒண்ணரை மணி நேரம்.’

"அதுக்குள்ள அந்த அகோரி இருக்கற இடத்தை கண்டுபிடிச்சிடும். போ... இது கூடவே போ... அவன் இருக்கிற இடத்தைத் தெரிஞ்சுகிட்டு வா முதல்ல. அப்புறமா அடுத்தடுத்த வேலைகளை நாம் செய்யலாம்."

"சாமி... ஒரு நாயால் கண்டுபிடிக்க முடியும்னா... போலீஸ்ல இருக்கற நாயைக் கொண்டே கண்டுபிடிச்சிருப்பாங்களே! இது ரொம்ப பழைய 'டெக்னிக்'காச்சே சாமி?"

எதார்த்தமாக தோன்றியதைக் கேட்டுவிட்ட திருவேங்கடத்தை முறைத்தார். அவன் திகைத்தான்.

"சாமி... நான் எதாவது தப்பா பேசிட்டேனா?"

"தப்பா பேசல... முட்டாள்தனமா பேசியிருக்கே! இந்த பைரவனும் போலீஸ் துப்பறியும் நாயும் ஒண்ணு இல்லை. அதுக்கு 'புலன் சக்தி' மட்டும்தான். இதுக்கு கூடுதலா 'மந்திரசக்தி' இருக்கறதை... கூட போகும் போது தெரிஞ்சுக்குவே! சில நேரங்கள்ல இது வேகமா ஓடும். இதோட வேகத்துக்கு நீயும் ஓடணும். நீ என் சிஷ்யனா தொடருவியா... இல்லையாங்கறது இதுல தெரிஞ்சிடும்."

அவர் மிரட்டலாய் சொல்லி முடித்தார்.

"தப்பா எடுத்தக்காதீங்க சாமி. என்ன இருந்தாலும் நான் இந்தக் காலத்து ஆள் அதான் அப்படிப் பேசிட்டேன்."

"பேசினதுபோதும்! நேரமாகுது பாரு... புறப்படு."

அவர் சொன்ன நொடி... சொடக்கு போட... அந்தச் சப்தத்துக்காவே காத்திருந்தது போல் நாய் ஓட ஆரம்பித்தது. திருவேங்கடமும் ஓடத் தொடங்கினான்!

***

**போ**லீஸ் நிலையம் ஒரு 'குரூப்' நீளமான வயலின் பெட்டி போன்ற பொருளோடு ஜீப்பில் இருந்து இறங்கி உள்ளே

நுழைந்தது. தொடர்ந்து ‘கம்ப்யூட்டர்’ இருக்கும் பெட்டி ஒன்றும் நுழைகிறது.

ஸ்டேஷனில் மொத்தமாய் பதினோரு பேர் பணியில் உள்ளனர். அவர்களில் ஒருவர் வார விடுமுறையில் இருக்க... மீதமுள்ள அவ்வளவு பேரும் ஆஜர். அவர்கள் ‘டிரோன் கேமிரா’வை ஆச்சரியமாக பார்க்க ஆரம்பித்தனர். அவர்களோடு ராஜேந்திரனும் இருந்தான்.

மணி 4.30 சூரியன் மேற்கில் தாழ்வாக இருந்தான். மாலை நேரத்துக்கே உரிதான நல்ல வெளிச்சம். வந்தவர்கள் ‘மளமள’வென்று செயல்படத் தொடங்கினர். பெட்டியை திறந்து அதன் பாகங்களை இணைத்து ஒரு சட்டம் போல் உருவாக்கி அதன் நான்கு மூலையிலும் சுழலும் விசிறிகளை பொருத்தி கையால் சுழலச் செய்தனர். மையத்தில் கூட்டல் குறிபோல காணப்பட்ட உலோகச் சட்டத்தின் நடுவில்... 360 டிகிரியிலும் சுழலும் விதத்தில் உள்ளங்கைக்குள் அடங்கிவிடும் அளவில் ‘கேமரா’ தெரிந்தது.

ஒருவாறு பறக்கத் தயாராகிவிட்ட அதை எடுத்துக்கொண்டு காவல் நிலைய மொட்டை மாடிக்குச் சென்றனர். ‘ரிமோட்’டால் அதை சிலமுறை இயக்கவும்... அது அங்கேயே பறவை போல் எழும்பி, அந்தக் கட்டிடத்தையும் மற்ற பாகங்களையும் ஒரு சுற்றி சுற்றி வந்தது. அது படம் பிடிக்கும் காட்சிகள் நிலையத்தின் உள்ளே ‘பளிச்’சென்று கணினியின் அகண்ட திரையில் தெரியத் தொடங்கியது.

காதுகளில் ‘வாய்ஸ் ரிசீவருடன்’ ஒருவர் அதைக் கவனித்தபடியே ‘கம்ப்யூட்டர்’ முன் உள்ள செவ்வக தொடு பரப்பில் விரலை வைத்து நகர்த்தவும் மேலே பறந்த ‘டிரோன்’ யார் கண்ணிலும் படாதபடி ஆகாயத்தில் நூறு மீட்டருக்கும் மேல் செங்குத்தாக ஏறிப் பறக்க ஆரம்பித்தது. அதை இயக்குபவர். குறிப்பிட்ட திசை நோக்கி பறக்க வைக்க முனைய... சப்இன்ஸ்பெக்டரான குமரேசன். “முதல் காவிரிக் கரையோரமா ரெண்டு பக்கமும் பறக்கட்டும்” என்றார்.

அது அவ்வாறே பறக்க விடப்பட்டு, கீழே பிரமாண்டமாய் ஓடிக்கொண்டிருந்த காவிரியைக் காட்டிற்று. அதன் இரு மருங்கிலும் அப்போதும் நிறைய பேர் குளித்துக் கொண்டிருந்தனர். கரையையொட்டிய வாழைத்தோப்பு மேல் சற்று தாழப் பறந்து அதனுள் ஊடுருவத் தொடங்கியது. ராஜேந்திரனும் திரையைப் பார்த்தபடி இருந்தான்.

பிறகு, ஓர் அதிசயம் போல வானில் அது ஏறிப் பறப்பதை யாரும் அண்ணாந்து பார்த்து கவனித்த மாதிரி தெரியவில்லை. தென்னந்தோப்பு ஒன்றில் தீப்புகை வந்தபடி இருந்தது. அந்த இடத்தில் 'டிரோனை' விண்ணில் நிலை நிறுத்தி... கீழே அதன் பார்வையைக் கூர்மையாக்கவும், நிறைய சாது சன்னியாசிகள் தங்கள் காவித் துணிமணிகளை உலரப் போட்டுவிட்டு மரத்தடியில் காலை நீட்டி அமர்ந்திருந்ததும் தெரியலானது.

சிலர் பிராணாயாமம், பத்மாசனம், சிரசாசனம் என்று யோகத்திலும் ஈடுபட்டிருந்தார்கள். குளிர்காயப் போட்டது போல் தெரிந்தது. அந்த நெருப்பு அவர்கள் மத்தியில் 'குழந்தை ஆஷா இருக்கிறாளா?' என்று ராஜேந்திரன் படபடப்போடு பார்த்தான். குமரேசனும் கவனித்த நிலையில், ஒரு 'கான்ஸ்டபிளிடம்...' இந்த இடத்துக்கு 'சிவில் டிரெஸ்ல போய் ஒரு பார்வை பார்த்துட்டு வாங்க' என்றான்.

"சார்... அங்கே சந்தேகப்படும்படி யாரும் இல்லை. இவங்க 'புஷ்கர'க் குளியலுக்கு வந்தவங்க. நாங்க விசாரிச்சிட்டோம்" என்றார் கான்ஸ்டபிள்.

குமரேசனின் முகத்தில் மெல்லிய ஏமாற்றம்.

அப்படியே...

"ம்... 'டிரோனை' நகத்துங்க" என்றிட...

அது தென்னந்தோப்பைவிட்டு விலகி பறக்கத் தொடங்கியது. கீழே அறுவடையாகி காய்ந்துகிடக்கும் வறண்ட வயல் வெளிகள் 'கேமரா'வில் அகப்பட்டன. அங்கே ஆடு-மாடுகள் மேய்ந்தபடி இருந்தன.

குமரேசனுக்கு தன் சொந்த ஊரான மகேந்திரமங்கலத்தை முதல் தடவையாக ஆகாசப் பார்வை பார்ப்பதில் பெரும் பரவசம் தொற்றிக் கொண்டிருந்தது.

“ராஜேந்திரா... மூன்றரை சதுர மைல் தூரத்துக்கு நம்ம ஊர். பத்தாயிரத்துக்கும் மேல ஜனத்தொகை. எண்பது சதவிகிதம் தஞ்சை நிலம். முன்னூறுக்கும் மேல் மா, பலா, புளிய மரங்கள், ஆடு, மாடுகளும் ஆயிரம் தேறும்.”

ராஜேந்திரனுக்கு குமரேசன் புள்ளி விபரம் சொல்ல... டிரோன் அடுத்து அக்ரஹாரம் பகுதி மேல் பறந்தது. கீழே கோவில் கோபுரம் தெரிந்தது. வேதபாட சாலையோடு பசுமாடுகள் நிரம்பிய ‘கோ’ மடமும் தெரிந்தது. எங்கும் தெரியவில்லை. அந்த அகோரி மட்டும்!

குளித்து முடித்தவளாக தலை நிறைய பூவுடன் சாமி படம் முன் விளக்கு ஏற்றி வைத்து கண்ணீர் மல்க நின்றிருந்தாள் தெய்வானை. அருகில் கந்தசாமியும், அங்கம்மாவும்.

அந்தப் பாம்புச் சிற்பம் பொறித்த பெட்டிக்கும் பூப்போட்டு அதையும் வணக்கத்துக்குரியதாக்கி இருந்தாள். மனம் முழுக்க, ‘ஆஷாவுக்கு எதுவும் ஆகிவிடக்கூடாது. அவள் கிடைத்துவிட வேண்டும்’ என்கிற துடிப்பு!

கந்தசாமி தானும் போலீஸ் நிலையம் வரை போய் வருவதாக சொல்லிப் புறப்பட... அங்கம்மாவும், “அம்மா! நீங்க இன்னிக்கு பூரா எதுவும் சாப்பிடல. அய்யர் கடையில இந்தச் சாயந்தர நேரத்துல சூடா இட்லியும், போண்டா -பஜ்ஜியும் கிடைக்கும். நான் அந்தச் சாமியோடயே போய் வாங்கிட்டு வந்துடுறேன்” என்று அவளும் கிளம்பினாள்.

தெய்வானை கண்களில் கண்ணீர் வழிந்தபடியே இருந்தது. மெல்ல விலகிச் சென்று ‘சூட்கேசில் இருந்த தன் மகளின் டிரெஸ்களில் ஒன்றை எடுத்து கையில் பிடித்தபடி பார்த்து மேலும் கண்ணீர் விடத் தொடங்கினாள். பாசத்தோடு அதை முகர்ந்தெல்லாம் பார்த்தாள்.’

அப்படியே பார்வை... சுவரில் தொங்கும் மாமனார் மற்றும் அவருக்கும் முந்தைய தலைமுறையினரின் கருப்பு - வெள்ளைப் படங்கள் மேல் ஓடியது. அவர்களைப் பார்த்தவளுக்கு கோபமாக வந்தது.

'நீங்க என்ன வாழ்க்கை வாழ்ந்தீர்கள்? நடப்பது எதுவுமே புரியாதபடி மூடு மந்திரமாகவே உள்ளதே...?' என தனக்குள் சொல்லிக் கொண்டாள்.

அவள் வரையில் இதுநாள் வரை வாழ்ந்த வாழ்க்கையே வேறு! இப்போது வாழும் வாழ்க்கை... 'இது வாழ்க்கைதானா?' என்கிற சந்தேகத்தை அவளுக்குள் உருவாக்கியது.

'சாமியார்கள் என்றால் எல்லாவற்றையும் துறந்து ஒதுங்கிச் செல்கிறவர்கள் அல்லவா? பார்த்தால் பரிதாபப்படத் தோன்றும் தோற்றம் கொண்டவர்கள். சிலர் இப்படி பயங்கரமானவர்களாகவும் இருக்கிறார்களே? அதனால்தான். சாமியார்கள் என்றாலே 'போலி'கள், மோசனமானவர்கள் என கருதும் நிலை வந்துவிட்டதோ?'

தெய்வானைக்குள் சிந்தனையானது கேள்விகளைக் கேட்கத் தொடங்கியது. இந்தக் கேள்விகளுக்கு இணையாக நம்ப முடியாத விதத்தில்... ஐந்து தலை நாகத்தைப் பார்க்க நேர்ந்த அந்தச் சம்பவமும் அவளை யோசிக்க வைத்தது.

"எல்லாம் பொய் என்றால்... அப்படியொரு பாம்பு. இப்படியொரு பெட்டி. அருகில் எப்படி இருந்திருக்க முடியும்? அதுவும் ஊரில் யாரும் பார்த்திராத நிலையில் அது சாத்தியமா?"

இந்தக் கேள்விகளோடு பெட்டி அருகில் சென்றாள். பாம்பு வடிவம் பொறிக்கப்பட்ட பாகத்தைப் பார்த்தாள். உள்ளே இருந்து மூலிகை வாடை வந்தபடியே இருந்தது.

கண்களில் கண்ணீரோடு உற்றுப் பார்த்த தருணம்... செல்போனில் அழைப்பொலி. கவனம் கலைந்து, அதைக் கையில் எடுத்து காதைக் கொடுத்தாள்.

அவள் குடியிருக்கும் ஃபிளாட்டுக்கு எதிர் வீட்டில் வசிக்கும் ரேவதி மாமி.

"தெய்வாணை..."

"எங்க இருக்கே? இன்னிக்கே வந்துடுவேன்னே! இன்னும் காணோமே?"

"அதுவந்து மாமி..."

தெய்வானையால் பேச முடியவில்லை. லேசாய் நெஞ்சை அடைத்தது!

"என்னாச்சு... ஏன் ஒருமாதிரி பேசறே? உடம்பு கிடம்பு சரியில்லையா?"

"இல்ல... ஆமா..."

"ம்... 'சம்திங் ராங்!' என்னாச்சு தெய்வானை உனக்கு? காலம் பெற ஒரு 'ரெஜிஸ்டர் போஸ்ட்' வந்தது. வாங்கி வெச்சிருக்கேன்."

"அதுவந்து மாமி... நாங்க எங்க சொந்த ஊருக்குப்புறப்பட்டதுல இருந்தே எதுவும் சரியில்ல! நடக்கறதை எல்லாம் சொன்னா... மயக்கம் போட்டு விழுந்துடுவீங்க."

"அப்படி என்னாச்சு...?" - மாமி ரகசியக் குரலில் கேட்டாள். தெய்வானையும் அதுவரை நடந்ததை சொல்லத் தொடங்கினாள்.

'டிரோன்' பறந்தபடியே இருந்தது. பல இடங்களில் வான் மேல் நின்று நின்று நகர்ந்தது. என்றாலும் ஒரு பிரயோஜனமும் இல்லை. 'கம்ப்யூட்டர் மானிட்டர்' முன் அமர்ந்து கவனித்துக் கொண்டிருந்த குமரேசனும், ராஜேந்திரனும் முகம் முழுக்க ஏமாற்றத்தையும், தவிப்பையும் காட்டினர். மணி ஐந்து ஐம்பது, தட்சிணாயன கால இருட்டு வேகமாக தொடங்கிவிட்ட நிலையில்... டிரோனை திரும்ப அழைக்கத் தொடங்கிவிட்டார் ஆப்பரேட்டர்.

"குமரேசா... அந்த அகோரி ஒருவேளை ஆஷாவோடு ஊரைவிட்டே போயிருப்பானோ?"

“அப்படித்தான் நினைக்கத் தோணுது. ஊர்ல ஒருத்தர்கூட அவனைப் பார்த்த மாதிரியே தெரியல. ரொம்ப ஜாக்கிரதையா வந்துட்டு போயிருக்கான். இப்பல்லாம் சாமியாருங்களும் கிரிமினலுக்கெல்லாம் கிரிமினலா? இருக்காங்க. பஞ்சாப்ல பாரு ஒரு சாமியார்... என்ன ஆட்டம் ஆடிட்டான்?”

“அதெல்லாம் இருக்கலாம். ஆனா என் வீட்டோடு சம்பந்தப்பட்ட சாமியார்கள் நிச்சயம் அப்படி இல்லை குமரேசா! நான் பார்த்த பாம்பை நீ பார்த்திருந்தா நிச்சயம் இப்படி பேசமாட்டே!!”

“இதபாரு ராஜேந்திரா! இப்பவும் சொல்றேன்... அஞ்சு தலை நாகமெல்லாம் கற்பனை. அப்படி ஒண்ணு... கதைகள்லதான் வர முடியும். நிஜமா இருந்திருந்தா அதை பல பேர் பார்த்திருக்கணுமே?”

“சரி... அந்த திருவேங்கடம் சொன்னானே? ஞாபகமில்லையா?”

“அவன் அப்பா ராமைய்யா ஆச்சாரியைக்கூட பார்க்கச் சொன்னான். அந்தக் காலத்து ஆளு... போய் பாப்போமா?”

“என்னைக் கேட்டா... என் மக கிடைச்சா போதும் எனக்கு! அவ நல்லபடியா பேசவே தொடங்கியிருக்கா... அவளைப் போய்...”

ராஜேந்திரனால் ஆஷா நினைப்பை கட்டுப்படுத்த முடியவில்லை. அது அவன் கண்களில் கண்ணீரை வரவழைத்தது.

“சரி புறப்படு... அந்தாளைப் பார்த்து பேசுவோம். ஏதோச்சும் ‘க்ளூ’ கிடைக்கும்” - என்ற குமரேசன். ராஜேந்திரனுடன் புறப்பட்டான்.

அந்த நாய்... ஊர் எல்லை கடந்து ஓடிக்கொண்டிருந்தது! அதன் பின்னால் பதற்றமாய் பின்தொடர்ந்த திருவேங்கடத்தால் அதற்கு இணையாக ஓடமுடியவில்லை. அவன் வாயில் நுரை தள்ளத் தொடங்கிவிட்டது. நாய் ஓர் இடத்தில் ஆற்றோரமாக போய் நின்றது. அது நின்ற இடத்தில் ஒரு சமாதி!

❋❋❋

# 17

**‘தேவார திருவாசக துதிகளும் நான்;**
**தேமதுரப் பண்ணிசை ஜதிகளும் நான்!’**

அந்தச் சமாதி மேல் பூக்கள் சிதறிக் கிடந்தன. அவை வாடாமல் அன்று பறிக்கப்பட்டவைப் போல காட்சி தந்தன. பூக்களோடு விபூதி, குங்குமமும் கண்ணில்பட்டது. சமாதியின் தலைப் பாகத்தில் மண்ணாலேயே பிடிக்கப்பட்ட சிவலிங்கம் இருந்தது. அதை பூக்கள் மறைத்துக் கொண்டிருந்தன.

ஒரு சாண் உயரமும், அகலமும் கொண்ட சிவலிங்கம்! ஓடி வந்த நாய் அங்கேயே படுத்துவிட்டது. கஷ்டப்பட்டு பின்தொடர்ந்து வந்த திருவேங்கடம் சமாதியையும், நாயையும் ஒரு மாதிரிப் பார்த்தான்.

சூரியன் வேகமாய் அஸ்தமனமாகி, மழை வருவதற்கான அறிகுறிகள் தோன்றத் தொடங்கின. சற்று தூரத்தில்... வயதான கிழவன் தான் மேய்த்துக்கொண்டிருந்த ஆடுகளை ‘பட்டி’யில் அடைக்கத் திரும்பிக் கொண்டிருந்தான். மற்றபடி பெரிதாய் ஆள் அரவமே இல்லை. சுற்றிலும் ஆற்றங்கரையோர மரங்கள் ஓங்குதாங்காக வளர்ந்திருந்தன.

அந்த இடம் அநேகமாய் அரசாங்க புறம்போக்காகத்தான் இருக்க வேண்டும். நூறு மீட்டர் தொலைவில் திருச்சி - நாமக்கல்

நெடுஞ்சாலை, ஒரு வளைவோடு கண்ணில்பட்டது. அதில் வாகனங்கள் விரைந்து கொண்டிருந்தன.

சமாதி அருகே நின்ற திருவேங்கடத்துக்கு ஒன்றும் புரியவில்லை. அப்போதுதான் அதிர்ச்சிக்குரிய அடுத்த சம்பவம் நடக்கத் தொடங்கியது. அங்கே சுருண்டு படுத்துவிட்ட நாய் பலமாக ஊளையிட்டது. அதன் சப்தம், வயதான ஆட்டுக்கார வயதான மனிதரை மிரளச் செய்தது.

அவரது ஆடுகளில் சில... சமாதி மேல் கிடந்த பூக்களை முகர்ந்து பார்த்தன. தன்வசம் உள்ள கழியால் அவைகளை துரத்திவிட்டார். அப்படியே திருவேங்கடத்தையும் பார்த்தார். "செத்துப் போனவருக்கு நீ சொந்தமா?" என்று கேட்டார்.

திருவேங்கடத்தக்கு பதைத்தது. அந்தக் கிழவரை ஏறிட்டு, "வாயை மூடுய்யா... செத்தது யாருன்னே தெரியாது. சொந்தமான்னு கேக்கறே?" - என்றான்.

"அப்ப எதுக்கு இங்கே நிக்கறே? இதுவேற ஊளையிடுது. நாய் ஊளையிட்டா... சாவு விழும்னு சொல்வாங்க. இப்ப யார் சாகப் போறாங்கன்னு தெரியலையே...?" - கிழவன் பேச்சு மேலும் கிலியை மூட்டியது.

அதுவரை ஊளையிட்ட... நாயும் அப்படியே குரலை நிறுத்திக்கொண்டு சுருண்டது. திருவேங்கடத்துக்கும் சரி... அந்தக் கிழவருக்கும் சரி... ஒன்றும் புரியவில்லை!

நாய் சுருண்ட நிலை, உடம்பை பெரிதாய் வளைந்து ஒரு உதறு உதறியது. அடுத்த நொடி அதன் உயிர் பிரிந்துவிட்டது!

திருவேங்கடத்துக்கு 'பகீர்' என்றானது.

"போச்சடா... இது சாகத்தான் இப்படி ஊளையிட்டுச்சா?" - என்று முணுமுணுத்த கிழவர் வேகமாய் தன் ஆடுகளோடு அகல ஆயத்தமானார்.

"யோவ் நில்லுய்யா..." திருவேங்கடம் தடுத்தான்.

"என்ன?"

"நீ இங்கதானே ஆடு மேய்ச்சிகிட்டிருந்தே?"

"ஆமா... அதுக்கென்ன?"

"இது சுடுகாடு இல்லையே...! இங்க யாருய்யா பிணத்தைப் புதைச்சது?"

"அதை ஏன் கேக்கற...? மதியம் போல ஒரு கார் வந்துச்சு. அதுல இருந்து என்னை மாதிரி வயசானவர் உடம்பை இறக்கினாங்க. அவர் ஒரு சாமியார் போல... உடம்புல ஒட்டுத்துணி இல்ல. ஆனா, கையில் திரிசூலமெல்லாம் இருந்துச்சு."

கூடவே, துணிமணி இல்லாத மற்றொருத்தர். அவர்கூட இன்னொரு காரும் வந்தது. அதுல இருந்து காக்கி 'பேண்ட்' - சட்டைப் போட்ட ரெண்டு பேர் மண்வெட்டியோட இறங்கி... இதோ இந்த இடத்துல குழி தோண்டினாங்க.

எனக்கு ஒண்ணும் புரியல! கிட்ட வந்து பார்க்கவும் பயமா இருந்ததால தூர அதோ அந்த இடத்துலேயே நின்னுட்டேன். பொறவு கிழவனார் உடம்பைப் புதைச்சு பூ போட்டு சுத்தி வந்து கும்பிட்டாங்க. என்ன ஒரு ஆச்சரியம்னா... ஏழெட்டு வயசுகூட இல்லாத பெண் குழந்தையும் அவங்களோடு இருந்துச்சு. அதுவும் தன் கையால பூ போட்டுச்சு!"

அந்தக் கிழவர் சொன்ன மறுநொடியே... 'அது அனேகமாக ஆஷாவாகத்தான் இருக்க வேண்டும் என்று தோன்றியது திருவேங்கடத்துக்கு.'

"ஆமா நீ யாரு... உன்னைப் பார்த்த மாதிரியும் இருக்கு. பார்க்காத மாதிரியும் இருக்கு" - கிழவர் நடந்துகொண்டே கேட்டார். திருவேங்கடம் பதிலுக்கு அவங்க அப்புறம் எந்தப் பக்கம் போனாங்க?" என்றுதான் கேள்வியைப் போட்டான்.

"நேரா ஓடிகிட்டிருக்கற காவிரி ஆத்துல போய் குளிச்சாங்க. அந்தக் குட்டிப் பொண்ணும் குளிச்சிச்சு. கூடவே தாட்டியமான மனுஷனும் இருந்தாரு. நல்ல முரட்டு மீசை வெச்சிருந்தாரு. எனக்கென்னவோ போன எலெக்ஷன்ல நின்னு தோத்துப் போன

தேவராஜ் அய்யா ஞாபகம்தான் வந்துச்சு. வயசாயிடுச்சே... தூர இருந்து பார்த்ததால துல்லியமில்ல!"

"என்னய்யா என்னென்னமோ சொல்றே? தேவராஜ் அய்யாவை எனக்கு நல்லா தெரியும். அவர்தானா?"

"நான்தான் தூரத்துல இருந்துட்டேனே! அதனால தெளிவில்ல. பயங்கரமா மந்திரம் சொல்லி என்னென்னமோ பண்ணினாங்க."

"அந்த நேரத்துல வேற யாரும் இந்தப் பக்கம் வரலையா?"

"வரலியே...! ஒரு மணி நேரத்துல எல்லாத்தையும் முடிச்சிட்டு, வந்த கார்ல ஏறி கிளம்பிட்டாங்க. ஆங்... காரு முன்னால கறுப்புக்கொடி கட்டி இருந்திருச்சி. அது மட்டும் தெரிஞ்சிச்சு."

"அப்புறம்?"

"அப்புறமா...? நான் என்ன கதையா சொல்றேன்... அப்புறமாங்கறே! அம்புட்டுதான்! ஆமா... நீ யாருன்னு சொல்லவே இல்லையே? - கிழவரின் கேள்விக்கு பதிலைச் சொல்லாமல் திருவேங்கடம் திரும்பி ஓடத் தொடங்கினான்."

கேள்வி கேட்ட கிழவரிடமும் ஒரு குழப்பம்!

***

**ஆ**ச்சாரி வீடு!

ராஜேந்திரனுக்கும், குமரேசனுக்கும் காப்பி கலந்து வந்து கொடுத்திருந்தாள் ஆச்சாரி மனைவி, ஆச்சாரி கையில் சங்கிலி ஒன்றோடு இருந்தார். அதை உற்று உற்றுப் பார்த்து பாலீஷ் போட்டு முடித்த நிலையில் வண்ணத் தாளில் அதை வைத்துவிட்டு இருவரையும் நோக்கி வந்து அமர்ந்தார்.

"சொல்லுங்க... நான் இப்ப என்ன செய்யணும்?" என்று பேச்சையும் ஆரம்பித்தார்.

"அய்யா... இவர் நம்ம ஊர்தான். தெரியும்தானுங்களே?" - ராஜேந்திரனைக் காட்டி சொன்னான் குமரேசன்.

“நல்லா தெரியும்... நான்தானே இவர் கொண்டுட்டு வந்த ‘ரசவாத’ தங்கத்தை சோதனை பண்ணி பார்த்தவன்.”

“அந்தத் தங்கம் பழையபடி புழுதியா மாறினது ‘கண்கட்டு’ன்னா... இவரோட மகள் காணாம போனது அதைவிட பெரிய ‘கண்கட்டா’ இருக்கு. ஆத்துலேயும் எதிர்பாராதபடி அதிக தண்ணி வந்து அது ஒரு ‘கண்கட்டா’ ஓடிகிட்டிருக்கு. திரும்பின பக்கமெல்லாம் சாமியாருங்க நடமாட்டம். இதுல யார் நல்லவங்க... யார் கெட்டவங்கன்னே தெரியல.”

“இப்ப இதையெல்லாம் என்கிட்ட ஏன் சொல்லுறீங்கன்னு நான் தெரிஞ்சிக்கலாமா?”

“உங்ககிட்ட இந்த ஊரைப் பத்திதான் பேச வந்திருக்கேன். ஊர்லயே வயசானவரா மட்டுமல்லாம்... இங்கேயே பிறந்து வளர்ந்தவர் நீங்க. அதனால உங்ககிட்ட பேசினா எதாவது பிடிபடும்னு நினைக்கிறேன்.”

“அப்ப அந்தக் காத்தாடி குட்டி விமானத்தால் ஒரு பருப்பும் வேகலைன்னு சொல்லுங்க.”

“காத்தாடி விமானம் இல்ல... டிரோன் கேமரா!”

“எப்படிச் சொன்னா என்ன? முடிவு என்னாச்சுங்கறதுதானே பிரச்சினையில் முக்கியமான விஷயம்.”

“ம்... ‘டிரோன்’ பத்தி உங்களுக்கு யார் சொன்னது?”

“எல்லாம் என் மகன்தான்! இப்ப அதுவா முக்கியம்? என் கேள்விக்கு பதில் சொல்லுங்க.”

“என்னத்த சொல்றது?”

“எங்க சக்திக்கு எவ்வளவு முடியுமோ... அவ்வளவு தூரம் கஷ்டப்பட்டுக்கிட்டுதான் இருக்கோம். உங்கக்கூட பேச வந்திருக்கறதுகூட அதுக்காகதான்!”

“சரி... உங்க கேள்விகளைக் கேளுங்க. தெரிஞ்ச பதிலை சொல்றேன்.”

“இன்னிக்கு காவிரி ஆத்துல தண்ணி வந்தது பத்தி என்ன நினைக்கிறீங்க?”

“இதுல நினைக்க என்ன இருக்கு... இது அருள் பூமி! அது மறுபடி நிருபணமாகி இருக்கு.”

“அருள் பூமியில் நேத்து வரை தண்ணி கிடையாது. காஞ்சு கிடந்துச்சு. அப்ப எங்க போச்சு அருள்?”

“பூமி காயறதும், வானம் குளிர்ந்து மழையா பெய்யறதும் ராத்திரி-பகல் மாதிரி இயற்கை... தம்பி.”

“அது எப்படி எப்பவும் தண்ணி ஓடிக்கிட்டிருந்த காலத்தை நாம பார்த்திருக்கோம். பத்து பதினைஞ்சு வருஷமாத்தானே பெரிய காச்சப்பாடு?”

“அதுக்கு காரணம் இயற்கை இல்லை... மனுஷங்க நாமதான்.”

“எப்படி?”

“காவிரி தண்ணில, ‘நான் குடிச்சது போக மிச்சம்தான்’னு கர்நாடகாவுல நினைக்கப் போய்தானே சிக்கல்?”

“அப்ப தண்ணிக்காக பாவம் செய்யறாங்கன்னுதானே அர்த்தம்?”

“ஆமா...”

“அப்ப பாவம் செய்ய காரணமான தண்ணியே எப்படி பாவத்தைப் போக்கும்?” - குமரேசன் கேள்வி ஆச்சாரியை முறைக்கவிட்டது.

“என்னய்யா முறைக்கிறீங்க?”

“பாவம் செய்ய காரணம் தண்ணி இல்ல... மனுஷனோட சுயநலம். அதே நேரம் இந்தத் தண்ணியால பாவம் போகுதுங்கறது சத்தியமான உண்மை.”

“இந்தத் தண்ணி வரவும்தான் சாமியார் கூட்டம் ஊருக்குள்ள புகுந்திருக்கு. அவங்க வரவும்தான் குழந்தை குட்டின்னு கடத்தல் நடக்கு.”

மொத்தத்துல நல்லது நடக்கல... கெட்டதுதான் நடந்திருக்கு! நீங்க... 'பாவம் போகுதுன்னு சொன்னா எப்படிய்யா?'

"திரும்பவும் சொல்றேன். மனசார பக்தியோட தன் தவறுகளை உணர்ந்து திருந்தி வாழுற எண்ணத்தோடு இன்னிக்கு யார் ஆத்துல குளிச்சாலும் சரி... அவங்க பாவம் போயிடும்ங்கறதுதான் உண்மை."

அப்படி நடக்கணுங்கறதுக்காகவே சாமிங்கல்லாம் ஒண்ணா சேர்ந்து தங்களோட சக்தியால மழைப் பொழிவை அதிகமாக்கி... ஆத்துலேயும் தண்ணி பாயும்படி செய்திருக்காங்க. இது அற்புதமான காலகட்டம். வானசாஸ்திரமும், வாஸ்து சாஸ்திரமும், தர்ம சாஸ்திரமும் தெரிஞ்சவங்களுக்குத்தான் இதோட மதிப்பு புரியும். மத்தவங்களுக்கெல்லாம் தெரியாது."

"அப்படி என்ன அற்புதமான காலகட்டம்?"

"குருங்கற கிரகம் துலா ராசி மண்டலத்துல நுழையற காலம் இது. காவிரி ஆறு துலாம் ராசிக்குரியது. அந்த ராசிக்குள்ள 12 வருஷத்துக்கு ஒருமுறை நுழையற குரு அதே ராசிக்குள்ள 12-வது முறை நுழையும்போது காவிரி நீர்ல குறிப்பிட்ட நாட்கள் அமிர்த குணம் உண்டாகுது. அந்த நாட்கள்ல நாம காவிரியில் மூழ்கி எழும்போது... அந்தச் 'சக்தி'தான் பாவங்களைப் போக்கி நம்மை புண்ணியவான் ஆக்கிடுது."

"இதெல்லாம் யார் சாமி சொன்னது'? தண்ணியில அழுக்கு வேணா போகும். பாவம் எல்லாம் போகும்னா எப்படி சாமி? விஞ்ஞான யுகத்துல மின்விளக்குக்கு கீழ் உட்கார்ந்துகிட்டு, இதையெல்லாம் கேக்கறதும்... நம்பறதும் முட்டாள்தனம்னு உங்களுக்கு தோணலையா?"

"ஏ... போலீஸ் தம்பி? நீ இப்ப விவாதம் பண்ண வந்தியா... இல்ல வழி தேடி வந்திருக்கியா...?"

"வழி தேடித்தான்."

"அப்ப விவாதம் பண்ற மாதிரி பேசாதே! காவிரி ஆத்தைப் பத்தி நான் சொன்னது சத்தியம். முக்கியமான ஒரு விஷயத்தையே

இனிதான் சொல்லப் போறேன். 'புஷ்கரம்'ங்கற மாதிரி விஷயங்கள் நடக்காம போனா... நாம் வாழற பூமி இப்ப இருக்கற மாதிரியே இருக்காது. 'வேற எப்படி இருக்கும்?'னு கேட்டா. எப்பவும் யுத்தம் நடந்து குண்டு வெடிச்சிக்கிட்டே இருக்கற வளைகுடா பிரதேசம் போல மாறி இருக்கும்.

குப்பைச் சேரசேர அதை அப்புறப்படுத்தற மாதிரி, பாவம் செய்யச் செய்ய மனுஷன் அதை குறைக்கற நடவடிக்கைதான் இந்தப் 'புஷ்கரம்'. அதுலேயும் குறிப்பா தமிழ்நாட்டில் அது நடக்க... நம்ம ஊர்ல இப்ப நடமாடிக்கிட்டிருக்க சாமியாருங்கதான் காரணம். அவங்க செஞ்ச தவமும், பூஜையும்தான் இப்ப ஆத்துல தண்ணி ஓடிக்கிட்டிருக்கவே காரணம். ஆகையால் இதுல புத்திசாலித் தனத்தைக்காட்டி கேள்வி கேட்கறதா நினைச்சு... உன்னை நீயே ஏமாத்திக்காதே.

பகுத்தறிவுங்கறது ஒண்ணை இல்லைன்னு சொல்றது கிடையாது. இல்லாத மாதிரி மறைஞ்சிருக்கறதை தேடிக் கண்டுபிடிக்கறது."

ஆச்சாரியின் விளக்கம் ராஜேந்திரனுக்கு கோபத்தை வரவழைத்துவிட்டது.

"அய்யா... இந்தச் சாமியார்களால்தான் எல்லா நல்லதும் நடக்குதுன்னு சொல்றீங்களே! என் மக காணாம போகவும் அவங்கதானே காரணம்? நல்லவங்க பண்ற காரியமா இது?" - என்று திருப்பிக் கேட்டான். ஆச்சாரி பதிலுக்கு முறைத்தார்.

பின் பேசத் தொடங்கினார்...

"உன் குழந்தையும் மரப் பெட்டியும் காணாம போக சத்தியமா சாமியாருங்க காரணமில்லை. சிலரோட சுயநலம்தான்! அதுமட்டுமில்ல... பெட்டியோட மதிப்பும் ஒரு காரணம்" என்றார்.

ஆச்சாரியின் பதில் ராஜேந்திரன் குமரேசன் இருவரையும் கூர்மையாக்கியது!

"என்ன சொல்றீங்க?"

“உள்ளத்தைச் சொல்றேன். அந்தப் பெட்டியில் இருந்த ஏடுகளுக்கு விலை மதிப்பே கிடையாது. அதுல புத்து நோய், எய்ட்ஸ்க்கு மருந்து இருக்கு. உன் மரண நாள் எதுங்கற ரகசியம் 125 இருக்கு. புழுதியைப் பொன்னாக்குகிற ரகசியம் இருக்கு. எட்டு ‘சித்து’ பத்தின குறிப்பு இருக்கு. அதோட... அந்த ஆதிசிவனை அடையற வழிமுறையான சிதம்பர ரகசியமே இருக்கு! அதனால் தான் அதை ‘பதஞ்சலி’ங்கற அஞ்சு தலை நாகம் காவல் காத்தது.”

ஆச்சாரி தன் பேச்சில் முக்கியமான இடத்துக்கு வந்து நின்றார். குமரேசனிடம் உடனேயே ஒரு கேள்வி.

“அவ்வளவு தூரம் விலை மதிப்பே இல்லாத பெட்டியா இருந்தா நீங்க சொன்ன மாதிரி அஞ்சு தலை நாகம் அதை காவல் காத்திருந்தா ஒரு சுயநலம் பிடிச்சவனால எப்படி கடத்திக்கிட்டு போக முடியும்? ‘பதஞ்சலி’ங்கற நாகம் தடுத்திருக்கணுமே?”

“இப்பதான் நீ சரியான கேள்வியே கேட்டிருக்கே?” - என்ற ஆச்சாரி.

“கவலைப்படாதீங்க” உங்க கேள்விக்கு கூடிய சீக்கிரம் விடை கிடைச்சிடும். இந்த ஊர்ல தப்பா எதுவும் நடந்துடாது. நடக்க சாமிங்களும் விடமாட்டாங்க” என்றார்.

❋❋❋

# 18

> ‘செந்தமிழில் உயிரெழுத்து பன்னிரண்டும் நான்
> அத்தமிழின் மெய்யெழுத்து பதினெட்டும் நான்!’

**ரா**மையா ஆச்சாரி நம்பிக்கையோடு சொன்னாலும், குமரேசனால் அதை ஏற்க முடியவில்லை!

“ஐயா... நீங்க சொல்றதை நம்பிக்கிட்டு எங்களால தேடாம இருக்க முடியாது. சாமியாருங்க மேல இவ்வளவு நம்பிக்கை வெச்சு பேசுறீங்களே... ஆரம்பத்துலயே அவங்க தடுத்திருக்கலாமே?” என்று எதிர் கேள்வி கேட்டான்.

ராமையா ஆச்சாரி பதிலுக்கு ராஜேந்திரனைத்தான் பார்த்தார். அந்தப் பார்வையில் பலவிதமான கேள்விகள்.

“என் கேள்விக்கு பதில் சொல்லாம் அவரைப் பார்த்தா என்ன அர்த்தம்?”

“அவங்க தடுத்திருக்கலாமேங்கற கேள்விக்கு இவருக்கு பதில் தெரியும். ஆனா, வாயை மூடிக்கிட்டு இருக்காரேன்னுதான் பார்த்தேன்.”

“என்னது... எனக்கு பதில் தெரியுமா? என்னய்யா உளறுறீங்க?”

“உளறல... சாமிங்கள்ல சிலர், உங்க வீட்டுக்கு வந்தாங்கதானே?”

“ஆமா... வந்தாங்க! வெளியில திண்ணையிலேயும் படுத்திருந்தாங்க.”

“அவங்க சொல்லித்தானே ‘ஏட்டுப் பெட்டி’யோட மதிப்பே உங்களுக்கு தெரிய வந்துச்சு.”

“ஆமா!”

“அதை ஐந்து தலை நாகமே காவல் காத்துச்சுன்னா... அப்படி அது பெரிய மதிப்புள்ளதுங்கறதுல சந்தேகமில்லைதானே?”

“எல்லாம் சரி... அதோட காவலை மீறில்ல களவு போயிருக்கு. அப்பா கள்ளன் பெருசா... காப்பான் பெருசா?”

“எப்பவும் காப்பவன்தான் தம்பி பெரியவன். களவாணி... சின்னவன்தான். நாம் இப்ப அதுக்குள்ள போக வேணாம். அந்த சாமிங்கள்ல ஒருத்தர், ‘குழந்தை எங்கே இருக்குன்னு கண்டுபிடிச்சிடலாம்... வாங்க’ன்னு உங்களைக் கூப்பிட்டாரா... இல்லையா?”

“கூப்பிட்டார். ஆனா, அவங்களை நான் நம்பல; அவங்க பின்னால போகவும் விரும்பல. அதான் போலீசுக்கு வந்துட்டேன்”

“அவங்களை நம்பி போயிருந்தா எப்பவோ குழந்தை கிடைச்சிருக்கும் தம்பி!”

“அவங்களாலதான் பிரச்சினையே... அப்புறம் எப்படி அவங்களை நம்பி போக முடியும்?”

“சரி! இப்படி பேசினா பேசிக்கிட்டேதான் இருப்போம். இதுக்கு முடிவு ஏற்படாது. எனக்கு இருக்குற அனுபவத்துல சொல்றேன்... எல்லாமே நல்லதுக்குத்தான் நடக்குது. காஞ்சு கிடந்த காவிரியிலேயே தண்ணி ஓடுது. இதுவா நடக்காது?”

“அப்ப தேட வேண்டாம்னு சொல்றீங்களா?”

“உங்க வேலையை நீங்க பாருங்க. அரசாங்கம் அதுக்குத்தானே சம்பளம் தருது.”

“ஐயா... நீங்க கொஞ்சம்கூட வருத்தம் இல்லாம பேசுறீங்க. காணாம போயிருக்கறது உங்க பேரன் - பேத்தியா இருந்தா இப்படி பேசுவீங்களா?”

“பேசுவேன். இப்ப பேசற மாதிரியேதான் எப்பவும் பேசுவேன். தப்பா எதுவும் நடக்காதுன்னு உறுதியா நம்பறதால அப்படி பேசுறேன்.”

“நான் தெரியாமத்தான் கேக்கறேன். வந்தவன் பொட்டியை திருடினதுகூட போகட்டும்... பெண் குழந்தையை எதுக்கு கடத்தணும்?”

“உங்க வரையில் அது பெண் குழந்தை. சித்தர்களுக்கு சிறுவயசு பெண் குழந்தைகள் ‘பாலா’ங்கற சாமி.”

“பாலாவா?”

“ஆமா! பட்டுப்பாவாடை - சட்டையோடு சின்ன கன்னிப் பொண்ணா ‘பாலா’ படம் பார்த்ததில்லையா நீங்க?”

“அப்ப என் ஆஷா... அவங்களுக்கு பாலாவா?”

“பாலாவா பாவிச்சு பூஜைகள் செய்வாங்க.”

“அதுக்கு என் குழந்தைதானா கிடைச்சது? ஊர்ல எவ்வளவோ குழந்தைகள் இருக்கே?”

“இருக்கலாம்! ஆனாலும், அதுல உங்க பெண்கிட்ட சில சிறப்பு இருக்கணும்.”

“சிறப்பா... எனக்கு தெரிஞ்சு எதுவும் இல்லையே?”

“தெரிஞ்சும் இருக்கும்; தெரியாமலும் இருக்கும்.”

“எல்லாத்துக்கும் இப்படி பதில் சொன்னா எப்படிய்யா?”

“எது உண்மையோ... அதை பேசறவன் நான். உங்களுக்கு இன்னொரு விஷயம் சொல்றேன். நீங்க அதிர்ச்சி அடையக் கூடாது.”

“என்னது?”

“ஒரு சாமியார் தெருப்புழுதியை தங்கமாக்கி தந்தார் இல்லையா?”

“அதான் கண்கட்டுன்னு தெரிஞ்சு போச்சே?”

“அது ‘கண்கட்டு’ இல்லை. அசல் தங்கம்! அந்தத் தங்கத்தை நீ என்கிட்ட சோதிக்க தந்தப்போ... நான்தான் அதை எடுத்துட்டு, திரும்ப புழுதி மண்ணை பொட்டலம் கட்டி தந்தேன்.”

“அப்படியா...?”

“ஆமா... அது ‘ரசவாத’ தங்கமான்னு அப்புறமா பரீட்சை பண்ணினேன். ரசவாதமேதான்!”

“ரசவாதம்னா?”

“கல்லையும், மண்ணையும்கூட தங்கமா மாத்தறதுக்கு பேர்தான் ரசவாதம்.”

“சரி! அப்புறம் என்ன நடந்தது?”

“அந்த சாமியார் ஒரு சித்தர். அவருக்கு பல வித்தைகள் தெரிஞ்சிருக்கு. ஆனா, அஷ்ட சித்து மட்டும் தெரியல.”

“அஷ்ட சித்துன்னா?”

“அணிமா, மகிமா, கரிமா, இலகிமா, பிரகாமாமியம், வசியம், பிராப்தம், ஈசத்வம். இந்த எட்டும்தான் அஷ்ட சித்து!”

“இதனால் என்ன பிரயோஜனம்?”

“சுருக்கமா சொல்றேன்... தண்ணி மேல நடக்கலாம். காத்துல பறக்கலாம். அணுவா மாறலாம். மலையா கனக்கலாம். யாரையும் வசியம் பண்ணிடலாம். கூடு விட்டு கூடு பாயலாம். நினைச்சதை எல்லாம் அடையலாம். இறுதியா... ஈசனா; அதாவது, அந்த கடவுளாவே ஆகிடலாம்.”

“இதெல்லாம் கற்பனை... நடைமுறையில் சாத்தியமே கிடையாது.”

“இப்படிச் சொன்ன பல விஷயங்கள் காலத்தால் நடந்திருக்கு. அவசரப்பட்டு கருத்து சொல்லாதே!”

“சரி... நீங்க அந்த சித்தர் விஷயத்துக்கு வாங்க.”

“அவர் இந்த புஷ்கரத்துக்கு ரெண்டு காரணத்துக்காக வந்தாரு.”

“என்ன அது?”

“ஒண்ணு. நீராடல்! அதாவது, புனிதக் குளியலுக்கு. அடுத்து, உங்க மனைக்கு வந்து... பதஞ்சலிகிட்ட அனுமதி வாங்கி, பெட்டியில இருந்த ‘அஷ்டமா சித்து’ பற்றின ஏடுகளை எடுத்து படிச்சிப் பார்த்து, அதை அடைய முயற்சி செய்வதுதான் அவர் திட்டம்.”

“அப்ப அவர்தான் பெட்டியில இருந்ததைத் திருடினவரா?”

“அவசரப்படுறியே...”

“நீங்க சொல்றதை வெச்சு பார்த்தா அப்படித்தானே நினைக்க தோணுது.”

“என் வார்த்தைகளை நல்லா கவனிச்சு கேள்வி கேளு. பதஞ்சலிகிட்ட அனுமதி வாங்கி, பெட்டியில இருக்கற ஏடுகளை படிச்சிப் பார்க்கறதுன்னு சொன்னேன்.”

“பதஞ்சலி. அதாவது, அஞ்சுதலை நாகம்!”

“ஆமா... அதுவேதான்! என் மகன் திருவேங்கடம்கூட வாழைத்தோப்புல அவரைப் பார்த்தான்.”

“அப்படியா...? ஆனா, அப்படி பார்த்ததா எங்கிட்ட சொல்லலையே?”

“அவன் பல விஷயங்களை உங்ககிட்ட சொல்லலை. இப்ப அந்த சித்தர்கிட்ட சிஷ்யனா சேர்ந்துட்டான். அது உங்களுக்கு தெரியாது. புழுதித் தங்கத்தை ஆத்துல கரைச்சிட சொன்னார் அவர். லட்ச ரூபாய்க்கு மேலான மதிப்பு கொண்டதை... ஓடுற ஆத்துல கரைச்சான். அதுவும் உங்களுக்கு தெரியாது. இப்படி தெரியாதது எவ்வளவோ இருக்கு தம்பி.”

“அப்ப தங்கம் உங்ககிட்ட இல்லையா?”

“அதான் ஆத்துல கரைச்சிட்டதா சொன்னேனே?”

“எங்க நாங்க கேட்டுருவோமோன்னு இப்படியொரு பொய் சொல்றீங்களா?”

“முட்டாள்தனமா பேசாதே! நான் வெச்சிருந்தா இதையெல்லாம் ஏன் பேசுறேன்? அதுலேயும் இதைப் பத்தி நீங்க, கேக்காமலே சொல்றேன்னா... உங்களுக்கு அறிவு வேணாம்?”

"சரி... முடிவா என்னதான் சொல்றீங்க?"

"எல்லாரையும் சந்தேகப்படாதீங்க. சகல நாடுகளிலேயும். எல்லா மட்டத்துலேயும் தப்பானவங்களும் இருக்காங்க; சரியானவங்களும் இருக்காங்க. ஆகையால குழந்தை சீக்கிரம் கிடைக்கணும்னா சாமியார்கள் உதவியைக் கேளுங்க. ஒரு யானையை இன்னொரு யானையைக் கொண்டு பிடிக்கற மாதிரி. இவங்கள கொண்டே... குழந்தையைக் கடத்தின நபரை கண்டுபிடியுங்க."

திரும்பவும் சொல்றேன்... பகுத்தறிவுங்கறது ஒரு விஷயத்தை மறுக்கறது கிடையாது. சகலத்தையும் ஊடுருவிப் பார்க்கறது. என் அனுபவத்துல உறுதியா ஒரு கருத்தை சொல்றேன். ஆன்மிகமும் விஞ்ஞானம்தான்! உங்க விஞ்ஞானத்துக்கு எல்லாம் பெரிய விஞ்ஞானம் அது.

விஞ்ஞானம் இல்லாம எதுவும் இல்லை. பூமி சுத்துதுன்னா அது விஞ்ஞானம். சுத்துனாதான் இரவு - பகல் உண்டாகும். அப்படி சுத்தறதுலேயும் கொஞ்சம் சாஞ்சி சுத்துதுன்னா அதுவும் விஞ்ஞானம். இதை ஒரு மனுஷனா சாதிச்சான்? இல்ல... யுகம் யுகமா இப்படித்தான் இருக்கு. ஒரு பேரறிவு இதை செயல்படுத்திக்கிட்டு இருக்கு. அதைதான் நம்ம விருப்பத்துக்கு பல பேர்கள்ல கூப்பிடுறோம்.

இப்போதைக்கு இது போதும். ஆன்மிக விசாரத்துக்கு இது நேரமும் கிடையாது. போங்க... போய் நம்பிக்கையா தேடுங்க. நல்ல நேரத்துல காவிரியில போய் ஒரு முழுக்கும் போடுங்க. பாவ மூட்டை பாரத்தோட தேடும்போது நல்லது சுலபத்துல வசப்படாது.

அதை ஆத்துல விட்டுட்டு போய் தேடுங்க. நல்லதே நடக்கும்! என் மகன் வரட்டும். அவன்கிட்டேயும் சொல்றேன். புழுதியை தங்கமாக்கினவருக்கு, உங்க பொண்ணு இருக்கற இடத்தைக் கண்டறியறது நிச்சயம் கஷ்டமான விஷயமா இருக்காது. எங்க மகன் மூலம் அவரும் உதவி செய்வார்.

ராமையா வெளுத்து வாங்கிவிட்டார். குமரேசனிடமும், ராஜேந்திரனிடமும் அதற்கு பின் பேச்சே இல்லை!

இரவு நேரம். தென்னை மரத்தின் வளர்ந்த உடம்பில் தீப்பந்தங்களைக் கட்டியதில் பொன்னிற வெளிச்சம் பரவி காணப்பட்டது. பரதேசி சித்தர் அந்த இரவிலும் காவிரியில் முழுக்குப் போட்டுவிட்டு வந்த நிலையில், தன் ஈரவேட்டியை ஒரு மரத்துக்கும்... இன்னொரு மரத்துக்கும் நடுவில் கட்டியபடி இருந்தார். திருவேங்கடமும் அங்கே வந்து சேர்ந்தான்.

அவனிடம் மூச்சிரைப்பு!

அவரோ கோவணத்தோடு தாடியை நீவி அதன் நுனியில் தேங்கிய நீரை வழித்து விட்டபடியே பார்த்தார்.

"சாமி..."

"எங்கே நாய்?"

"அது செத்துப் போச்சுங்க சாமி."

"செத்துப் போச்சா?"

"விபரமா சொல்றேன் கேளுங்க..."

"அவனும் சொல்லத் தொடங்கினான்."

***

**ரா**ஜேந்திரன் வீடு.

சுவாமி படம் முன் விளக்கு எரிந்து கொண்டிருந்தது. வெறித்த விழிகளோடு உட்கார்ந்திருந்தாள் தெய்வானை. அவளுக்கு சற்று தள்ளி அங்கம்மாள்! அவள் வாங்கி வந்திருந்த அய்யாகடை இட்லிப் பொட்டலம் அவிழ்க்கப்படாமல் அப்படியே இருந்தது.

தெய்வானைக்கு சாப்பிடப் பிடிக்கவில்லை!

எப்படிப் பிடிக்கும்? நான்கைந்து நாட்கள் சொந்த ஊர் பக்கமாய்... சந்தோஷமாய் இருந்துவிட்டு சொத்தை விற்று பல லட்ச ரூபாய் பணத்தோடு திரும்பப் போகிறோம் என்கிற

கனவோடு வந்தவளுக்கு நேர் எதிராகவே எல்லாம் நடந்தால் எப்படி பிடிக்கும்?

அருகிலேயே இருந்த செல்போன் அடிக்கடி சப்தித்து, "ஆஷா காணாம போயிட்டாளாமே... நிஜமாவா? போலீசுக்கு போனியா..."

"என்ன ஆச்சு?" என்று தெரிந்தவர்களில் இருந்து, உறவினர்கள் வரை கேள்வியாய் கேட்டால் இவளும் என்னதான் செய்வாள்? எனவே, ஸ்விட்ச் ஆஃப் செய்துவிட்டாள். இந்த நிலையில் லேசான சப்தம் கேட்டாலும், வாசற்புரம் பார்ப்பதும்... ஏமாறுவதுமாகவே இருந்தவள்; இப்போதும் சப்தம் கேட்டுப் பார்த்தாள்.

மிக வயதான மனிதர், பார்க்க கண்ணியமான தோற்றத்தில் சற்றே பூனைக் கண்களோடு வந்தபடி இருந்தார். வெள்ளை குர்தா - ஜிப்பா அணிந்து 'யோகாசன ஆசிரியர்' போல் தெரிந்தவர்... புன்னகையோடு பார்த்தார்.

தெய்வா(னை) சலனத்தோடு அவரை ஏறிட... அந்த நொடியில் பேரதிர்ச்சி. அவள் கண்களுக்கு. அவரது கழுத்துக்கு மேல் ஐந்து தலை நாகம் படம் விரிக்கத் தொடங்கிற்று!

❋❋❋

# 19

**'மாமலைத் தொடர்களில் இமயம் நான்;**
**மாமனிதர் மனங்களில் சமயமும் நான்!'**

ஐந்து தலை நாகத்தை மறுபடியும் காணவும் விக்கித்துப் போனாள் தெய்வானை! எல்லாம் சில நொடிகள்தான். வயதான அந்த மனிதர் உருவம்தான் அதன்பின் தெய்வாவுக்கு புலனானது. அவர் தெய்வானை உற்றுப் பார்த்தார். அருகில் இருந்த அங்கம்மாளிடமும் இனம் புரியாத ஓர் அமைதி. அவர் பேசத் தொடங்கினார்.

"தெய்வானை தானே நீ?"

"அ... ஆமா..."

"பாவம்... குழந்தையைக் காணாம தவிச்சிக்கிட்டிருக்கே போல...?"

"ஆமா... ஆமா..."

"என் பின்னால வா. உன் குழந்தையைப் பார்க்கலாம்."

அவர் சொன்ன வேகத்தோடு திரும்பி நடக்கத் தொடங்க... மறுபேச்சு பேசாமல் தெய்வா அவரைப் பின்தொடர்ந்தாள். கூடவே அங்கம்மாளும்! 'நீங்கள் யார்?' என்றெல்லாம் கேட்கத் தோன்றவில்லை.

கொல்லைப்புரத் தோட்டம் வழியாக செல்லும் ஒற்றையடிப் பாதையில் நடந்தார் முதியவர். 'இரவு நேரமாக இருந்ததால் தொடக்கத்தில் அவரைப் பின்தொடர முடியுமா?' என்ற தயக்கம் இருந்தது. என்றாலும் தெய்வா விடவில்லை. அவர் உடம்பு இரவில் ஜொலிக்கும் 'ரேடியம்' போல ஒளிவிட்டதால் பின்தொடர்வது சிரமமாக தெரியவில்லை.

தென்னந்தோப்பு!

இருள் படர்ந்திருந்தது...

திருவேங்கடம் அந்த பரதேசிச் சித்தர் முன்னால் கைகட்டி நின்று கொண்டிருந்தான். அவர் தனக்கு முன்னால் எரிந்தபடி இருக்கும் தென்னஞ்சருகுகளையே பார்த்தபடி இருந்தார். அதில் தீ நாக்குகள். பாம்பு போல் எழுந்து ஆடியபடி ஒளிர்ந்தன.

அவ்வப்போது தீக்குள் தன் கைகள் இரண்டையும் நீட்டி குளிர் காய்பவரைப் போல நடந்துகொண்டார். திருவேங்கடத்துக்கு பசிக்கத் தொடங்கிவிட்டது. தற்காலிகமாக அவரிடம் இருந்து விலகி, 'வீட்டுக்குப் போய் வந்தால் தேவலை...' என்று தோன்றியது. எனவே, முனங்கலாய் "சாமி" என்றபடியே அவரைப் பார்த்தான். அவரும் ஏறிட்டார்.

"இப்படியே மவுனமா எவ்வளவு நேரம் சாமி இருப்பீங்க?"

"காலம் பூரா இருக்கணும்னுதான் நினைக்கிறேன். ஆனா, முடியாது போல தெரியுதே!" என்றவர் பதிலில் கொஞ்சம் போல கோபம் தொனித்தது.

"நான் ஒண்ணு கேட்டா நீங்க ஒண்ணு சொல்றீங்களே சாமி..."

"நீ கேக்கறது புரியுது. என்ன... பசிக்குதா?"

"ஆமா சாமி..."

"சரி... போய் சாப்பிட்டுட்டு வா..."

"காலையில் வரட்டுமா?"

“என்கிட்ட கேள்வி கேக்கறவங்களை எனக்குப் பிடிக்கவே பிடிக்காது. எள்ளுன்னா ஒரு சிஷ்யன் எண்ணெயா நிக்கணும்.”

“சரி சாமி! சாப்பிட்டுட்டு வந்துடுறேன். இந்த ராத்திரியில எதாவது வேலை இருக்குதா?”

“இனிமேதான் உனக்கு நிறைய வேலை இருக்கு...”

“சந்தோஷம்! ஆனா, நாய கண்டுபிடிக்கும்னு சொன்னீங்க. அநியாயமா அது செத்துப் போனதுதான் மிச்சம். அதைப் பத்தி எதுவுமே சொல்ல மாட்டேங்கிறீங்களே?”

“அது கண்டுபிடிச்சிடிச்சி, ‘தங்களை யார் அறிஞ்சாலும்... அவங்க சாகணும்’ன்னு அந்த அகோரிகள் வாக்கு விட்டதால் அந்த நாய் செத்துப் போச்சு.”

“வாக்கு விடுறதா? அப்படின்னா...”

“வாக்கு விடுறதுன்னா ‘கட்டளை’ன்னு அர்த்தம்.”

“அது எப்படி.. அவங்க அப்படி வாக்கு விட்டா நடந்துடுமா?”

“நடக்காமதான் நாய் செத்ததா?”

“என்ன சாமி சொல்றீங்க... அவங்களுக்கு அவ்வளவு சக்தியா?”

“ஆமா... ஒரு ஊருக்கு போக பல வழிகள் மாதிரி, சிவபெருமானை அடையவும் பல வழி. அதுல ஒரு வழி அகோரம்! அந்த வழியில போறவங்களுக்கு அகோரிகள்னு பேர். நீ கேள்விப்பட்ட விஷயத்துக்கு பின்னால இருக்கிறவங்க அவங்கதான். காவிரி கரையோரமா புதைக்கப்பட்டது ஒரு அகோரியாதான் இருக்கணும்.”

“அவங்க இறந்தா எரிச்சிடுவாங்களே... புதைச்சா அது ஜீவசமாதியாயிடுமே? சமாதியானா அங்கே வழிபாடுகளை நடக்கணுமே?”

“சமாதியானாதானே?”

“என்ன சாமி சொல்றீங்க?”

“அங்க புதைக்கப்பட்டது அகோரி பிணம் இல்லை. பிணம் மாதிரி கிடக்கறவர்.”

“சாமி...”

“அலறாதே...! அவர் ‘சமாதி யோகி’. சித்தர் பாடல்கள்ல உனக்கு பரிச்சயம் உண்டா?”

“கொஞ்சம் கொஞ்சம் உண்டு.”

“ம்... ‘செத்தாரைப் போல திரி’ங்கற பாடலைக் கேட்டதுண்டா?”

“இல்ல சாமி...”

“அவர் செத்த மாதிரி கிடக்கற யோகி. சமாதி யோகம் பழகறார்ன்னு நினைக்கிறேன். நாளைக்கு நீ போய் பார்த்தா அங்க சமாதி இருக்காது.”

“என்னென்னமோ சொல்றீங்க... எனக்கு தலை சுத்துது சாமி.”

“அப்ப நீ பேசாம வீட்டுக்குப் போய் சாப்பிட்டுட்டு படுத்து தூங்கு. என் சிஷ்யன் என்கிறதையும் மறந்துடு. அதுதான் உனக்கு நல்லது.”

“அப்படிச் சொன்னா இப்படிச் சொல்றீங்களே!”

நான் என்ன உங்கள மாதிரி எல்லாத்தையும் துறந்தவனா?

“குடும்பஸ்தன் தானே சாமி?”

“இந்த உலகத்துல ஒண்ணை இழந்தாதான் ஒண்ணு கிடைக்கும். இழக்கறதுக்கு சமமாதான் கிடைக்கறதும் இருக்கும்... புரிஞ்சுக்கோ...”

“புரிஞ்சிக்கிட்டேன் சாமி... மன்னிச்சிடுங்க!”

“இனிமே இப்படி மன்னிப்பு கேட்கற மாதிரி எதையும் பேசாதே! சித்தன் வாழ்க்கையில தண்டனைக்கும் இடம் கிடையாது... மன்னிப்புக்கும் இடம் கிடையாது. உனக்கு சில விஷயம் புரியலைன்னா அமைதியா... பொறுமையா தொடர்ந்து கவனி. போகப் போகத் தானா புரிய வரும். இங்கே பேசிக் கத்துக்கிறதைவிட, மவுனத்துல கத்துக்கிறதுக்குத்தான் மதிப்பு.”

"உத்தரவு சாமி."

"போய் சாப்பிட்டுட்டு வா..."

"உங்களுக்கு சாப்பிட எதாவது கொண்டு வரவா?"

"நான் பசியை ஜெயிக்க நினைக்கிறவன். எனக்கு எதுவும் வேணாம்."

"அப்ப பசிச்சா என்ன சாமி பண்ணுவீங்க?"

"திரும்ப கேள்வியா... முதல்ல புறப்படு."

"தப்பா எடுத்துக்காதீங்க. அந்த அகோரியை எப்படி கண்டுபிடிக்க போறோம்? இதுக்கு மட்டுமாவது பதில் சொல்லுங்க..."

"அதுக்கான நேரம் கடந்துடுச்சி. அவனைக் கண்டுபிடிக்க வேண்டியவங்க கண்டுபிடிப்பாங்க. இனி நம்ம குறி... அவங்க கிடையாது."

"அப்ப அந்த பெட்டி, ஏடுங்க எல்லாம்..."

"நீ போய் பசியாறிட்டு வா. இப்படி துண்டுதுண்டா கேள்வி கேட்காதே... புறப்படு..."

அவர் சற்று கடுமையான குரலில் கூறவும், திருவேங்கடமும் வேகமாய் புறப்பட்டான்.

மணி பத்து இருக்கும். புஷ்கர நீராடலுக்கு வந்திருந்த அவ்வளவுக்கு சாமியார்களும், சித்தர்களும் வட்டமாக அமர்ந்து தியானத்தில் ஈடுபட்டிருந்தனர். நடுவில் நெருப்பு எரிந்து கொண்டிருந்தது. சுற்றிலும் மரங்களில் அவர்கள் காயப்போட்டிருந்த காவி வேட்டிகளும், துண்டுகளும் காற்றில் ஆடிக் கொண்டிருந்தன. அவர்கள் காதுகளில் 'ஜீப்' ஒன்று வந்து நிற்கும் சப்தம் கேட்கவும் சிலர் மட்டும் திரும்பிப் பார்த்தனர்.

குமரேசனும், ராஜேந்திரனும் இறங்கி வந்து கொண்டிருந்தனர். ராஜேந்திரன் வீட்டுக்கு வந்திருந்த அந்த பரதேசி சித்தரும்

அங்கே இருந்தார். இருவரையும் பார்க்கவும் முகத்தில் சின்ன புன்னகை. அவர் எழுந்திருக்கவும் எல்லோரும் எழுந்தனர்.

"வாங்க தம்பி..." என்று பரதேசி சித்தர் வரவேற்றார்.

"இவர்தான் என் வீட்டுத் திண்ணையில் படுத்திருந்தவர். பெட்டியைப் பத்தின ரகசியங்களையும் சொன்னவர்"

குமரேசனுக்கு அவரைக் காட்டினான் ராஜேந்திரன்.

"என்ன... இங்க எங்ககிட்டேயும் விசாரணையா?" - அவர் சிரித்தபடியே கேட்டார்.

"ஆமா சாமி... காணாம போயிருக்கிறது பச்சைக் குழந்தை! அதுலேயும் பெண் குழந்தையாச்சே?"

"உங்களுக்கு இப்ப என்ன தெரியணும்?"

"உங்கள்ல ஒருத்தர்தான் குழந்தையையும், பெட்டியில் உள்ள ஏடுகளையும் தூக்கிட்டு போயிருக்கார். அவரைக் கண்டுபிடிக்க நீங்க உதவணும்."

"தப்பா பேசாதீங்க. கட்டி இருக்கற காவித் துணியையே பாரமா நினைக்கற துறவிகள் நாங்க. திருட்டு, பொய், ஆசை எதுவும் எங்களுக்கு கிடையாது."

"அப்ப தூக்கிட்டு போன நபர் உங்கள்ல ஒருத்தர் இல்லையா?"

"ஆமா... அவங்க மார்க்கமே வேற!"

"அப்படின்னா?"

"உங்க போலீஸ் இலாகாவிலேயே பல பிரிவுகள் இருக்குதே! உங்களுக்கு காக்கி 'யூனிஃபார்ம்'னா, போக்குவரத்து போலீசுக்கு வெள்ளைச் சட்டையில சீருடை. அவர் கடமை வேற; உங்க கடமை வேற தானே?"

"சரி... அந்த நபரை உங்களுக்குத் தெரியுமா? அவரைப் பற்றி உங்களால் உபயோகமா தகவல் தர முடியுமா?"

"எதுக்கு கேக்கிறீங்க... அவங்களை கண்டுபிடிக்கத்தானே?"

“ஆமா... அதுதானே இப்ப எங்க முதல் நோக்கம்” - குமரேசன் சொல்லவும் அவர்களில் ஒருவர் சற்று முன்னே வந்தவராக...

“உங்க மகளோட ‘போட்டோ’ இருக்கா?” என்று கேட்டார்.

“அது எதுக்கு?”

“நான் பார்க்கத்தான்...”

“பார்த்து என்ன பண்ணுவீங்க?”

“படம் இருந்தா முதல்ல காட்டுங்க.”

“படமா இல்ல. ஆனா, என் செல்போன்ல அவ படங்கள் ‘கேலரி’யில இருக்கு. காட்டவா?”

“என் கண்ணுக்கு உருவம் தெரியணும். அது தெரிஞ்சா போதும். நான் ‘மாயா விஞ்ஞானம்’ என்ற ஏடு படிச்சவன். உருவத்தை வெச்சு அது போன திசையை முதல்ல கண்டுபிடிப்பேன். அப்புறம் என் ஞானதிருஷ்டியால் அந்த திசையை நோக்கி உருவத்துக்குரிய பேரைச் சொல்வேன். இப்படி அடுக்கடுக்கா அஞ்சு செயல் செய்யணும். இதுக்கு ‘பஞ்சணம்’ன்னு பேர். லட்சத்துல ஒருத்தருக்குதான் வசப்படும். நான் அதுல ஒருத்தன். நீங்க போட்டோவை... இல்ல, உருவத்தைக் காட்டுங்க...”

அவர் சொன்னதை தொடர்ந்து ராஜேந்திரன் ‘செல்போனில்’ இருந்த ஆஷாவின் உருவத்தைக் காட்டினான். உற்று சில விநாடிகள் பார்த்தவர், பிறகு, ‘பேர் என்ன?’ என்று கேட்டு, ‘ஆஷா’ என்பதைத் தெரிந்துகொண்டு அந்த பேரை தீர்க்கமாய் மனதில் நினைத்தபடி கண்களை மூடினார். அவர் முயற்சி வெல்ல வேண்டும் என்பதற்காக சுற்றி இருந்தவர்கள் ‘ஓம்... நமசிவாய...’ என்றனர்.

அதன்பின் அவர் பெரிதாய் சோம்பல் முறித்தார். அப்படியே சுற்றவும் செய்தார். தொடர்ந்து பலமுறை சுற்றியவர், சட்டென்று ஒரு கட்டத்தில் நின்று... கண்களைத் திறந்து தனக்கு எதிரில் கையைக் காட்டி, “இந்த திசையிலதான் அந்தக் குழந்தை இருக்கா...” என்றார். அது திருச்சி நோக்கி செல்லும் பாதை.

அடுத்து கண்களை மூடிக்கொண்டு திரும்பச் சுற்றத் தொடங்கியவர். "இந்த திசைதான். இந்த திசையிலதான் குழந்தை இருக்கு! ஒரு கழுகா பறந்தா அதோட கணக்குக்கு பதினைஞ்சு நிமிஷ தூரம். அங்கே அது இருக்கற இடத்துக்கிட்ட ஜலசலனம் இருக்கு. அதாவது, தண்ணி தெரியுது. அதாவது ஆறோ... கிணறோ... இல்ல குளமோ கட்டாயம் இருக்கணும். கூடவே, பெரிய அளவுல உலோகமும் இருக்கும். ஒரு பக்கம் நீர். மறுபக்கம் யானை உயரத்துக்கு ஏதோ தெரியுது" என்றார்.

குமரேசனுக்கு குழப்பமாக இருந்தது.

"அய்யா... இப்படியெல்லாம் சொன்னா எப்படி கண்டுபிடிக்க முடியும்? உலோகம், நீருன்னு சொல்ற உங்களால் அந்த ஊர் எதுன்னு சொல்ல முடியாதா?"

"ஊர் பேர்... பேர்... பேர்..." அவர் முணுமுணுத்தபடியே கண்களை திரும்ப மூடிக்கொண்டார். ராஜேந்திரனோ நம்பிக்கை இழந்தவனாக பேசாமல் ஓர் இடத்தில் போய் உட்கார்ந்துவிட்டான். அவனுக்கு சலிப்பாக இருந்தது. அப்போது அவரிடம் இருந்து, "கோனேரி... கோனேரி..." என்கிற வார்த்தைகள் வெளிவரவும். குமரேசனும் வேகமாக, "அய்யா... அது கோனேரி ராஜபுரம்னு நினைக்கறேன்" என்றான்.

"கோனேரி ராஜபுரம்னா அங்க அதர்வண வேத வித்தை தெரிஞ்சவங்க நிறைய பேர் இருக்காங்களே... அதுல யாரா இருக்கும்?" என்று அந்த பரதேசி சித்தர் முன்னால் வர...

"அந்த ஊர்ல வீடு வீடாப் பூந்து தேடுங்க. உங்க பொண்ணு நிச்சயம் கிடைப்பார். இது சத்தியம். இதை என் 'பஞ்சணம்' மேல சத்தியம் செய்து சொல்றேன்" என்றார் அவர்.

இந்த இரவில் அந்த ஊருக்கு போய் எங்கே என்று தேடுவது? பகலில்தான் செல்ல முடியும் என்னும் நிலையில் யோசனையோடு நின்றவனைப் பார்த்த சித்த புருஷர், "தம்பி... தயங்கி நிற்காம் புறப்படு. நடுநிசி பூஜை ஒண்ணுக்கு அங்க ஏற்பாடு நடந்துகிட்டு இருக்கு. என் காதுல உடுக்கை

ஒலி சப்தம் கேட்குது. உங்க பொண்ணுக்கு அலங்காரமும் நடந்துகிட்டிருக்கு. அடேயப்பா... என்ன அழகு? என்ன அழகு?"

அவரிடம் பரவசம்! அதைக் கேட்ட ராஜேந்திரனுக்கு காலில் தேள் கொட்டியது போல் இருந்தது.

"பூஜை முடிவுல ஏடுகளை எல்லாம் எடுத்து அக்கினியில போடப் போறான். ஒரு ஏடுகூட இருக்கக்கூடாது. சித்த நெறியே தொடரக்கூடாது. 'சிவத்துக்கு ஒரு வழிதான்... அது அகோரம்'கறது அவங்க கொள்கை! அவன் விருப்பம் பலிக்கக்கூடாது. ஏடும், எழுத்தும் நமக்கு சரஸ்வதியும், பிரம்மாவுமாகும். அவங்களைக் காப்பாத்தியே தீரணும்" - என்று உரத்த குரலில் கூறவும் குமரேசனிடம் ஒரு வேகம்.

அதேவேளை அவர் பேச்சை மட்டும் கேட்டுக்கொண்டு புறப்படுவது சற்று நெருடலாகவும், வெட்கத்தைத் தருவதாகவும் இருந்தது.

அந்த பரதேசி சித்தர் அதைக் கவனித்தவராக, "தம்பி... நீங்க போகத் தயங்கினா நான் போறேன். எனக்கு இந்தத் தகவல்கள் போதும்" என்று புறப்பட்டவரை தடுத்தவன். "எங்கக்கூட நீங்களும் வாங்க... போகலாம்" என்றான்.

அதற்கு, "நல்லபடியா போயிட்டு வாங்க. நாங்க ஒன்பது நாட்கள் இங்கதான் இருப்போம். எங்களுக்கு அந்த ஏடுகள் ரொம்ப முக்கியம்" என்றார், அந்தக் கூட்டத்தில் மிக வயதான ஒருவர்.

"தெய்வானையிடம் சொல்லிக்கொண்டு புறப்படலாம்" என்று வீட்டுக்கு வந்த ராஜேந்திரனுக்கு 'பகீர்' என்றது. வீடு திறந்திருக்க... ஒருவரும் இல்லை. அவன் வந்திருப்பதைப் பார்த்து வந்த ஒரு பெண், "அய்யா... உங்க வீட்டம்மா ஒரு சாமியார் பின்னால பின்வழியா போனாங்க. அங்கம்மாளும் போனா... நான் பார்த்தேன்" என்றாள்.

ராஜேந்திரனுக்கு 'சுருக்'கென்றது!

'தெய்வானை அப்படி யாரோடு... எங்கே போயிருப்பாள்?' என்கிற கேள்வியும் அவனுக்குள் எழும்பியது!

***

# 20

'நல்லது மட்டுமா நான்? அல்லதும் நானே?
இதை அறிவது அறிவு! புரிவதே ஞானம்!'

தெய்வானையைக் காணாமல் தேங்கி நின்ற ராஜேந்திரனின் மனநிலை, உடன் வந்த குமரேசனுக்கு நன்றாகப் புரிந்தது.

"ராஜேந்திரா... கத்தி போய் வாலு வந்த கதையா ஒண்ணொண்ணா வந்துகிட்டிருக்கு. உன் மகளை நாம் தேடிக்கிட்டிருக்கோம். இப்ப உன் மனைவியையும் காணோம்! என்ன செய்யலாம்?"

இப்படி கேட்ட விதத்திலேயே அவனும் சலிப்படைந்து விட்டது தெளிவாகத் தெரிந்தது. காவல்துறையினர் தங்கள் கடமையில் துளியும் சலிப்பு அடையக் கூடாது என்பதுதான் அவர்களுக்கு பயிற்சியில் அளிக்கப்படும் முதல் செய்தியாகும்.

சலிப்புணர்வு ஒரு கரையான்! துளி அளவு அது வந்தால் போதும். மொத்தத்தையும் அரித்துவிடும். அது தெரிந்தோ என்னவோ...

"சரி... சரி வா... போலாம். வேலைக்காரியும் கூட போயிருக்கிறதால உன் மனைவிக்கு ஒரு துணை இருக்கு"

என்றான் குமரேசன். அவன் பேச்சைக் கேட்டபடியே கூடவே வந்தார் அந்த பரதேசிச் சித்தர்.

"வாங்க... போகலாம்! நேரம் கடந்துகிட்டிருக்கு..."

"இருங்க சாமி. இங்க இவர் மனைவியையும் காணோம். உங்களை மாதிரி ஒரு சாமியார் பின்னால போனாங்களாம்..."

"அப்ப பிரச்சினை இல்ல. நாம் எங்க போறோமோ அங்கதான் அவங்களும் போயிருக்கணும்."

"என்ன சாமி சொல்றீங்க?"

"நான் மட்டும்தான் உதவி செய்யணுமா என்ன? அவங்க தவிக்கறதைப் பார்த்து உதவி செய்யணும்னு அவருக்கும் தோணி இருக்கலாம்."

"குழந்தையைக் கடத்தினவங்களே திரும்ப வந்து தாயையும் கடத்திக்கிட்டு போயிருக்கலாம் இல்லையா?"

"இந்த தோற்றத்துல உண்மையா இருக்கறவங்க அப்படியெல்லாம் நடந்துக்க மாட்டாங்க. அதுலேயும் இது புஷ்கர காலம். தவறா நடக்கவே மாட்டாங்க..."

மிக உறுதியாக பேசினார். குமரேசனுக்கு அதன்பின் அவரிடம் கேள்வி இல்லை.

"ம்... புறப்படுங்க. நேரமாகிக்கிட்டே இருக்கு பாருங்க" - அவர் துரிதப்படுத்தினார்.

குமரேசனும், ராஜேந்திரனும் அவரைத் தொடர்ந்தனர். ராஜேந்திரன். வீட்டைப் பூட்டிவிட்டு வருவதற்காக திரும்பினான். அப்போது சைக்கிளில் கந்தசாமியும் வந்து மூச்சிளைக்க நின்றான்.

"போலீஸ் ஜீப் வந்துருக்குன்னு காதுல விழவும்... ஓடி வந்தேன்ய்யா. பாப்பா கிடைச்சிடுச்சிங்களா?" என்றுதான் கேட்டான்.

"இல்ல கந்தசாமி... அதுக்காகத்தான் இப்ப ஒரு ஊருக்குப் போய்க்கிட்டிருக்கோம். தெய்வானையையும் காணோம். என்ன செய்யறதுன்னே எனக்குத் தெரியல..."

“தைரியமா இருங்கய்யா. அதான் குமரேசன் இருக்கானே?”

“நான் இருக்கறது இருக்கட்டும். நீ இப்ப வீட்ல காவலா இரு. ராஜேந்திரா... புறப்படு...” - என்ற குமரேசன், ஜீப்பில் ஏறிக்கொள்ள... அதுவும் புறப்பட்டது. முன்னால் டிரைவருக்கு பக்கத்தில் குமரேசன். பின்னால் எதிர் எதிராய் ராஜேந்திரனும், பரதேசி சாமியாரும்.

“சாமி... உங்க பேர் என்னன்னு தெரிஞ்சிக்கலாமா?” - குமரேசன் ஆரம்பித்தான்.

“பூர்வாஸ்ரமத்துல என் பேர் ரஜினிகாந்த். இப்ப குரு எனக்கு வெச்ச பேர் தூரன்.”

“ஆச்சரியமா இருக்கே! ரஜினிகாந்துக்கு என்ன குறைச்சல்?”

“யாரா இருந்தாலும் சன்னியாசத்துக்கு வந்துட்டா அது மறுபிறப்பு. அப்ப பேரும் மாறிடும்.”

“உங்களுக்கு கல்யாணம் ஆகிடிச்சா... இல்ல, வேலை கிடைக்காம தப்பு தண்டா பண்ணி ஜெயிலுக்கெல்லாம் போய் திருந்தி சாமியாராயிட்டீங்களா?”

குமரேசன் கேட்ட விதம் அவருக்கு சிரிப்பை வரவழைத்தது. அவர் கோபமும் முகத்தில் தெரிந்தது.

“தப்பா எடுத்துக்காதீங்க. நான் சந்திச்ச சாமியாருங்க எல்லாருமே இப்படிதான்...”

“நான் அப்படி இல்ல தம்பி.”

“அப்ப நீங்க என்ன பண்ணிக்கிட்டிருந்தீங்க?”

“அந்தப் பேச்சு இப்ப வேண்டாமே!”

“ஏன் தயங்கிறீங்க... நான் உங்களை ஒரு போலீஸ்காரரா சந்தேகப்பட்டெல்லாம் கேக்கல. சும்மாதான் கேட்டேன். நாம் அந்த ஊருக்கு போக எப்படியும் ஒரு மணிநேரம் ஆகும். பேசிக்கிட்டே போலாம்னுதான் கேக்கறேன்...”

"என்னைப் பத்தி மட்டும் எதுவும் கேட்க வேணாம். என் முன் பிறப்பை முழுசுமா மறக்க நினைக்கிறேன். வேற கேள்விகள் இருந்தா கேளுங்க."

"நீங்க மறுக்கவும்தான்... உங்களைப் பத்தி தெரிஞ்சிக்கற ஆவல் அதிகமாகுது."

"விடுங்க... வேற பேச்சு பேசுங்க!"

"சரி... நீங்க எங்க இருப்பீங்க. ஆசிரமம் மாதிரி ஏதாவது உண்டா?"

"நான் இமயமலை தொடர்ல இருக்கற ஓர் ஊர்ல ஆசிரமத்துல இருக்கேன். புஷ்கரத்துக்காக இங்க வந்திருக்கேன்??"

"அப்ப இந்த புஷ்கரம் அவ்வளவு பெருசா?"

"நிச்சயமா?"

"நீங்க இருக்கற இடத்துல கங்கை பாயுதுல்ல...?"

"ம்..."

"கங்கையைவிடவா இந்த காவிரி பெருசு...?"

"அப்படி இல்லை! இப்ப காவிரியோடு கங்கையும் கலந்துதான் இருக்கா. கூடவே, பூமில பாயற எல்லா நதிகளும் இப்ப காவிரியில கலந்திருக்கு...?"

"எங்க கலக்குது... காவிரி தண்ணி, அதோட 'ரூட்'ல ஓடிக்கிட்டிருக்கு. அதைக்கூட கர்நாடகாகாரங்க பிடிச்சு வெச்சிக்கிட்டு, 'எங்களுக்குப் போக மிச்சம்தான் உங்களுக்கு!'ன்னு சொல்லிட்டாங்க."

"வருஷத்துல ஒரு மாசமோ... ரெண்டு மாசமோ இங்க இப்படி தண்ணி ஓடும். அவ்வளவுதான்! இப்படியொரு நிலையில் எல்லா ஆறும் கலந்து ஓடுதுன்னா என்ன அர்த்தம்?"

"இதுக்கு நான் சுருக்கமா விளக்கம் சொல்ல முடியாது. சொன்னாலும் புரியாது. விட்ருங்க..."

"சரி... நீங்க புஷ்கரத்துக்கு வந்தீங்க. காவிரி பாயற எவ்வளவோ ஊர் இருக்க... குறிப்பா இங்கே ஏன் வந்தீங்க?"

"எல்லாத்துக்கும் சரியான காரணம் இருக்குப்பா. ஒவ்வொரு ஊருக்கும் ஒவ்வொரு சிறப்பு. இந்த ஊருக்கும் ஒரு சிறப்பு இருக்கு. இங்கதான் கொஞ்சகாலம் நாலு வேதமும் இருந்ததா சொல்வாங்க."

வேதம் படிக்க இது ஏற்ற ஊர்! இங்க உள்ள தட்பவெட்பமும், இந்த மண்ணோட குணமும்... எதையாவது கத்துக்கணும்னு நினைக்கறவங்களுக்கு ரொம்ப உதவியா இருக்கும். அதனாலதான் இளம் சன்னியாசியா காஞ்சி பெரியவர்கூட இங்க வேதம் கத்துக்கிட்டார்..."

"அதை நான் கேள்விப்பட்டிருக்கேன்... போகட்டும். உங்கள்ல... அதாவது, சன்யாசிகள்லகூட பிரிவுகள் இருக்குதா?"

"எல்லாத்தையும் விட்டவங்களுக்குள்ள பிரிவா...? அப்படியெல்லாம் கிடையாது. ஆனா, ஒவ்வொருத்தருக்கு ஒரு வழிமுறை இருக்கு."

"புரியற மாதிரி சொல்லுங்களேன்..."

"சன்னியாசிகள்ல சித்த சன்னியாசி, சுத்த சன்னியாசி, ஆகம சன்னியாசின்னு பல வழிமுறைகள். சித்த சன்னியாசிகள் - சுயம்பு மாதிரி! அதாவது, தங்களுக்கு தாங்களே குருவா இருப்பாங்க. வேதம், ஆகமம், சாஸ்திரம் எல்லாம் இவங்களுக்கு தேவைப்படாது."

"சுத்த சன்னியாசிங்கறவங்க மந்திர உபதேசம் வாங்கிக்கிட்டு. அதை சொல்லிகிட்டே வாழுறவங்க. எதையும் விரும்பவும் மாட்டாங்க... வெறுக்கவும் மாட்டாங்க. போற போக்குல போய்கிட்டு இருப்பாங்க. ஆகம சன்னியாசிங்கறவங்க தினமும் பூஜை செய்து, மந்திரம் சொல்லி முறையா வழிபாடு செய்வாங்க. இவங்க தங்களுக்குன்னு சிஷ்யர்களை உருவாக்கி வெச்சிக்குவாங்க... காஞ்சி பெரியவர் மாதிரி..."

“நீங்க இதுல எந்த ரகம்?”

“நான் காஞ்சி பெரியவர் வழி நடக்கறவன். ஆகம சன்னியாசி.”

“சரி... ஏடுகள் ஏப்பம். அப்புறம் நம்ம குழந்தைக் கடத்தல். அந்த சன்னியாசிகளெல்லாம் எப்படிப்பட்டவங்க?”

“ம்... அகோரிகளாத்தான் இருக்கணும்.”

“இப்ப ஒரு சினிமாகூட வந்துச்சு. ராஜேந்திரா. பார்த்தியா?”

“இல்ல குமரேசா... இவர்கிட்ட எனக்கு முக்கியமா ஒரு கேள்வி இருக்கு. எதை வெச்சு நீங்க ஒருத்தரை மயக்கமடையச் செய்யறீங்க...?”

“நாங்க அப்படியெல்லாம் செய்ய மாட்டோம்; செய்யவும் தெரியாது. அகோரிகள் கூட அப்படி செய்ய மாட்டாங்க. அவங்க வாழ்க்கை முறை ரொம்ப கஷ்டமானது. கோடியில் ஒருவராலதான் ‘அகோரி’யாக முடியும். நிர்வாணம், தியானம், ஏகாந்தம்... இதுதான் அவங்க நிலை.”

“பிணத்தை சாப்பிடுவாங்களாமே... கேக்கவே கண்றாவியா இல்ல?”

“ஆமாம்! உயிர் இருக்கற வரை ஒவ்வொருவரும் சிவம். சிவத்தோட கொம்புதான் உயிர். அது போயிட்டா சவம். சவத்தைச் சாப்பிட்டு, தன்னுள் ஐக்கியப்படுத்திக்குவாங்க. இதனால் இறந்தவர் ஆத்மா திரும்ப பிறக்காதபடி முக்தி அடையும். பூச்சி... புழுவை விழுங்குது, பூச்சியை பறவை விழுங்குது; பறவையை பாம்பு விழுங்குது; பாம்பை கீரி விழுங்குது; கீரியை சிங்கம் - புலி விழுங்குது... இப்படி ஒண்ணுக்குள்ள ஒண்ணு அடங்கறது ஒரு இயற்கை சுழற்சி.

இப்படியொரு சுழற்சி இல்லைன்னா இந்த பூமி இப்ப இருக்கற மாதிரி இருக்காது. இதே மாதிரி ஒரு விஷயம்தான் அகோரிகள் வாழ்க்கையில... நீங்க சொல்ற கண்றாவிங்கறது. இப்படித்தான் வாழணுங்கற கட்டுப்பாடுல இருந்து வந்தது. இவங்க அதை உடைச்சு வாழுறவங்க.”

"உலகத்து விஷயங்கள் இவங்களை எதுவும் செய்ய முடியாது. ஆனா, இவங்க நினைச்சா எதுவும் செய்யலாம். ஆனாலும் செய்ய மாட்டாங்க. இவங்களுக்கு பயம், வெறுப்பு, அருவருப்பு எதுவும் கிடையாது..."

"இப்படியெல்லாம் வாழ முடியுமா?"

"அதான் சொன்னேனே... கோடியில ஒருத்தருக்கு இது சாத்தியம். ஆனா, இதை சரியா புரிஞ்சிக்காம சிலர் 'அகோரிகள்'னு சொல்லிக்கிட்டு தப்பா செயல்படுறாங்க. இவங்க ஒரு வகையில் மனச்சிதைவு ஆனவங்க. அப்படி ஒருத்தர்தான் குழந்தையைக் கடத்தி இருக்கார். ஏடுகளையும் எடுத்துக்கிட்டு போயிருக்கார்."

"இவ்வளவு விஷயம் இருக்குதா... போகட்டும்! ஆமா... இவங்க இப்படி நடந்துக்க காரணம்?"

"போகப் போக நிச்சயம் தெரியும்."

இப்படி பேசிக்கொண்டே பயணித்ததில் அந்த ஊரும் வந்துவிட்டது. அதன் எல்லையில் நுழையும்போதே ஒருவித வாசம் அடித்தது. தூரன் என்கிற பரதேசி சன்னியாசி அதை உணர்ந்தவராய் ஜீப்பை நிறுத்தச் சொன்னார். ஜீப்பும் நின்றது. அருகில் ஒரு தென்னந்தோப்பு! இரவு நேரத்தில் ராட்சத மனிதர்கள், தலைவிரி கோலமாய் ஆடுவது போல காட்சி தந்தது.

அந்த தோப்புக்கு வேலி போடப்பட்டு, ஓர் இடத்தில் கதவுகள். அவை பூட்டப்பட்டிருந்தன. பக்கவாட்டிலே வேலி பிய்ந்து துவாரம் இருந்தது. நின்று அதைப் பார்த்தவர், அதன் வழியாக உள்ளே புகுந்தார். 'செல்போன் டார்ச்' ஓரளவு வழி காட்டியது. குமரேசனும், ராஜேந்திரனும் பின்தொடர்ந்தனர்.

"என் கூட வாங்க... குங்கிலிய வாடை வீசுது. கூடவே விபூதி வாசம். அவங்க இங்க பக்கத்துலதான் இருக்கணும்."

"எங்களுக்கு எந்த வாசனையும் தெரியலியே சாமி" என்றான் குமரேசன்.

“பெரும்பாலும் ஜனங்களுக்கு ‘போக’ உடம்பு. உப்பு, புளி, காரம்னு சாப்பிட்டு கோள்களோட பிடியில் இருக்கும். அந்த போக உடம்புக்குள்ள நுட்ப சக்தி செயல்படாது. எனக்கு ‘யோக’ உடம்பு. நுட்ப சக்தியைச் செயல்படுத்த கத்துகிட்டவன் நான். அதனால என்னால் வாசனையை உணர முடிஞ்சது.”

“காக்கை, குருவி, தேனீ, நாய்னு சில உயிரினங்களுக்கும் இந்த சக்தி உண்டு. பூமியில் மாற்றம் ஏற்படும்போது அதை உணரும். அதனாலதான் சுனாமி மாதிரி இயற்கைப் பேரழிவு வருவதற்கு முன்னால் அவை உணர்ந்து படபடப்போட நடந்துக்கும்.”

அந்த இரவிலும் விளக்கம் அளித்தபடியே நடந்தார். குமரேசன் மேல் தொடக்கத்தில் சந்தேகம் இருந்தது. இப்போது அது இல்லை. தடுமாற்றமே இல்லாமல் பேசி வருவது ஒன்றே. அவர் மிகத் தெளிவானவர் என்று தெரிவித்துவிட்ட நிலையில் தோப்புக்குள் நெடுந்தூரம் நடந்த அவர்கள் ஒரு கட்டத்தில் தீப்பந்த வெளிச்சத்தைக் கண்டனர்.

ஒரு கிணறு - அருகில் ‘பம்பு செட்’ அறை அதற்கு பக்கத்தில் குடிசை. குடிசைக்கு வெளியே பசுமாடும், எருமை மாடும் கட்டப்பட்டிருந்தன. அங்கே சிலர் காணப்பட்டனர். சிறு பீடம் போல் தெரிந்த இடத்தின் மேல் ஆஷா, அசையாமல் உட்கார்ந்திருக்க... கோவில் சிலை போல அலங்கரிக்கப்பட்டிருந்தாள்.

அவள் முன் தூபதீப வாசனை. அவளுக்கு முன் பத்மாசனத்தில் கண்களை மூடி தியானிக்கும் நிலையில் ‘அகோரி!’

***

# 21

> **“உன்னுள்ளும் நானிருக்கிறேன்;**
> **உணருவதற்கு விதி வேண்டும்!**
> **நல்ல மதி, நல்ல விதி, நல்ல நிதி,**
> **நல்ல கதி நானே... நானே!!”**

**க**ண்களை மூடிக்கொண்டு அமர்ந்திருந்த அந்த அகோரியைப் பார்த்த நொடி, ராஜேந்திரனிடம் படபடப்பு! அப்படியே ஆஷாவை அலங்காரக் கோலத்தில் சிலை போல் பார்க்கவும் படபடப்பு பல மடங்கானது.

“குமரேசா... அதோ... அதோ... விடக்கூடாது இவங்களை...” - என்று கத்திக்கொண்டே, ஓடப் பார்த்த ராஜேந்திரனை இழுத்துப் பிடித்து தடுத்ததோடு வாயையும் பொத்தினான் குமரேசன். தூரன் என்ற பரதேசிச் சித்தரும், “பதற்றம் வேண்டாம் தம்பி... இப்ப நாம் ரொம்ப பக்குவமா நடந்துக்கணும்” என்றபடி அருகில் இருந்த வைக்கோல் படப்பின் பின்னால் அவர்களோடு போய் நின்று கொண்டார்.

“சாமி... என்ன இது? நாம் இப்படி ஒதுங்கி நின்னு அங்க நடக்கறதைப் பாக்கறதுக்கா வந்திருக்கோம். இவங்கள விடக்கூடாது சாமி...” - என்று குமரேசனும் குமைந்தான்.

“உண்மைதான் தம்பி! ஆனா, அந்தப் பொண்ணு இப்ப மந்திரக் கட்டுல இருக்கறா. அகோரியை நீங்க எதாவது செய்யப் போக... அவ கட்டை நீக்காம அவன் விட்டா... அப்புறம் அது புது பிரச்சினையாயிடும்.”

“இப்படி ஒரு கோணம் இருக்கா? சரி... இப்ப என்ன செய்யலாம்?”

“கொஞ்சம் பொறுமையா இருங்க. நடக்கறதைப் பார்ப்போம். இந்த மாதிரி பூஜைகள் எந்த நிலையிலேயும் பகல் பொழுதுக்கு போகாது. நிச்சயம் மூணு மணிக்குள்ள முடிஞ்சிடும். இப்ப உங்க பொண்ணு யாரோ கிடையாது. சக்தியோட அம்சமான ‘பாலா’வா அவ இருக்கா!”

“அதனால எங்களுக்கு என்ன சாமி பிரயோஜனம்?”

“எல்லாராலேயும் தெய்வீக நிலையை அடைய முடியாது. அதுக்கு ‘யோக’ உடம்பு வாய்க்கணும். பிறக்கற நேரமும் ரொம்ப முக்கியம்.”

“என்னென்னமோ சொல்றீங்க! ஆனா, ‘என்ன பிரயோஜனம்?’ன்னு கேட்டா பதில் சொல்ல மாட்டேங்கிறீங்களே...?”

“ஒரே ஒரு விஷயம் மட்டும் சொல்றேன். இப்ப அவ போய் தொட்டா... பிணத்துக்கும் உயிர் வந்துடும்...”

“சாமி...”

“குரலை ஒசத்தாதே! நடக்கறதைக் கவனி.”

“தப்பா எதாவது நடந்துட்டா...?”

“தப்பு, சரி எல்லாம் பார்வையைப் பொறுத்த விஷயம். தைரியமா இருங்க. நான்தான் கூடவே இருக்கேனே...?”

தூரன் சாமி அவர்களை அடக்கியவராக அறுபது மீட்டர் தொலைவிலான அந்த பூஜையைப் பார்த்தபடியேதான் பேசினார்.

ஆஷா சிலை போல் அமர்ந்திருந்தாள். பட்டு உடையில், பின்னி விடப்பட்ட ஒற்றைச் சடையில், நெற்றியின் வகிட்டில்

தங்கச்சுட்டி தொங்கும் நிலையில், குங்குமப் பொட்டு அவளின் சிறிய வயதை பல மடங்கு அதிகரிக்கச் செய்திருந்தது. ராஜேந்திரனுக்கு ஏதோ கனவு காண்பது மாதிரிதான் இருந்தது. அங்கே அகோரியைக் கடந்து மேலும் சிலர். அவர்கள் சட்டை அணியாமல், இடுப்பில் வேட்டி - துண்டு கட்டி மிகப் பணிவான பக்தர்கள் போல் இருந்தனர். கூர்ந்து பார்க்கவும் தான் தெரிந்தது... அவர்களில் ஒருவர் முன்னாள் எம்.எல்.ஏ!

“அடப் பாவி... இவன் எதுக்கு இங்கே வந்தான்?” என்று குமரேசன் அதிர்ந்திட,

“யார் குமரேசா... யார் அது?” என்ன ராஜேந்திரனும் கேட்க, “எம்.எல்.ஏ.வா இருந்தவன். அப்படி இருந்தப்ப கோடி கோடியா சுருட்டினவன். நீ சென்னைக்குப் போயிட்டதால் உனக்கு தெரியல...” என்றான் குமரேசன்.

இருவரும் பேசிக்கொண்ட அந்தத் தருணத்தில் ‘மாஜி எம். எல்.ஏ.’, ஆஷாவைச் சுற்றி வந்து வணங்கத் தொடங்கினான்.

“என்ன சாமி இது... சுத்தி வந்து கும்பிடுறாங்க...?”

“ஆமா... நான்தான் சொன்னேனே! உங்க பொண்ணு இப்ப ‘பாலா’. அதான் அவங்க கும்பிடுறாங்க.”

“சாமி கும்பிட எதுக்கு இந்தத் திருட்டுத்தனம்?”

“இது பிரத்தியேக வழிபாடு. சுத்தி வர்றவருக்கு ஏதோ கோரிக்கை இருக்கு. அது நிறைவேறத்தான் வழிபாடு செய்யறாரு.”

“இப்படி செய்தா கோரிக்கை நிறைவேறிடுமா?”

“பூஜை மிகச் சரியா நடந்தா நிறைவேறும்!”

“மிகச் சரியான்னா?”

“அதுக்குன்னு விதிமுறைகள் இருக்கு. அதன்படின்னு அர்த்தம்.”

“எல்லாத்துக்கும் ஒரு பதில் சொல்லிடுறீங்க. சாமிங்கறது ரொம்ப பெரிய விஷயம். இப்படி திருட்டுத்தனமான பூஜைக்கு அது வசப்படுதுன்னா எப்படி சாமி?”

பதில் கூறாமல் சிரித்தார் தூரன் சாமி. அப்போதுதான் இன்னொரு அதிசயத்தையும் அவர்கள் காணத் தொடங்கினார்கள். அகோரி கண் விழித்து எழுந்து ஓடத் தொடங்கிவிட்டான். அது ஒருவித ஆட்டம். சுற்றிச் சுற்றி வந்து, உடுக்கை சப்தம் கேட்டு, 'அரூபவர்'கள் போல ஆடத் தொடங்கினான்.

"சாமி... நான் இந்த மாதிரியெல்லாம் சினிமால மட்டும்தான் பார்த்திருக்கேன்" என்ற குமரேசன் முன்னால் தூரன் சாமி, மூக்கைச் சற்று சிணுப்பினார்.

"என்ன சாமி?"

"ஏதோ வாடை..."

"வாடையா... எனக்கு தெரியலியே!"

"இது பாம்பு வாடை."

"பாம்பு வாடையா... என்ன சாமி சொல்றீங்க?"

"சாமி வந்துட்டாருன்னு நினைக்கிறேன்."

"எந்த சாமி... நீங்க பேசுறதே புரியலியே..?"

"பதஞ்சலி சித்தர் வந்துட்டார்."

"பதஞ்சலி சித்தர் சாமியா?"

குமரேசன் புரியாத பாவனையோடு கேட்ட அந்த விநாடிகளில், ஆஷாவின் பின்னால் இருந்து தலை நிமிர்த்தியது ஐந்து தலை நாகம். அதனிடம் ஆடாத... அடங்காத சீற்றம். அதைப் பார்த்த குமரேசனிடம் விக்கிப்பு. ராஜேந்திரனுக்கோ அது மூன்றாவது தரிசனம்.

தலை நிமிர்த்திய நாகத்தைப் பார்த்த அகோரியும் ஆட்டத்தை நிறுத்திக்கொண்டு அச்சப்பட ஆரம்பித்திருந்தான். அதனிடமோ சீற்றமோ சீற்றம்!

"நான் சொல்லலை. சாமி வந்துட்டாருன்னு. இனி நமக்கு கவலையே இல்லை... பயப்படாதீங்க. இனிமேல் அவர் பார்த்துக்குவார்" - என்றார் தூரன் சாமி. 'மாஜி எம்.எல்.ஏ.'வும்,

மற்றவர்களும் ஓடத் தொடங்கினர். குமரேசனுக்கு எல்லாமே பிரமிப்பாய் இருந்ததால் சட்டென்று செல்போனை எடுத்து அப்படியே படம் பிடிக்க முனைந்தான்.

அந்த நொடியே அஞ்சு தலை நாகம் மறைந்து, ஆஷா மட்டும்தான் திரையில் தெரிந்தாள்.

'இது என்ன புது விதமான மாயை?' என்று அவன் நினைத்த கணம்... அகோரி அலறிக்கொண்டு கீழே விழுந்து உருள ஆரம்பித்தான். அதைக் கவனித்த தூரன் சாமியும், "இப்ப போலாம்... வாங்க..." என்று ஆஷா அமர்ந்திருந்த மேடை நோக்கி நடக்கத் தொடங்கினார்.

கீழே கிடந்த தென்னை மட்டைகள் இடறியதில் குமரேசன் விழுந்து, கைபேசியும் எங்கோ போனது. ராஜேந்திரனோ தடுமாறினாலும், அந்த இடத்தைக் கடந்து ஆஷாவை நெருங்கிவிட்டான். அவளிடமும் ஒரு கலைவு! தன்னை நெருங்கிய உருவத்தை முதலில் யாரோ மூன்றாவது நபரை பார்ப்பது போல் பார்த்தவள், பிறகு "அப்பார்..." என்று இரு கைகளை நீட்டியபடியே வேகமானாள்.

"ஆஷா..." - என்று ராஜேந்திரனும் அவளை கட்டிக் கொண்டான். தூரன் சாமியும் அவ்வளவையும் பார்த்தவராக... வாயில் நுரை கக்கியபடி தலையில் கிடந்த அகோரியைப் பார்த்தார். மெல்ல அவனிடம் உயிர் பிரிந்தது. சுற்றி எரியும் தீப்பந்த வெளிச்சத்தில் அதை நன்றாகவே பார்க்க முடிந்தது. அவன் காலில் குறிப்பிட்ட இடத்தில் பாம்பு கடித்த தடம். குமரேசனும் தவறவிட்ட செல்போனுடன் மெதுவாக வந்து சேர்ந்தான்.

"என்னாச்சு... இந்த ஆள் ஏன் சுருண்டு கிடக்கிறான். அந்த பாம்பு எங்க?" என்று அவனிடம் பல கேள்விகள்.

"அஞ்சு தலை பாம்புதான் பதஞ்சலி சித்தர் சாமி. இவங்க வீட்டு பெட்டியைக் காவல் காத்தவர்."

“சாமி... நீங்க இதுக்கு முந்தி சொன்னப்ப நான் நம்பல. ஆனா, இப்ப நம்புறேன். இதை நினைச்சாலே மிரட்டலா இருக்கு. ஆமா... எங்க அவர்?”

“கடமை முடிஞ்சது... போயிட்டார். அந்த ஏடுகளும் இங்கதான் எங்காவது இருக்கணும்.”

“பக்கத்துல இருக்கறது பம்பு செட் அறைதான். ஒருவேளை அதுக்குள்ள இருக்குமோ?”

“அப்படித்தான் இருக்கணும். என் ‘மனக்குறிப்பு’ல தெரிஞ்ச இடமும் இதுதான். பாருங்க... பக்கத்துல தண்ணீர்; இரும்பாலான மோட்டார்...” - அவர் காட்டிக் கொண்டே அந்த அறை கதவைத் திறந்து எட்டிப் பார்த்தார். அங்கே சுருண்டு படுத்திருந்தாள் தெய்வானை. பக்கத்திலேயே பெட்டியில் இருந்து எடுத்து வந்திருந்த ஏடுகள் மூட்டையாக கட்டப்பட்ட நிலையில்! ஆஷாவை அணைத்தபடியே வந்த ராஜேந்திரன், மனைவியைப் பார்க்கவும்... மகளை கீழே இறக்கிவிட்டவனாக, ‘தெய்வானை’ என்று வெடிப்புக் குரலோடு அவளை நெருங்கி எழுப்ப முயன்றான்.

கன்னத்தில் தட்டி, தோளைக் குலுக்கி பலவாறு முயன்றதில் கண்களைத் திறந்தாள் தெய்வானை. எதிரில் தெரிந்த ராஜேந்திரன்.

முகத்தைப் பார்த்து வியர்த்தாள்.

“நீங்களா...?” என்று எழ முயன்றாள். ராஜேந்திரனும் ஒத்துழைத்தான். எழுந்து நின்றவள்,

“நீங்க எப்படி வந்தீங்க?” என்றும் கேட்டாள்.

“நாங்க வந்தது இருக்கட்டும்! நீ எப்படி வந்தே... தெய்வானை?”

“என்னை ஒரு சித்தர் சாமிதான் கூட்டிட்டு வந்தாருங்க...”

“பதஞ்சாலி சித்தர்தானே?” - தூரன் சாமி கேட்க...

“அவரேதான்... அவரேதான்!” என வேகமாய் ஆமோதித்தவள்.

"ஆமா... அங்கம்மா எங்க?" என்று கேட்க... சற்று தள்ளி ஒரு கோணிக்குக் (சாக்கு) கீழ் அவள் மயங்கிக் கிடப்பது தெரிந்தது. அவளையும் தட்டி எழுப்பினார்கள்.

"ஆமா... என்ன நடந்தது தெய்வானை?"

"அதை ஏன் கேட்கிறீங்க...? உங்களுக்காகவும், உங்க போனுக்காவும் நான் காத்திருந்து சோர்ந்துட்டேன். அப்பதான் சித்தர் சாமி வந்து... 'வா என் பின்னால!'ன்னு இங்கே கூட்டிட்டு வந்தார். என் பின்னாலேயே அங்கம்மாவும் வந்துட்டா..."

"இங்க எப்படி வந்தே?"

"நடந்துதான்..."

அந்தப் பதில் ராஜேந்திரனை நம்ப முடியாதபடி செய்தது. "தெய்வானை... நாங்க நம்ம ஊர்ல இருந்து ஒரு மணி நேரத்துக்கும் மேல 'போலீஸ் ஜீப்'ல வந்தோம். நீ நடந்து வந்ததா சாதாரணமா சொல்றியே... எப்படி?"

"சத்தியமா நடந்துதான் வந்தேன். பேசிக்கிட்டே வந்ததுல பசியும் தெரியல. எந்த கஷ்டமும் தெரியலைங்க..." - அவளது பதிலை ஓர் அதிசயமாக ராஜேந்திரனை கருதவும், தூரன் சாமி இடைமறித்தார்.

"எந்த சித்தர் சாமிகளோடு நடந்தாலும்... நமக்கு களைப்பு தெரியாது. நமக்கே தெரியாம நம்மை அவங்க இயக்கி, கூட்டிட்டுப் போயிடுவாங்க. அவங்களோட அஷ்டமா சித்துக்கு முன்னால இதெல்லாம் ஒண்ணுமே இல்ல. அதுலேயும் பதஞ்சலி சித்தர் சாமி அசாதாரண சக்தி கொண்டவர்."

"சரி... இங்க ஏன் மயங்கி கிடந்தே?" - மனைவியிடம் கேட்டான்.

"நாங்க இங்க வரவும், சாமிய திடீர்னு காணோம். நான் ஆஷாவைப் பார்த்துட்டு ஓடினேன். உடனேயே இங்கே இருந்த இந்த அகோரி ஆட்கள் என்னை குண்டுகட்டா தூக்கிட்டுப் போய்

முகத்துல துணியை வெச்சு அமுக்கினாங்க. நான் மயங்கிட்டேன். அங்கம்மாவையும் அப்படித்தான் செய்திருக்கணும்" என்றாள்.

அங்கம்மாவும் அதை ஆமோதித்தாள். அப்படியே... "ஆட்டமா ஆடினவன் இப்படி விழுந்து கிடக்கறானே...? உடம்பும் 'நீலம்' பாரிச்சிப் போயிருக்குதே! சாமிதான் இவனை இப்படி செய்திருக்கணும்" என்றும் கூறினாள்.

"சரி... நீங்க எப்படி வந்தீங்க?" என்று தெய்வானை கேட்கவும், "உனக்கு ஒரு சித்தர்னா எனக்கு இதோ தூரன் சாமி..." எனக் கை காட்டினான்.

இது எதிலும் கவனத்தை செலுத்தாமல் ஏட்டுக் கட்டு மூட்டையை அவிழ்த்து, அதில் இருப்பதை படிக்க முனைந்தான் குமரேசன்.

"இது படிக்கற நேரமா...? எல்லாத்தையும் எடுத்துக்கிட்டு புறப்படுவோம்ப்பா..."

"புறப்பட்டுதானே தீரணும்! அதே நேரம் இவர் உடம்பை இப்படியே விடக்கூடாது! 'இவங்க இங்க வந்தது எதுக்கு? இந்த இடம் யாரோடது?'ன்னு விடிஞ்சா உனக்கு நிறையவே வேலை இருக்கு ராஜேந்திரா..."

"அதை ஒரு பக்கம் செய்யும்போதே எங்களை கொஞ்சம் வீட்டுக்குக் கொண்டு போய் விட்டுடு. முதல்ல வீட்டுக்குப் போய் 'அக்கடா...'ன்னு உக்காரணும். பொழுது விடிஞ்ச உடனேயே சென்னைக்குப் புறப்பட போறேன். வீட்டை இப்போதைக்கு விற்கப் போறதில்ல. கொஞ்சநாள் அப்படியே இருக்கட்டும்..." என்று படபடப்பாக பேசிய ராஜேந்திரனைப் பார்த்து சிரித்த தூரன் சாமி, 'தம்பி... உனக்கு இனிதான் பெரிய கடமைகள் இருக்கு. இப்ப நடந்தது ஒண்ணுமே இல்லப்பா...' என்றார்!

பகீரென்றது தெய்வானைக்கு!

***

# 22

> "அசைவெல்லாம் நான்;
> இசைவெல்லாமும் நான்!"

தூரன் சாமி சொன்னதைக் கேட்ட தெய்வானை முகத்தில் அதிர்ச்சி பரவத் தொடங்கியது. ராஜேந்திரனும் அதிரத்தான் செய்தான்.

"ஐயோ சாமி... போதும்! நான் ஊருக்குப் போயே ஆகணும். ஒரு நாளைக்கு நூறு பேருக்கு குறையாம 'பேஷண்டு'ங்க என்னைப் பார்க்க வருவாங்க. அவ்வளவு பேருக்கும் குடும்ப டாக்டர் வேற! நான் இல்லாத இந்த நாலைஞ்சு நாளாவே அவங்க ரொம்ப கஷ்டப் பட்டிருப்பாங்க. சிலர். வேறு டாக்டருக்குக் கூட மாறி இருப்பாங்க" - என்று தன் நிலையை பதற்றத்தோடு சொல்லவும் செய்தான்.

"தம்பி... உன் கையில அந்த தன்வந்திரி பகவானையே ஏடு வடிவத்துல வெச்சுருக்கே! உனக்கு கிடைச்சிருக்கற ஏடுகள் முன்னால இந்த இழப்புகள் ஒண்ணுமே இல்லப்பா..." என்றார் தூரன் சாமி.

"போதும் சாமி... போதும். ஏடுகளை நீங்க வேணா எடுத்துக்கிட்டுப் போங்க இதைப் படிச்சு புரிஞ்சுக்க இவர் ஒண்ணும்

சித்த வைத்தியர் கிடையாது. நாங்க ஊருக்குப் போனா போதும். இன்னொரு தடவை இந்த மாதிரி பிள்ளையைத் தொலைச்சிட்டு அவஸ்தைப்பட முடியாது" - என்று தெய்வானையும் தன் பங்குக்கு பேசினாள்.

"எதுவா இருந்தாலும் காலையில பேசிக்கலாம். இனி இங்க இருக்க வேண்டாம்" - என்ற ராஜேந்திரன் புறப்படத் தயாராகி, அருகில் நின்றிருந்த ஆஷாவை தூக்கிக்கொண்டு நடக்கத் தொடங்கினான்.

அங்கே கீழே நீலம் பாரிச்சு கிடக்கும் அகோரி உடம்பைப் பார்த்தாள் அவள். மறுகணம் என்ன நினைத்தாளோ?

"டாடி... என்னை இறக்கி விடுங்க..." என்றாள்.

"எதுக்கும்மா?"

"பாவம் இவன்!"

"யாரைச் சொல்றே?"

"இதோ கீழே புளு கலர்ல கிடக்கானே... இவன்தான்!"

"இவன் உன்னை கடத்தினவன். இவனுக்கா பரிதாபப்படுறே?"

"இவனும் என் குழந்தைதானே?"

ஆஷா அப்படி சொல்லவும் தெய்வானைக்கு 'சுரீர்' என்றது. அதற்குள் திமிறிக்கொண்டு ராஜேந்திரன் தோளில் இருந்து இறங்கினாள். அகோரி அருகே போய் பாம்பு கடித்த தடத்தை உற்றுப் பார்த்தாள். ராஜேந்திரனுக்கும், தெய்வானைக்கும் அந்த செயலில் புரிதல் இல்லை.

'பெரிய மனுஷி போல் அவள் பேசியது எப்படி?' என்று தெரியாத நிலையில் அகோரியின் காலடியில் அமர்ந்த ஆஷா, பாம்புப் பல் பட்ட சிவந்த புள்ளிகள் போன்ற இடத்தை தன் கையால் வருட ஆரம்பித்தாள்.

"என்னம்மா பண்றே?"

"இவனை எழுப்புறேம்ப்பா!"

"எழுப்புறியா... இவன் செத்துட்டான்ம்மா."

"இல்லேப்பா... 'சப்த நாடி'யில ஒரு நாடி இன்னும் அடங்கல. அது துடிச்சிக்கிட்டுதான் இருக்கு."

"சப்த நாடியா... என்னம்மா உளறுறே?"

ராஜேந்திரன் கேட்டதை ஆஷா சட்டையே செய்யவில்லை. தொடர்ந்து அகோரியின் காலை வருடிபடியே இருந்தாள். ராஜேந்திரனுக்கு கோபம் வந்தது.

"ஆஷா... இப்ப வரப்போறியா இல்லையா?" என்று அதட்டலோடு அவளை தூக்கச் சென்றவனை தூரன் சாமி தடுத்துவிட்டார்.

"ஏன் சாமி?"

"அவ இப்ப உங்க பொண்ணு இல்ல... அந்த பாலா!"

"பாலாவா?"

"பொறுமையா இருங்க. நடக்கிறதைப் பாருங்க. இப்ப இங்க சில அதிசயங்கள் நடக்கப் போகுது."

அவர் சொன்னது போலவே அதிசயங்கள் நடக்கத் தொடங்கிவிட்டன. நீலம் பாரிச்சிருந்த அகோரியின் உடம்பில் அது மாறத் தொடங்கியது. மாறாக... ஆஷாவின் கை இரண்டும் நீலமாக மாறி விட்டிருந்தது. கூடவே மவுனமாய் சகலத்தையும் பார்த்தபடி இருந்த சப்-இன்ஸ்பெக்டர் குமரேசன் பிரமிக்கத் தொடங்கினான். வேகமாய் தன் 'செல்போனில்' ஆஷாவின் செயல்பாட்டை படம் பிடிக்கத் தொடங்கினான்.

அகோரி உடம்பில் மெல்லிய அசைவுகளும் உருவாகத் தொடங்கின. தூரன் சாமி கைகளை கூப்பி வணங்கத் தயாரானார். தெய்வானை பதறியவளாக ராஜேந்திரனை நெருங்கினாள். அவனை இறுக்கமாக பற்றிக்கொண்டு ஆஷாவையே பார்த்தாள்.

என்னே ஆச்சரியம்?

அகோரி மெல்ல கண் விழித்தான். புது உலகைப் பார்ப்பது போல் பார்த்தான். ஆஷா அவனைப் பார்த்து சிரித்தாள்.

சிரிக்கும்போது அவளது உடல் முழுவதும் நீல நிறமாக மாறி விட்டது. அகோரி திருதிருவென விழித்தான்.

"ஆஹா அற்புதம். அற்புதம். அம்மா... அந்த காலத்துல திருஞான சம்பந்தர், பூம்பாவையோட அஸ்திக் கலசத்தை வெச்சே திரும்ப அவளுக்கு உயிர் வரவழைச்சார்னு படிச்சிருக்கேன். அதைப் போல ஒரு சம்பவத்தை இப்பா பார்க்கிறேன். தாயே என்னை ஆசீர்வாதம் பண்ணு" - என்று தூரன் சாமி கைகளை கூப்பியபடி தலையும் குனிந்தார்.

அகோரி முயன்று எழுந்து நின்றான். சுற்றி இருப்பவர்களை எல்லாம் ஒரு மாதிரி பார்த்தான். குமரேசனுக்கு மட்டும் அவனைப் பிடிக்க வேண்டும் என்று கடமை நிமித்தமாக தோன்றியது. வேகமாய் வந்து அவன் கையைப் பற்றியவனாக...

"யாருடா நீ...? இந்த குழந்தையைத் தூக்கிட்டு வந்து எல்லாரையும் பாடாபடுத்திட்டியே! உன் பேர் என்னடா?" என்று கடுமையாக கேட்க ஆரம்பித்துவிட்டான்.

"மாமா... அவனை விட்ருங்க. அவன் போகட்டும்" என்றாள் ஆஷா.

"இவனையெல்லாம் விடக் கூடாதும்மா: உன்னை கடத்தின மாதிரி நாளைக்கு இன்னொரு பொண்ணை கடத்துவான்."

"மாட்டான்! இது இவனுக்கு மறுஜென்மம். இப்ப பழைய சந்தன் லால்ங்கற ஜிட்டு, அகோரி இல்ல. வேற ஆத்மா. புஷ்கரத்துல நீராடினதால பழைய பாவங்கள் போய்... என்னை வசியப்படுத்த பூஜை செய்ததால் புண்ணியத்துக்கும் ஆளாகிட்டான்" - என்றவள்.

அடுத்து அகோரியைப் பார்த்து பேசத் தொடங்கினாள்.

"ஜிட்டு... எந்த சக்தியை அடையவும் ஆசைப்படாதே! ஆசைப்பட்டாலே நீ அகோரியா இருக்க முடியாது. அகோரங்கறது அச்சமே இல்லாத தைரியமான நிலை. பசியோட ஒரு புலி கடிக்க வரும்போது, இந்தா... என் காலை எடுத்துக்கோன்னு அதுகிட்ட

கொடுக்கற அளவுக்கு தைரியமான... நான் - எனதுங்கற பற்றுகள் இல்லாத மனநிலைதான். அதுக்கான முயற்சி செய். நீ விரும்புற சிவ சித்தி உனக்குள் உண்டாகும்."

ஆஷா பேசிய பேச்சு எல்லோரையும் அப்படியே கட்டிப் போட்டுவிட்டது. அகோரியும் கண்ணீர் மல்க அவளை வணங்கலானான்.

"வாங்க போகலாம்..." - என்று ஆஷாவும் போலீஸ் வாகனம் நோக்கி நடந்தாள்.

குமரேசன் அந்த குளிர் இரவிலும் வியர்த்திருந்தான்!

விடிந்து விட்டது. சற்றே தூக்க கலக்கத்தோடு வந்த திருவேங்கடத்தை அவன் தந்தையான ஆச்சாரி வெறுப்போடு பார்த்தார்.

"என்னய்யா அப்படி பார்க்கறீங்க?"

"விடிய விடிய அப்படி என்னப்பா சோலி...?"

"சொல்றேன்ய்யா! நான் எப்பவும் கூட இருக்கணும்னு சாமி ஆசைப்படுறாரு. காணாம போன பொண்ணு ஏடுகளும் இவரோட திருஷ்டிக்கு அகப்படல. அதெல்லாம் இப்ப இந்த ஊர்லயே இல்லேங்கற மாதிரிதான் தெரியுது."

"அப்படிதான் எனக்கும் தோணுது. நீ இல்லாத நிலையில் சப்-இன்ஸ்பெக்டரும், டாக்டர் தம்பியும் வந்தாங்க. நானும் எல்லாத்தையும் போட்டு உடைச்சிட்டேன்."

"எல்லாத்தையும்ன்னா?"

"தங்கத்தை களவாண்டதுல இருந்து ஆத்துல போட்டது வரை எதையும் விடல."

"ஏன் சொன்னீங்க... அதுவும் போலீஸ்கிட்ட?"

"பைத்தியகாரா... அந்த குமரேசன் எதையும் நம்பாம பேசுறான். அவன் அப்படிதான் பேசுவான். இங்க நடக்கறதோ

நம்ப முடியாத விஷயங்கள். இப்ப நீ அந்த சாமியாரோடு சேர்ந்து சுத்தறதை அவன் பார்த்தாலும் தப்பா நினைக்க மாட்டான்."

"நம்ப முடியாத விஷயங்கள்னு நீங்க சொன்னது ரொம்பவே சரிங்கய்யா! வழக்கமா நம்ம ஊருக்கு சாமியாருங்களும், சித்தருங்களும்தானே வருவாங்க? இந்த தடவை அகோரி ஒருத்தன் வந்திருக்கான்."

அவனுக்கு உதவி செய்ய 'லோக்கல்' மாஜி எம்.எல்.ஏ.வுல இருந்து பல பேருங்க திட்டம் போட்டுதான் டாக்டரோட மகளைக் கடத்தி இருக்காங்க. அந்தப் பொண்ணும் சாமியாம்ல! பாலாவோ என்னவோ பேர் சொன்னாங்க...

"பாலாதான். பாலாவேதான்! பார்க்கவே நமக்கு கொடுத்து வெச்சிருக்கணும்."

"இதையேதான் சாமியும் சொன்னாங்க. குளிச்சி சாப்பிட்டுட்டு வந்துடுறேன்னுதான் வந்திருக்கேன். இன்னிக்கு எதையாவது பண்ணி... பொண்ணை கண்டுபிடிக்கணும். அப்படியே ஏடுகளையும்! அதுதான் சாமிக்கு இப்ப தேவை. நமக்கும் அதுதானேய்யா வேணும்."

"ஆமா! 'கொக்குக்கு மதி, மீன் மேலே'ங்கற மாதிரி உன் கவனமெல்லாம் அதுலயேதான் இருக்கணும்."

"சரிய்யா... நான் குளிச்சிட்டு வந்துடுறேன்."

"அதுக்கு எங்கே போறே?"

"கேணியில் முழுக்குப் போடத்தான்!"

"போடா போ. ஆத்துக்கு போய் அங்க முழுக்கு போடு. புஷ்கர காலம் 18 நாள் அதுல இப்ப 5 நாள்தான் கழிஞ்சிருக்கு. இதுல ஒரு நாள்கூட விடாதே!"

"புஷ்கரம் ஒரு நாள் தானேய்யா...?"

"கல்யாணத்துல தாலி கட்டுற மாதிரி அது ஒரு நிகழ்வு. அதையொட்டி நிறைய சடங்குகள் நடக்கிறது போல 18 நாளும்

ஆத்துல நாம கும்பிடு போடணும். திரும்ப இப்படியொரு காலம் வர 144 வருஷம்ல காத்திருக்கணும்."

"ஆத்தாடி... 144-ன்னா நாம் உயிரோடு இருக்க முடியாதே?"

"ஆமா... அதனால இப்பவே போயிட்டு வந்துடு."

"போ... போய்யா! முழுக்குப் போட்டுட்டு சாமிகிட்ட போ. அவர் நிச்சயம் எதாவது செய்வாரு..."

மகனுக்கு ஆச்சாரி சொல்வதை மனைவி எதார்த்தமாக கேட்க நேர்ந்தது.

அவள் முகத்தில் சலனம். இருவர் எதிரிலும் வந்து நின்றாள். அவளைப் பார்க்கவும் இருவர்களும் சலனப்பட்டார்.

"நீங்க இவனுக்கு இப்படிச் சொல்லித் தர்றது எனக்கு சரியா படல..." - என்று கடிந்தாள்.

"என்ன சரியா படல?"

"எதுக்கு இந்த தங்க ஆசை? உங்களைப் போல நூறு பேர் இருந்தா... இதுல சரிபாதி பேருக்கு இப்படியொரு புத்தி இருக்கு. உங்க பாட்டன் ஆசைப்பட்டு, இதே டாக்டர் தம்பி வீட்ல இருக்கற ஏடுகளை திருடப் போய் என்ன ஆச்சுன்னு தெரியும்தானே?" - திருவேங்கடத்தின் தாய் ஒரு புது விஷயத்தை சொன்னது போல் தோன்றியது அவனுக்கு.

"யம்மா... என்ன சொல்றே நீ?"

"ஆமாய்யா... ரசவாதம் கத்துக்கறேன்னு உன் தாத்தன், கிறுக்காகி... ஓடுற இந்த காவிரி ஆத்துல குதிச்சு உடம்புகூட கிடைக்கல."

"ஐயோ... இதெல்லாம் எனக்கு எதுவும் தெரியாதே?"

"நானும்..." 'எதுக்கு பழைய குப்பையைக் கிளறிக்கிட்டு?'ன்னுதான் சொல்ல!'

"ஏ புள்ள... நீ போ உள்ள! காலம்பூரா இந்த ஊது குழலால ஊதிக்கிட்டே கிடக்க சொல்றியா என்ன? தலைமுறை

தலைமுறையா தங்கத்தோடுதான் கிடக்கோம். ஆனா, நமக்குன்னு சொந்தமா நூறு பவுன் இருக்குமா?"

"அதுக்காக ஆபத்துல இறங்கறதா?"

"இதோ பாரு... புரியாம பேசாதே! இவன் தனியா எதையும் செய்யப் போறதில்லை. கூட குருநாதர் ஒருத்தர் இருக்கார். நானும் இருக்கேன். பிறகென்ன?"

ஆச்சாரி விடுவதாக இல்லை. அவளோ முறைத்து பார்த்துவிட்டு போய் விட, திருவேங்கடமும் உள்ளே போய் துண்டை எடுத்து தோளில் போட்டுக்கொண்டு கிளம்பினான்.

அவனுக்குள் இப்போது ஒரு வித அச்ச உணர்ச்சி!

***

ராஜேந்திரனின் வீடு.

அங்கம்மாள் ஒருபுறம், கந்தசாமி மறுபுறம். ராஜேந்திரன், நண்பனுக்கு 'போன்' செய்து "வீடு 'கிரயம்' இப்போ வேணாம். இன்னொரு சமயம் பார்த்துக்கலாம்" என்று சொல்லிவிட்டு வந்து தெய்வானையை ஏறிட்டான். அருகில் ஆஷா!

தனது நோட்டின் ஒரு பக்கத்தில் 'ஸ்ரீயந்திரத்தை' அச்சு அசலாக படமாக வரைந்தபடி இருந்தாள்.

"ஆஷா குட்டி... என்னடா வரையறே?"

"இதுவா... இதான் என் வீடு."

"உன் வீடா... ஏதோ 'யந்திரம்' மாதிரி இருக்கு!"

"ம்..."

"யந்திரம் தான் என் வீடு. இதை கோட்டைன்னும் சொல்லலாம்."

"கண்ணு! நீ எப்படி... இப்படியெல்லாம் பேசறே?"

"ஏம்ப்பா... அது பிடிக்கலையா?"

ஆஷா அப்படி கேட்பாள் என்று கொஞ்சமும் எதிர்பார்க்கவில்லை. அப்போது சென்னையில் இருந்து 'போன்' ராஜேந்திரனின் நண்பர் ஒருவர் பேசினார்.

"டாக்டர்... சென்னையில் பயங்கர மழை! நம்ப ஏரியாவுல முழங்கால் அளவு தண்ணி. மழை இன்னும் நாலு நாளைக்கு இருக்காம். நல்லவேளை... நீங்க இங்கே இல்ல. தப்பிச்சிட்டீங்க..." என்றார்.

ராஜேந்திரனிடம் ஒருவித ஸ்தம்பிப்பு!

***

# 23

> ‘அசைவே வாழ்வு; அதை தவிர்த்தால் – தவம்!
> வாழ்வு என் நாட்டியம்; தவம் என் லிங்கம்!!’

‘**போ**னில் பேசியதைத் தொடர்ந்து ராஜேந்திரன் முகம் மாறியதைக் கவனித்தாள் தெய்வானை.’

“என்னங்க...?”

“என்னத்த சொல்ல... சென்னையில கனத்த மழையாம்.”

“அதனால என்ன?”

“மழை மட்டுமில்ல தெய்வா... வெள்ளமும் ஏற்பட்டுருக்கு. கரண்ட் கட்டு, ‘டிராஃபிக் ஜாம்’னு ஒரே குழப்பமாம்!”

“இங்க வந்ததுல இருந்து ‘டிவி’ பார்க்கல, பத்திரிகை, புத்தகம்ன்னு படிக்கல. அதனால எதுவுமே தெரியல. இங்ககூட வானம் ‘மோடம்’ போட்டிருக்கு பார்த்தீங்கல்ல?”

“எதை கவனிக்க நேரம் இருந்துச்சு தெய்வானை? ‘ஆஷா... ஆஷா’ன்னு அவ நினைப்புலதானே இருந்தோம்?”

“சரி! இப்ப என்னங்க செய்யறது... நாம கிளம்ப வேணாமா?”

தெய்வானை கேள்வி முன் மவுனித்த ராஜேந்திரனிடம், "புறப்படுவதா... வேண்டாமா?" என்றொரு குழப்பம். அதை கந்தசாமியும், அங்கம்மாவும் கவனித்தனர்.

"ஐயா... மழைக் காலத்துல எதுக்குங்க இப்ப போய்கிட்டு? இங்க இருந்துட்டு பிறகு போகலாங்களே...?" என்று கந்தசாமி ஆரம்பிக்க... அங்கம்மாவும் ஒத்து ஊதினாள்.

எதிரிலேயே அந்த மரப்பெட்டி அதில், காணாமல் போயிருந்த ஏடுகள் இப்போது உள்ளடங்கி இருந்தன. குமரேசனின் 'அட்வைஸ்'. அதற்கு பெரிய பூட்டு போட வைத்திருந்தது. குழந்தை ஆஷாவோ தொடர்ந்து 'ஸ்ரீயந்திரத்தை' வரைவதில் மிக மும்முரமாக இருந்தாள்.

அவளது மாற்றம் ராஜேந்திரன் வரையில் பீதியை உருவாக்கி விட்டிருந்தது. அழகாக எல்லா குழந்தைகளையும் போல வளர்ந்து ஆளாக வேண்டியவள், பெரிதாய் திசை மாறுவது போல் பிரமை தட்டியது.

"ஆஷா!" - கூப்பிட்டான். அவள் கவனம் கலையவில்லை.

"ஆஷார்..." - பலமாக கத்தினான்.

ம்ஹூம்! அவள் கவனம் திரும்பவே இல்லை.

'ஸ்ரீயந்திரத்தின்' பிந்துஸ்தானத்தை... அதாவது, உச்சியின் முக்கோண பாகத்தை வரைந்தபடி இருந்தாள்.

ராஜேந்திரன் நெருங்கி, அவள் தோளைத் தொட்டு உசுப்பச் சென்றான். அதைப் பார்த்த தெய்வானை வேகமாய் தடுத்தாள். பின், "பாலா..." என்றாள். அப்படிக் கூப்பிட்ட நொடி, திரும்பப் பார்த்தாள் குழந்தை.

அவள் பார்த்த பார்வையிலும் ஒரு அசாதாரண ஒளி! "இதை எப்படி எடுத்துக்கொள்வது?"

அடுத்து என்ன செய்வது என்று தெய்வானைக்கு தெரியவில்லை. ராஜேந்திரனும் தடுமாறினான். அப்போது அதே

தெருவில் வசிக்கும் ஒருவர் அந்த வீட்டு வாசலுக்கு வந்திருந்தார். அவரிடம் பெரும் பதற்றம்.

“தம்பி... தம்பி...” என்று அவர் அழைக்கவும், திரும்பிப் பார்த்தான் ராஜேந்திரன்.

“நீங்க டாக்டர்தானே?”

“ஆமா! என்ன விஷயம்?”

“என் மகன், மாடியில் இருந்து தவறி விழுந்ததுல பலத்த காயம். பேச்சு, மூச்சு இல்ல. சட்டுன்னு உங்க ஞாபகம் வரவும் ஓடி வந்துட்டேன்.”

“உங்க வீடு எங்கே?”

“அதோ... அந்த வீடுதான்!”

அடுத்த நொடி ராஜேந்திரன் தன் காரை நோக்கி சென்று, அதன் ‘டிக்கி’யை திறந்து சிறிய ‘முதலுதவிப் பெட்டி’யை அதில் இருந்து எடுத்தான்.

“வாங்க... போகலாம்...” - என்று அவரோடு ஓடினான். வாசல் வரை தெய்வானையும் வந்தாள். கந்தசாமி கூடவே சென்றான்.

ரத்த வெள்ளத்தில் கிடந்தான் தெருக்காரரின் மகன். மண்டை உடைந்து, ரத்தம் ஒழுகிக் கொண்டிருந்தது. கை முட்டி உடைந்து, எலும்புகள் துருத்தலாய் வெளியே தெரிந்தன. கால்களிலும் காயங்கள், பார்த்த மாத்திரத்தில் “கடவுளே...” என்ற ராஜேந்திரன், முதலுதவிப் பெட்டியைத் திறந்து சகலத்தையும் வெளியே எடுத்தான்.

ஒரு பாத்திரத்தில் தண்ணீர் கொண்டு வரச் சொல்லி, ரத்தத்தை துடைத்து, ‘டிஞ்சரை’ தடவி, பஞ்சை வைத்து கட்டு போடவும் முனைந்தான். அப்போது ஆஷாவும் அங்கு வந்துவிட்டிருந்தாள். அவளைப் பார்க்கவும் அவன் செயலில் தடுமாற்றம். பின்னாலேயே தெய்வானை.

ஆஷா நெருங்கி வந்து கூர்மையானாள். அப்படியே திரும்பி வெளியே பார்க்க... வாசலில் ஒதிய மரம் கண்ணில் பட்டது.

வேகமாய் அதை நோக்கிச் சென்றவள், மரத்துப் பட்டைகளை கையால் உரித்து எடுத்தாள். அதோடு, அடிபட்டவன் அருகே வந்தவள், “இதை உள்ளே வெச்சு கட்டு போடுங்கப்பா...” என்றாள்.

“ஆஷா... இதென்ன பைத்தியக்காரத்தனமா? ஆஸ்பத்திரிக்கு கொண்டு போய், ஆபரேஷன் பண்ணணும்மா. நான் இப்ப முதலுதவிதான் பண்றேன்.”

“நான் சொல்றதைச் செய்யுங்கப்பா. உடைஞ்ச எலும்புக்கும், உருக்குலைஞ்ச சதைக்கும் சிறந்த மருந்து ஒதியப்பட்டை. ரத்தம் பெருகிச் சீறாம இருக்க உதிரப்பாதையை சுருக்கணும். அடிபட்ட கை பாகத்தை கொஞ்சம் மேல் நோக்கி பிடியுங்க” - என்று சித்த வைத்தியர் போல பேசத் தொடங்கிவிட்டாள்.

ராஜேந்திரன் தயங்கவும், உற்றுப் பார்த்தாள். அவனும் ஏதோ வசியத்துக்குக் கட்டுப்பட்டவனாக அவள் சொன்னது போலவே நடக்கத் தொடங்கினான்.

குமரேசன் தன் ‘சீனியர்’ இன்ஸ்பெக்டர் அருளானந்தம் எதிரில் இருந்தான். மேசை மேல்... அவன் படம் பிடித்த ‘செல்போன்’ ‘சீனியர்’ பலத்த சிந்தனையில் இருந்தார்.

“சார்... முக்கிய சம்பவங்கள் அவ்வளவையும் படமா எடுத்தேன். ஆனா, மொத்தமும் இப்படி அழிஞ்சி போகும்னு நான் கொஞ்சம்கூட எதிர்பார்க்கல. சத்தியமா சொல்றேன்... இதையெல்லாம் அனுபவிச்சா மட்டும்தான் புரியும்” என்று சொன்னவனை பெருமூச்சோடு பார்த்தார்.

அவரிடம் பெரும் மவுனம். ஆனால், அதுவே அவனை என்னவெல்லாமோ செய்தது.

“என்ன சார்... நான் சொல்றதை நம்ப முடியலையா?”

“சரியா சொன்னீங்க... சித்த வேலைதான்! அதுல எந்த ‘சித்து’ நமக்கு புரிஞ்சிருக்கு?”

“அடப் போய்யா... ஒரு போலீஸ்காரனா பேசுய்யா, நாம் இப்படியே ‘மீடியா’கிட்ட பேச முடியுமா?”

“மீடியாகிட்ட எதுக்கு பேசணும்? அதான் ‘கேஸே’ இல்லாம் போயிடிச்சே?”

“போட்ட. எஃப்.ஐ.ஆரை எப்படி ‘குளோஸ்’ பண்ணுவே? குழந்தை திருடு போகல, ‘ஜஸ்ட் மிஸ்ஸிங்’ன்னா?”

“கிட்டதட்ட அதுதானே சார் உண்மை.”

குமரேசன் பதில், அருளானந்தத்தை பயங்கரமாக முறைக்கச் செய்தது.

“சார்... தயவுசெய்து இப்படி பார்க்காதீங்க. நான் சொல்றதை நம்புங்க. சந்தேகமா இருந்தா என்கூட... நண்பன் ராஜேந்திரன் வீட்டுக்கு வாங்க. அந்த பெட்டியைப் பாருங்க. அவர்கிட்டேயும் பேசிப் பாருங்க. நான் சொன்னது புரியும்.”

“குமரேசன்... நீ பொய் சொன்னேன்னு நான் சொல்லல. நமக்கு புரியாத விஷயங்கள், உலகத்துல இருக்குது. அதை நானும் மறுக்கல. ஆனா, இதை டிபார்ட்மெண்ட் ஏத்துக்காது. நாம் எவ்வளவு ‘ஃபிராடு’ சாமியார் பேர் வழிகளைப் பிடிச்சிருப்போம்?

குடிசை தானா பத்தி எரியுது. ‘பில்லி சூனியம்’னு சொல்வாங்க. போய்ப் பார்த்தா ஈரமான மாட்டுச்சாணிக்குள்ள மஞ்சள் பாஸ்பரசை வெச்சு உருட்டி கூரை மேல எரிஞ்சிருப்பான். சாணி காயக் காய... உள்ளே இருக்கற பாஸ்பரஸ் வேலை செஞ்சு... தீப்பிடிக்கும்.

அதேபோல தேங்காய் குதிக்குதுன்னு பதறுவான்! பார்த்தா உள்ளே தவளைக் குஞ்சுகளை விட்டு மூடியிருப்பாங்க. இப்படி அதிசயம்னு சொல்லப்படுற எல்லா விஷயத்துக்கும் பின்னால ஒரு ‘கேப்மாரித்தனம்’ ஒளிஞ்சிருக்கறதை நாம் பார்க்கலையா?”

“இதெல்லாம் எனக்கும் தெரியாம இல்லை சார். அதே நேரம் இங்கே பல நல்ல விஷயங்களும் நடந்திருக்கே! நம்ம

ஸ்டேஷன்ல... கன்னி மூலையான தென்மேற்கு திசையில் தண்ணித் தொட்டி இருந்தது. எஸ்.ஐயில இருந்து கான்ஸ்டபிள்கள் வரை யாராவது ஒருத்தர் அநியாயமா செத்தாங்க. ஒரு சித்தர் சாமி வந்து, 'அதை மூடு... சாவும் நின்னுடும்'ன்னு சொல்லி, நாமளும் மூடினோம். அப்படி மூடி மூணு வருஷம் ஆச்சு. அதுக்கு பிறகு ஒரு சாவு கிடையாது.

சொல்லப்போனா ஒரு கலவரத்துல குண்டடிபட்ட நம்ம 'கான்ஸ்டபிள்' ஒருத்தர் தப்பிப் பிழைச்சாரு. மார்புல பட வேண்டிய குண்டு, 'ஷீல்டு'ல பட்டு சின்ன காயம்தான். இதுக்கு என்ன சொல்றீங்க?"

"இதோ பாரு... பதிலுக்கு பதில்னு பேசினா... பேசிக்கிட்டே போகலாம். நமக்குத் தெரிஞ்சு உலகத்துல ஒரு நல்லவன் இருந்தா... கெட்டவனும் இருக்கான். ஆனானப்பட்ட தெய்வங்களே வரத்தைக் கொடுத்துட்டு, அசுரங்ககிட்ட பாடாபட்டிருக்காங்க."

அதனால இதெல்லாம் பேசித் தீராது. எங்க அம்மா சொல்வாங்க, "நம்புறவங்களுக்கு நடராஜன்; நம்பாதவங்களுக்கு, எமராஜன்னு..."

"சரி சார்! இப்ப என்ன செய்யலாம்னு சொல்றீங்க?"

"ரொம்ப கவனமா இருக்கணும். நூறு நல்ல சாமியார்கள் இருக்கறது பெரிய விஷயம் இல்லை. அதுல ஒரு கெட்டவன் இருந்தாலும், எல்லாம் போச்சு. ஊர் விசேஷத்தை நான் வழக்கமானதாதான் பார்த்தேன். ஆனா, இந்தத் தடவை நடக்கறதை எல்லாம் பார்த்தா ரொம்ப ஜாக்கிரதையா இருக்கணும்னு தோணுது. எல்லா சாமியார் மேலேயும் பார்வையை வைக்கணும்."

"அதையெல்லாம் நான் எப்பவோ செய்துட்டேன். ஒண்ணு மட்டும் நிச்சயம் சார்... தப்பா எதுவும் நடக்காது. இப்ப இருக்கற சாமியாருங்க... நடக்கவும் விடமாட்டாங்க."

"அதை நானும் உணரனும்ய்யா. வா... உன் நண்பன் வீட்டுக்குப் போவோம். அந்தப் பெட்டியைப் பார்க்கிறேன். அதை அஞ்சு தலை நாகம் காவல் காத்ததுன்னு சொல்றததான்

என்னால் ஜீரணிக்கவே முடியல! பனை மரம் நீளத்துக்கு பாம்பு இருக்குன்னு சொல்லு. உலகம் நம்பும். அஞ்சு தலை பாம்பெல்லாம் சாமி படங்கள் பின்னால இருக்கும். ஆனா, அது நேர்ல வருதுன்னா எப்படிய்யா?"

நடந்தபடி பேசினார் அந்த இன்ஸ்பெக்டர். குமரேசனும் பதில் பேசியபடியே தொடர்ந்தான்.

ஆற்றில் நீர்மட்டம் தணிந்திருந்தது. வந்து போகிறவர் கூட்டமும் குறைந்திருந்தது. ஆனால், இந்த நான்கைந்து நாளுக்கே ஆற்றுப்பாதை, பெரும் குப்பைக் கூளங்களுக்கு சொந்தமாகி இருந்தது. அவிழ்த்துப் போட்ட துணிகள் என்று ஒரே கழிவு மலை!

தங்கள் பாவம் போனால் போதும் என்றுதான் நினைக்கிறார்கள். சூழலை சுத்தமாக வைத்துக்கொள்ள தோன்றுவதில்லை. நேர் மாறாக இருக்கின்றன மேலை நாடுகள். அங்கு இப்படியெல்லாம் குப்பைகளைப் போட்டுவிட்டு போகவே முடியாது. பிடித்து அபராதம் விதித்துவிடுவார்கள்.

நடந்து போகும் வழியில் தன்னையும் மீறி நினைத்துக் கொண்டான் திருவேங்கடம். ஆற்றில் முழுக்குப் போட்டுவிட்டு திரும்பியவன் எதிரில் அவனை வழி நடத்தும் பரதேசி சித்தர் வந்தபடி இருந்தார்.

"உங்களைப் பார்க்கத்தான் சாமி வர இருந்தேன். நீங்களே வந்துட்டீங்க..." என்று சிரித்தான்.

"காணாம போன பெண் குழந்தை கிடைச்சிட்டாளாமே?" - அவர் நேராக விஷயத்தைத் தொட்டார்.

"அப்படியா சாமி... எனக்கு தெரியலீங்களே...!"

"உனக்கு... தங்கம் மேல இருக்கற பற்று, மத்த விஷயத்துல இல்லை."

"ஐயோ... அப்படி சொல்லாதீங்க சாமி. இப்ப நான் என்ன செய்யணும்னு மட்டும் சொல்லுங்க."

"களவு போன ஏடுகளும் கிடைச்சிடுச்சு. போலீஸ்காரங்க மண்டையைப் பிச்சிக்கிட்டு இருக்காங்க. அந்த அகோரியும் மறுஜென்மம் எடுத்து திரும்ப வந்திருக்கான். அவன் ரொம்ப பாலா தரிசனத்தோடு, அவனுக்கு உபதேசமும் ஆகியிருக்கு."

"என்னென்னமோ சொல்றீங்க சாமி. 'இதெல்லாம் உங்களுக்கு எப்படி தெரியும்?'னு நான் கேட்டா... அது அதிகபிரசங்கித்தனம். இப்ப நாம என்ன செய்யப் போறோம்? அதை மட்டும் சொல்லுங்க!"

"அந்த டாக்டர் வீட்டுக்கு போலீஸ் போய்கிட்டிருக்கு. அவங்ககிட்ட எந்த வேலையும் இல்லை. நடந்ததை தெரிஞ்சிக்கற ஆர்வம் அவங்களை இயக்கிக்கிட்டு இருக்கு. நமக்கு தேவை அந்தப் பெட்டி. அதுல இருக்கற ஏடுகள்!"

"அதைதான் அஞ்சு தலை நாகம் காவல் காக்குதே?"

"இல்ல... இனி நாகத்தோட காவல் கிடையாது 'பதஞ்சலி புருஷர்' இன்னிக்கு காவிரியில் தண்ணீரோடு தண்ணீரா மாறப் போறாரு. அவர் காத்திருந்ததே அதுக்குத்தான்! பெட்டி ஏடுகளும்கூட ஆத்துல போடப்படலாம்..."

"என்னது... ஏடுகளை ஆத்துல போடப் போறாங்களா?"

"ஆமா... அதுதான் 'நவநாயக சித்தர்'கள் முடிவு. வரப்போற கால மாற்றங்களை உத்தேசிச்சு எடுத்த முடிவு அது."

பரதேசி சித்தரின் பேச்சில் 'ரசமான' பல செய்திகள்!

***

# 24

> 'என் திரிசடைக்குள் உள்ளவள் கங்கை
> என் திருமேனிக்குள் சரிபாதி சக்தி மங்கை!'

அந்தப் பரதேசி சித்தர் சொன்ன பல விஷயங்கள், திருவேங்கடத்தைத் திகைக்க வைத்துவிட்டது. விலை மதிப்பே இல்லாத ஏட்டுச் சுவடிகளை ஒரு நாகம் இவ்வளவு காலம் எதற்கு காவல் காக்க வேண்டும்? அதை எதற்கு இப்படி ஓடும் ஆற்றில் தூக்கிப் போட வேண்டும்?"

பைத்தியக்காரத்தனத்தைவிட இது மோசமாக இருப்பதாக கருதியவன், "சாமி... என்ன இது அநியாயம்? யாராவது விலை மதிப்பே இல்லாதவைகளை, இந்த உலகத்தையே ஈடாக கொடுத்தாலும் ஈடாகாதுங்கற மாதிரி விஷயங்களை ஆத்துல தூக்கிப் போடுவாங்களா? இதுக்கு எதுக்கு சாமி அந்த 'அஞ்சு தலை நாகம்' காவல் காக்கணும்? ஆனாலும் பைத்தியக்காரத்தனமா இருக்குங்களே..." என்றான்.

"நீ அப்படித்தான் சொல்வே... உன்னால இப்படி சொல்லத்தான் முடியும். உன் வரையில ஆத்துல ஓடிக்கிட்டிருக்கறது தண்ணி. ஆனா, சித்தர் சாமிங்களுக்கு ஆத்துல ஓடிக்கிட்டிருக்கற ரூபத்துல தெரியறவங்க கங்கா, யமுனா, காவிரி, நர்மதாங்கற

தேவதைகள், சித்தர்கள் தங்களோட எழுத்துகளை... அதாவது, எண்ணங்களை ஓலையில் அடக்கி, அதை அப்படியே இவங்ககிட்ட சேத்துடுறாங்க..."

"என்ன சாமி சொல்றீங்க. அதுக்கா கஷ்டப்பட்டு ஓலையில எல்லாத்தையும் எழுதினாங்க...? இவங்க எழுதினது ஜனங்களுக்கு இல்லையா?"

"ஜனங்களுக்குத்தான்! ஆனா, ஜனங்க... ஜனமா இல்லையே! உடம்பால் மட்டும் மனுஷனா இருந்தா ஆச்சா... மனசாலேயும் இருக்கணுமே...?"

"புரியற மாதிரி சொல்லுங்க சாமி."

"இப்ப எதுக்கு அந்தப் பேச்செல்லாம்...? உனக்கு நான் பதில் சொன்னா, 'ரசவாதம்' பத்தின ஏட்டை நீ தேடுறதே தப்புன்னு ஆகிடும். நானும் அஷ்டமாசித்திக்கு அலையுறது தப்பாகிவிடும். நமக்கு வேலை... நமக்கான ஏடுகள். மற்றது எக்கேடோ கெட்டுப் போகட்டும்."

"அதுவும் சரிதான் சாமி! இப்ப என்ன செய்யலாம்?"

"நீ ஏன் அந்த வீட்டுக்குப் போய் ஏடுகளை அப்படியே தூக்கிட்டு வரக்கூடாது?"

"என்ன சாமி சொல்றீங்க... அதை நான் தூக்கிட்டு வர்றதுன்னா எப்படி? புரியல..."

"இதோ பாரு... டாக்டர் தம்பி அனேகமா இன்னிக்கு பெரிய அளவுல மாறிடுவான். அவன் மாறலேன்னாலும், வந்திருக்கற சாமிங்க மாத்திடுவாங்க. அவன் கையாலயே ஏடுகளைச் சுமந்துகிட்டுப் போய் ஆத்துல போடச் சொன்னாலும் சொல்வாங்க. அதுக்கு முன்னால நமக்கான ஏடுகளை நாம் எடுத்துடணும்."

"எப்படி எடுக்கணும்னு மட்டும் சொல்லுங்க. நான் எடுத்துட்டு வந்துடுறேன்."

"திருட்டுத்தனமா அதை நாம் செய்யத் தேவையில்லை. நானும் உன்கூட வர்றேன். நாம் நேர்மையா கேட்டுப் பார்ப்போம்.

டாக்டருக்கு அதோட மதிப்பு தெரியாததால்... நிச்சயம் கொடுத்துடுவாருன்னு நம்புவோம்."

"சாமி... ஒருவேளை மதிப்பு தெரிஞ்சு கொடுக்க மாட்டேன்னா?"

"அதை இங்க இருந்துகிட்டே முடிவு செய்ய வேணாம். போய் பார்ப்போம்..."

"அதுக்கு என்ன சாமி... அவர் எனக்கு ஒண்ணும் எதிரி இல்ல. போனா 'வாங்க...'ன்னுதான் சொல்வார். ஆனா, ஏடு விஷயமாத்தான் எனக்குக் கொஞ்சம் திகுதிகுங்குது."

"கவலைப்படாதே...! கண்ணைக் கட்டி ஏட்டை அபகரிக்கறது எனக்கு ஒரு பெரிய விஷயமில்லை. சேமிச்சு வெச்சிருக்கற சக்திகளை செலவழிக்க வேண்டியது வருமேன்னு பார்க்கறேன்."

"அப்ப உங்க சக்தி என்ன... காசு பணம் மாதிரியா?"

"ஆமா...! ஆத்ம சக்தியைத் தவிர மற்றும் எல்லாமே காசு பணம் மாதிரிதான். நாங்க எல்லாம் கோபப்படக்கூடாது."

"கோபத்துலகூட அதுக்கு குறைவு ஏற்படும்."

பேசிக் கொண்டே அவர்கள் நடந்தனர்.

குமரேசனும் அவனது 'சீனியரான' அருளானந்தமும் ராஜேந்திரன் வீட்டுக்கு வந்திருந்தனர். அந்த நாளைய வீடு என்பதால் திரும்பின பக்கமெல்லாம் நூறாண்டுக்கும் முந்தைய பழமையின் தடயங்கள். அருளானந்தம் ஒரு சின்ன வியப்போடுதான் பார்த்தார்.

"என்ன சார் அப்படிப் பார்க்கறீங்க... வீடே மிரட்டலா இருக்குதா?"

"ஆமா குமரேசன். இந்த காலத்துல இந்த மாதிரி வீடுகளைப் பார்க்கறதே அபூர்வம்."

"உண்மைதான் சார். ராஜேந்திரனோட கொள்ளுத் தாத்தாவுக்கும் தாத்தா கட்டின வீடு சார். கொஞ்சம்கூட 'சிமெண்டு' கலவை

கிடையாது. அவ்வளவும் சுண்ணாம்புக் காரை. இதைத்தான் வித்துடணும்னு நினைச்சான் ராஜேந்திரன்..."

"வயக்காடுன்னு சொன்னியேய்யா...?"

"அதையும், இதையும் சேர்த்து விக்கத்தான் வந்தான். ஆனா, அதைத் தவிர மத்த எல்லாம் நடந்துடுச்சி..."

"சரி சரி... எங்க அந்த டாக்டர்...?"

"உள்ளே தான் இருக்கணும். வாங்க... போகலாம்..."

இருவரும் உள்ளே நுழைந்தனர். அப்போது ஏடுகள் உள்ள பெட்டிக்கு மஞ்சள் பூசி குங்குமம் இட்டுக் கொண்டிருந்தாள் அங்கம்மாள்.

"சார்... இதான் அந்தப் பெட்டி!"

"ஓ... இதானா...? பெட்டி நல்லா தாட்டியமா இருக்கே...?" - அருளானந்தத்தின் பதில் அங்கம்மாளை நிமிர்ந்து பார்க்க வைத்தது. போலீஸ் உடையோடு இருவரையும் பார்க்கவும் ஒரு மெல்லிய பதற்றம். எழுந்து நின்று மலங்க மலங்க விழித்தாள்.

"ஆமா... எங்க ராஜேந்திரன்...?"

"அவரும், எல்லாரும் எதிர் வரிசையில ஒருத்தர் வீட்டுக்குப் போயிருக்காங்க."

"என்ன விஷயம்?"

"அங்கன ஒருத்தரு மாடி மேல இருந்து கீழ விழுந்து, எலும்பு முறிஞ்சு போச்சு. ஐய்யா டாக்டருங்கறதால போயிருக்காரு..."

"அப்படியா?"

"இருங்க... போய் கூட்டிட்டு வர்றேன்."

அங்கம்மாள் வேகமாய் ஓடினாள். அருளானந்தம் அந்த இடைவெளியில், திரும்பவும் பெட்டியைப் பார்த்தார். மனதுக்குள் பலப் பல கேள்விகள்.

"இதைத் திறந்து பார்க்கலாம்னா... பூட்டு போட்டிருக்குதே...?"

“ராஜேந்திரன் கிட்டதான் சாவி இருக்கு சார். நான்தான் பூட்டு வாங்கி பூட்டினேன்.”

“அப்ப இவ்வளவு காலம் பூட்டு இல்லாமலா இருந்தது?”

“ஆமா சார்... பூட்டுக்கு பதிலாதான் ‘அஞ்சு தலை நாகம்’ காவல் காத்தது.”

“பாம்பு காவல் காக்கற அளவுக்கு அப்படி என்னய்யா பெரிய விஷயம்... எல்லாம் ஏடுங்கதானே?”

“அதுலதானே சார் எல்லாமே இருக்குது!”

“எல்லாம்னா...?”

“அவ்வளவும் ரகசியங்களாம்!”

“ரகசியம்னா...?”

“இப்படி கேட்ட எப்படி சார். மொத்தத்துல அவ்வளவும் பெரிய ரகசியம் சார்...”

“ரகசியத்துக்கெல்லாம் ரகசியம். ‘சிதம்பர ரகசியம்’னு சொல்வாங்க. அந்த மாதிரியா?”

“எனக்கு ‘சிதம்பர ரகசியமே’ என்னன்னு தெரியாதே சார்...”

“எனக்கு மட்டும் தெரியுமா என்ன? எல்லாரும் சொல்றதைக் கேட்டு நான் சொல்றேன்...”

இருவரும் இப்படி பேசிக் கொண்டிருக்க... திருவேங்கடமும், அந்த பரதேசிச் சித்தரும் உள்ளே நுழைந்தனர்.

“யாரு... திருவேங்கடமா...? நீ எங்கய்யா இங்க?”

“குழந்தை கிடைச்சிடுச்சின்னு கேள்விப்பட்டோம். அதான் பார்த்துட்டுப் போலாம்னு வந்தோம்.”

“ஆமா... இவர் யாரு?”

பரதேசிச் சித்தரைக் காட்டி அருளானந்தம் கேட்க, அவரே தாமாக முன் வரலானார்...

“ஐயா... என் பேர் குமாரசாமிங்க! நான் ஒரு ‘அரைச் சித்தன்’. புஷ்கரக் குளியலுக்காக இந்த ஊருக்கு வந்தவன். திருவேங்கடம் இப்ப என் சிஷ்யன்...”

“பரவாயில்லியே... ‘பளிச்’சின்னு சொல்லிட்டீங்களே! அது என்ன அரைச் சித்தன்...?”

“முழுசா ஆகாத நிலையில் ‘அரை’ன்னுதானே சொல்லணும்?”

“அதை ஏன் சொல்லணும்? சொல்லாம இருக்கலாமே...?”

“இல்லீங்க... அதைச் சொல்லிக்கிட்டே இருந்தாதான் முழு சித்தனாகற எண்ணம் பலமாகும்.”

பரதேசிச் சித்தர் பதிலைத் தொடர்ந்து இடைவெட்டினான் திருவேங்கடம்.

“சார்... நீங்கதான் பாப்பாவைக் கண்டுபிடிச்சீங்களா?”

அவன் கேள்வி குமரேசனை சற்று குத்தியது. மவுனமாக பார்த்தான்.

“என்ன சார்... எதுவும் சொல்ல மாட்டேங்கிறீங்க?”

“என்னத்த சொல்ல...? நாங்கதான் ஜீப்ல கூட்டிட்டு வந்தோம். எப்படியோ... காணாம போன பொண்ணை கண்டுபிடிச்சிட்டோம். இதுக்கு மேல எதுவும் கேட்காதே!”

“இப்ப என்ன சார்... காவலுக்கு இருக்கீங்களா?”

“ஆமா.. காவல்தான்! நீ வந்த விஷயத்தைப் பேசு...”

“நான்தான் ஆரம்பத்துலயே சொன்னேனே... சும்மா பார்த்துட்டுப் போக வந்தேன்னு! ஆமா... எங்க டாக்டரையும் காணோம்; அவர் பொண்ணையும் காணோம்?”

அவன் கேட்க... அவர்கள் மூவருமே அங்கம்மாளோடு வர சரியாக இருந்தது.

“வா குமரேசா... வந்து ரொம்ப நேரமாச்சா?”

“இல்லப்பா... இப்பதான் வந்தோம். சார்தான் என் ‘சீனியர் இன்ஸ்பெக்டர்’ அருளானந்தம்.”

“ஹலோ சார்...”

“ஹலோ ‘மிஸ்டர்’ ராஜேந்திரன். குமரேசன் எல்லா விஷயத்தையும் சொன்னார். எனக்குத்தான் இதையெல்லாம் எந்த அளவுக்கு நம்புறதுன்னு தெரியல! அதான் நேர்ல உங்களைப் பார்த்து பேசலாம்னு வந்தேன்.”

“புரியுது சார்! ஒரு டாக்டரா நானும் உங்களைப் போலதான் நம்ப முடியாத நிலையில இருக்கேன். இப்பக்கூட ஓர் அதிசயம்... எலும்பு முறிஞ்ச பையன். எந்த ஆங்கில மருந்தும் எடுத்துக்காம... என் பொண்ணு சொன்ன வைத்திய முறையால் குணமாயிட்டான்...”

“எலும்பு முறிவு உடனே குணமாயிடிச்சா... என்ன சார் சொல்றீங்க...?”

“அது சரியாகல! ஆனா, வலி இல்ல. ரத்த சேதம் இல்ல. ரொம்ப சீக்கிரம் எலும்பு சேர்ந்துடும்கற மாதிரி ஒரு நம்பிக்கை.”

“நாங்க போய் பார்க்கலாமா?”

“தாராளமா! எதிர் வரிசையில நாலாவது வீடுதான்.”

ராஜேந்திரனும், அருளானந்தமும் பேசிக் கொண்டிருக்க... ஆஷா, அந்தப் பெட்டியை சிம்மாசனம் போல் கருதி, அதன்மேல் போய் அமர்ந்தாள். அவள் அமர்ந்த விதம்... பார்க்கும் விதம் எல்லாமே அலாதியாக இருந்தது.

அப்போது வாசலில் சலசலப்பு! தூரன் சாமியும் இன்னும் சில சித்தர்களும், பரதேசிகளும் தென்பட்டனர். தெய்வானை முன்பு போல் அவர்களைப் பார்த்து பதறாமல், “வாங்க சாமி; வாங்க...” என்று கனிவோடு வரவேற்றாள்.

அவர்களும் கூட்டமாக உள்ளே வந்தனர்.

பெட்டி மேல் அமர்ந்திருந்த ஆஷாவைப் பார்த்து புன்னகையோடு கைகூப்பி வணங்கினர். குழந்தை பதிலுக்கு சிரித்தாள்.

“எல்லாம் நல்லபடியா முடிஞ்சதா?” - தூரன் சாமி கேட்டார்.

“ஆச்சு சாமி... உங்களுக்குத்தான் நாங்க முதல்ல நன்றி சொல்லணும். நீங்க மட்டும் எங்க குழந்தை இருக்கற இடத்தை அடையாளம் காட்டாம இருந்திருந்தா அவ கிடைச்சிருக்கவே மாட்டா.”

“எது எப்படி நடக்கணுமோ... அப்படி நடந்திருக்கு. அதுக்கு மேல இதைப் பத்தி பேச வேணாம். இனி நடப்பது நல்லதாக இருக்கட்டும்.”

“அதுதான் எங்க விருப்பமும்! நிலத்தையும், வீட்டையும் விற்க வந்த எங்களுக்கு வினோதமான அனுபவங்கள். குறிப்பா ஒரு நோயாளியான மகள்... இப்ப எங்களுக்கே வித்தியாசமா தெரியறா. இவ பேச்சு... போக்கு எல்லாம் ஒரு பக்கம் சந்தோஷம் தந்தாலும்... இன்னொரு பக்கம் பயத்தையும், வருத்தத்தையும் தான் தருது சாமி. எங்களுக்கு இதெல்லாம் ஏன்னே புரியல...!”

ராஜேந்திரன் சற்று அழாத குறையாகவே பேசினான்.

“வருத்தம் வேணாம். எனக்குத் தெரிஞ்ச பதிலை சொல்றேன். இங்க போலீஸ் அதிகாரிகளும் இருக்கறது ஒரு வகையில் நல்லது. ஏன்னா... அவங்களுக்கும் நிறைய குழப்பம்.”

தூரன் சாமி சொன்ன நொடி...

“குழப்பமா... தலையைப் பிச்சிக்கிட்டு நிக்கறோம். இங்க நடக்கறது மேஜிக்கா... மாயஜாலமா...? இல்லை, இதெல்லாம்தான் ‘தெய்வ அருள்’ பண்ணுற வேலையா?ன்னு நிறையவே கேள்விங்க சாமி. உங்க மேல எல்லாம் மரியாதையைவிட சந்தேகம்தான் அதிகம் இருக்கு” - என்று அருளானந்தம் ஒரு பிடி பிடித்தார்.

“சொல்றேன்... எல்லாத்துக்கும் பதில் சொல்றேன். இந்தப் பெட்டியும், ஏடுகளும் இனியும் இங்க இருக்க தேவையில்லை. அப்படியே ஆத்துல கொண்டு போய் விட்டுடுங்க. ஓடுற ஆத்துல சேரத்தான் இது இவ்வளவு நாள் காத்திருந்தது...” என்று தூரன் சாமி சொல்லவும், திருவேங்கடத்துக்குள்தான் அதிகபட்ச திகைப்பு!

***

# 25

> 'பாரத வெளிதனில் கண்ணனும் நான்;
> பார்த்திடும் வலிதனில் முக்கண்ணனும் நான்!'

திருவேங்கடம் திகைப்பு குன்றாதபடி... தன்னை வழி நடத்தும் குமாரசாமி என்கிற பரதேசி சித்திரைத்தான் பார்த்தான். அவரோ பார்வையால் அவனை தணித்தார். தூரன் சாமி தான் சொல்ல நினைத்ததைச் சொல்லத் தொடங்கினார்.

"நான் இப்ப சொல்லப் போறதை நல்லா கேட்டுக்குங்க... நடுவுல சந்தேகம் வந்தா அதை கேள்வியா கேளுங்க. முடிஞ்சவரை பதில் சொல்றேன். நாம் இப்ப ரொம்பவே விஞ்ஞான மயமாகிப் போன ஒரு வாழ்க்கை வாழ்ந்துகிட்டிருக்கோம். எங்க கூட்டத்துல ஒரு ஆண்டிப் பண்டாரம்கூட கைபேசியை வெச்சிக்கிட்டு திரியறார். கேட்டா, 'சாமி இது கையில இருக்கறது... இந்த பூமியே நம்ம கையில இருக்கறதுக்கு சமம்'ன்னு சொல்றார். ஒரு படி மேல் போய், 'அன்னிக்கு பிள்ளையாரும், முருகனும் ஒரு மாம்பழத்துக்கு சண்டை போட்டுக்கிட்டாங்க. இன்னிக்கு அவங்க சண்டை போட்டுகிட்டா... இதுக்காகத்தான் போட்டுக்குவாங்க'ன்னு சொல்லி சிரிக்கிறார்."

இது அப்படியொரு காலம்!

ஒரு பக்கம் இப்படி விஞ்ஞானம் எகத்தாளமா தெரிஞ்சாலும்... பக்திக்கும், வழிபாட்டுக்கும் எந்த பங்கமும் இல்லை. அதான் ஆச்சரியம்! திருப்பதி, சபரிமலைன்னு போற கூட்டமும் போய்கிட்டுதான் இருக்கு. இப்ப இருக்கற மனுஷன்... எந்த நிலையிலேயும் விஞ்ஞானத்துக்கு மயங்கி, அதுக்கு அடிமை ஆகிடல. ஆனா, விஞ்ஞானத்தை தன்னோட அடிமை மாதிரிதான் நினைக்கிறான். 'காசை விட்டெரிஞ்சா எதையும் வாங்கிடலாம். அதுல விஞ்ஞான சரக்கும் ஒண்ணு'ங்கறது அவனோட எண்ணம். இல்லையா?"

தூரன் சாமி கேள்வி முன் எல்லோரும் மவுனமாக ஆமோதிப்பை வெளிக்காட்டினர். அருளானந்தம் மட்டும், "சாமி... எதுக்கு இப்படியொரு பீடிகை? இது என்ன... கதை சொல்ற மேடையா? நீங்க நேரா விஷயத்துக்கு வரலாம்" என்றார்.

"அப்படி வர முடியாதுப்பா. சோத்தையும், குழம்பையும் கலந்து பிசைஞ்சு உருண்டை பிடிச்சாதான் சாப்பிடும்போது ருசியா இருக்கும். நான் சொல்லப் போன்ற விஷயங்களுக்கு முன்ன பின்ன இருக்கற அம்சங்களைச் சொன்னாதான் உங்களுக்கு சரியா புரியும்."

"சரிங்க சாமி... உங்க போக்குலயே போங்க..."

"அலுத்துக்காதே! உனக்காக நேராவே விஷயத்துக்கு வந்துடுறேன். நான் சொல்லப் போறதை நல்லா கேட்டுக்குங்க. இது சத்தியமான வார்த்தை. சத்தியம்னா உண்மையானது... மாறவே மாறாததுன்னும் அர்த்தம் உண்டு. அதை மனசுல வெச்சிக்கிட்டு இப்ப நான் சொல்லப் போறதைக் கேட்டுக்குங்க.

இப்ப ஓடிக்கிட்டிருக்குதே காவிரி. இதை மழைதான் நமக்கு தந்தது. ஆனா, அந்த மழையை வர வெச்சது எங்களைப் போல திரிகிற சாமியார்கள்தான்! அது எப்படி?ன்னு நீங்க கேக்கலாம். நாங்க யாரும் எங்களுக்குன்னு வாழாதவங்க. என் சொத்துங்கறது நான் கட்டிக்கற காவி வேட்டி மட்டும்தான்! என்னைப் போல இருக்கற பல சாமிங்க... ஒண்ணா சேர்ந்து பிரார்த்தனைங்கற மகா

சக்தியால, உங்களால கலைஞ்சு போன மேகங்களை எல்லாம் ஒண்ணா திரட்டி, பூமியில மழையா விழ வெச்சு காவிரி ஆத்துல இந்த புஷ்கர காலத்துல தண்ணி ஓடும்படி செய்தோம். இப்படி நான் சொல்லும் போது, உங்களுக்குள்ள, 'நாங்க அதாவது... மனுஷங்க எங்கே மேகங்களை கலைச்சோம்... வேடிக்கையா இருக்கே?'ன்னு கேட்கலாம்.

பூமியில அதர்மம் அதிகமானா... முதல்ல பாதிக்கப்படுற இடம் வானம்தான்! பொய், களவு, குடி, கூத்து... இதெல்லாம் பூமியில இப்ப எந்த அளவு இருக்குன்னு தெரியும் உங்களுக்கு! இதோடு, யாரும் மனுஷனா வாழாம... அவங்க அவங்க கடமையையும் சரியா செய்யாம விடுறதால பருவமழை பருவ மழையாவே இல்லை. அந்தக் குறைபாட்டை எல்லாம் எங்களைப் போன்றவங்கதான் சரி செய்யறோம். உங்களுக்கும் சேர்த்து நாங்க பிரார்த்தனை செய்றோம்.

அந்தப் பிரார்த்தனையில... மழை லிங்கம்கற சிவலிங்கத்தை பயன்படுத்தினோம். அபூர்வமான கயிலாயமலை கல்லால செய்யப்பட்டது. அதை செய்யச் சொன்னவர் அகத்தியர். செய்தவன் இந்திரலோகத்தைச் சேர்ந்த மயன். அது இப்ப மகேந்திர மங்கலத்துலதான் இருக்கு.

இந்த ஊர் கோவில் கிணத்துல எப்பவும் தண்ணிக்குள்ள நித்திய அபிஷேகத்துல கிடக்கு. இது சித்த ரகசியம்! எங்களுக்கு மட்டும்தான் தெரியும். பூமியில பயிர்பச்சை கருகும்போது, மழை தப்பும்போது... அதைக் கொண்டு பூஜை செய்தா மழை வரும். அப்படி வரணும்னுதான் அகத்தியர் அந்த லிங்கத்தை செய்ய சொன்னார். அதுல நுணுக்க சக்தி நிறைய உண்டு. அணுகுண்டை அரசாங்கம் விஞ்ஞானிகளை கொண்டு பாதுகாக்கற மாதிரி, இதை நாங்க பாதுகாக்கறோம்.

இப்ப காவிரியில ஓடுற தண்ணிக்கு அதே மழை லிங்கமும், அதுக்கு நாங்க செய்த பூஜையும்தான் காரணம். இதை ஒரு பொய்யா... புனை பொருட்டா நினைச்சா நினைச்சிட்டுப் போங்க.

உங்க நினைப்பு எங்களை எதுவும் செய்யாது. மாட்டையோ... ஆட்டையோ பார்த்து ஒருத்தன், 'இது ஆடு-மாடு இல்லே'ன்னு சொல்றதால அது மாறிடவா போகுது? அப்படித்தான் இதுவும்..."

தூரன் சாமியின் நீண்ட பேச்சு, அருளானந்தத்தை ஒரு கிளைக் கேள்வி கேட்க வைத்தது.

"சாமி... அப்ப ஆத்துல தண்ணி ஓடவே நீங்க எல்லாம் செய்த பிரார்த்தனைத்தான் காரணமா?"

"ஆமா..."

"பக்கத்து மாநிலங்கள்ல வெள்ளமா ஓடி பெரிய அழிவு ஏற்பட்டுச்சே... அப்ப அதுக்கு?"

"ஆக்கத்துக்கு மட்டும்தான் நாங்க காரணம். அழிவுக்கு சமூகம்தான் காரணம்."

"இப்படி சொன்னா எப்படி சாமி?"

"எந்த காலத்துலேயும் இதான் உண்மை. எந்த சன்னியாசியும்... எந்த அழிவுக்கும் காரணமா இருக்கமாட்டான்."

"அப்ப அழிவு ஏற்படும்போது வேடிக்கை மட்டும் பார்ப்பீங்களா?"

"வேடிக்கை பார்த்தா அவனும் நல்ல சன்னியாசி இல்லை. இயற்கையோட கோபம்தான் அதுக்கு காரணம். அதனால் கோபம் தணியச் செய்ய அதுக்கான பிரார்த்தனையில் ஈடுபடுவோம்."

"லிங்கம், பிரார்த்தனை, பூஜை, வழிபாடுன்னு சொல்லிக்கிட்டு வந்த நீங்க திடீர்னு 'இயற்கை'ன்னு மாறிட்டீங்களே...! இயற்கையை எதிர்த்து மனுஷனால என்ன செய்ய முடியும்? எப்பவும் அதுதானே பெருசு?"

"தவறான கருத்து! இயற்கைங்கறது பஞ்ச பூதங்களை குறிக்கற பொதுவான சொல். அந்த பஞ்ச பூதங்களையே படைச்ச பெரிய சக்திதான் இறைவன்."

“அவனை மக்களும்தான் கும்பிடுறாங்க. ஆனா, எங்களாலதான் மழை பெஞ்சிச்சுன்னு நீங்க சொல்றது எப்படி சரியாகும்?”

“வழிபாடுங்கறது ரெண்டு விதம். ஒண்ணு… பயம் சார்ந்த சுயநலம். இன்னொண்ணு… தெளிவான பயம் இல்லாத பொதுநலம். வெகுஜன பக்தி எப்பவும் சுயநலமானது. எங்கோளடது அப்படி கிடையாது.”

“எப்படி கேட்டாலும் பதில் சொல்லிடுறீங்களே… போகட்டும். இதோ இங்க இருக்கற மரப்பெட்டியில் உள்ள ஏடுகள் பத்தி சொல்லுங்க. இதெல்லாம் என்ன?”

“எல்லாமே என்னைப் போன்ற சித்தர்கள் எழுதி வெச்ச எழுத்துகள் தான்ப்பா…”

“அது தெரியும். இதை யாருமே இல்லாத வீட்ல… அஞ்சு தலை நாகம் காவல் காத்ததுன்னு சொல்றததான் என்னால ஜீரணிக்கவே முடியல.”

“அப்ப நீ அதை நம்பல… அப்படி தானே?”

“எப்படி நம்ப முடியும்?”

“நம்பாதே… விட்டுரு. உன்னை யார் நம்பச் சொல்லி கட்டாயப்படுத்தினது?”

“என்னங்க… ‘பொசுக்கு’ன்னு இப்படி சொல்லிட்டீங்க.”

“நான் என்ன செய்யணுங்கறே?”

“யாருமில்லாத வீட்ல இருக்கற பெட்டிக்கு எதுக்கு காவல்? அதுலேயும் பாம்பு காவல் காக்க வேண்டிய அவசியம் என்ன? இதுக்கு தெளிவா பதில் சொல்லுங்க…”

“இந்த வீட்ல யாரும் இல்லாம போக காரணமே அந்த பாம்புதான்! இதை முதல்ல தெரிஞ்சுக்கோ…”

“கொஞ்சம் புரியும்படி சொல்லுங்க.”

"சொல்றேன்! இந்த ராஜேந்திரனோட நான்காம் தலைமுறையைச் சேர்ந்த தாத்தா பேர் ஜீவரத்தினம். பெரிய சிவபக்தர். அவர் காலத்துலேயும் இது போல 'புஷ்கரம்' வந்தது. இங்க காவிரிக்கு குளிக்க வந்த சாது சன்னியாசிகளுக்கும், சித்தர்களுக்கும் தன் வீட்டுல அன்னம் கொடுத்தார். பதிலுக்கு... 'உனக்கு என்ன வேணும்?'ன்னு கேட்டப்போ, 'என் தலைமுறை பட்டுப் போகாம நல்லவிதமா வாழணும். அடுத்தவங்க துன்பத்தை போக்கற சக்தி எப்பவும் எங்க குடும்பத்துக்கு இருக்கணும்'னு ஜீவரத்தினம் கேட்கவும்... 'அப்படியே ஆகட்டும்!'ன்னு ஆசீர்வாதம் செய்தாங்க.

அதனாலதான் இப்பவும் அடுத்தவங்க துன்பமான 'நோய்களைப் போக்கற வைத்தியனா ராஜேந்திரனால இருக்க முடியுது. அதே ஜீவரத்தினம், தனக்கு குடும்ப வாழ்க்கை போதும்'னு சன்னியாசம் வாங்கிட்டார். அப்படி வாங்கினவர் இந்த வீட்டை தன்னோட மடமாகத்தான் வெச்சிருந்தார். சாது, சன்னியாசிகள் வந்து போகற இடமாகவும், அன்னசாலையாகவும் இது மாறிடுச்சு.

இங்கே வந்த பல சித்த புருஷர்கள், காவிரியில 'ஜலசித்தி' அடைய விரும்பினாங்க. கங்கையில 'சித்தி' அடையற மாதிரியே காவிரியில அடையறதும் ஒரு கணக்கு.

முன்பு... காவிரி, குடகுல உருவாகி... நேரா மலையாள தேசத்துக்குள்ள புகுந்து... அங்க கடல்ல கலக்கற ஆறாக இருந்தது. அப்படிப்பட்டதை திருச்சி - தஞ்சாவூர் வழியா போய் பூம்புகார் கடல்ல கலக்கறதா மாற்றினவர் அகத்தியர்.

அவருக்கு உதவி செய்தவர் பிள்ளையார். அதனால் காவிரிக்கு சித்த சம்மதம் உண்டு. உடம்பை காவிரியில் ஐக்கியப்படுத்தி ஜலசமாதி அடைய விரும்பின சித்தர்கள், தங்களோட ஏடுகளை எல்லாம் ஜீவரத்தினத்துக்கிட்ட கொடுத்து பாதுகாக்க சொன்னாங்க.

அதுகள்ல யோக ரகசியங்களும், வாத ரகசியங்களும், ஜீவ ரகசியங்களும் நிறையவே இருந்தன. இதெல்லாம் சித்தர்கள் தங்கள் தவத்தால் கண்டுபிடிச்சது. 'இதை சராசரி ஆசாபாச

மனிதன் தெரிஞ்சிக்கறது ஆபத்து. அதனால இதுகிட்ட அப்படி யாரும் வரக்கூடாது. அதுக்கு என்ன வழி?'ன்னு யோசிச்சப்ப... பதஞ்சலி சித்தர் தன் ஆயிரம் நாகங்கள்ல ஒண்ணை காவலுக்கு வெச்சு, ஏடுகளுக்கு பொறுப்பு எடுத்துக்கிட்டார்.

குறிப்பா. 'அடுத்த புஷ்கரம்' வரை இதை என் அம்சம் பாதுகாக்கும். பிறகு, இதையும் 'ஜல சமாதிக்கு உட்படுத்திடலாம். நடுவுல தகுதி படைச்ச யாருக்காவது இந்த ஏடுகள் தேவைப்பட்டா... அவங்க வந்து பயன்படுத்திக்கட்டும்'ன்னும் சொன்னார். அதன் பிறகுதான் காவல் தொடங்கியது.

இதுக்கு நடுவுல 'அகோரிகள்' போல சிலரும், பேராசைமிக்க சில அரைச் சித்தர்களும் ஏடுகளை அபகரிக்க வந்தப்ப... நாகம் அவங்களை நெருங்கவிடல. அதை பார்த்த யாரும் இந்த வீட்டுக்குள்ளயே நுழைய பயப்பட்டாங்க. இப்படிதான் சர்ப காவல் உருவாச்சு. அதன்பிறகு பதஞ்சலி சித்தரே கனவுல வந்து, 'இந்தக் குடும்பத்தைச் சேர்ந்த யாரும் அச்சப்பட தேவையில்லை. நான் அவங்க கண்ணுல தென்பட மாட்டேன். ஆனா, அந்நியர்கள் வந்தா விடாமட்டேன்'னு சொன்னார். அந்த வாக்குப்படியே இவ்வளவு நாளும் நடந்து வந்திருக்கு."

தூரன் சாமியின் நெடிய விளக்கம், அருளானந்தத்துக்கு ஓரளவுக்குத்தான் திருப்தி அளித்தது. அது அவரது முகம் போன போக்கில் தெரிந்தது. அதுவே ஒரு கேள்வியாகவும் ஆகியது.

"இதுல அப்படி என்ன சாமி ரகசியம் இருக்கு?" என்று கேட்கவும் சிரித்த தூரன் சாமி, "கல்லையும்... மண்ணையும் தங்கமாக்குகிற 'ரசவாத ரகசியம்' ஒண்ணு போதுமே தம்பி. அப்படி என்ன இருக்குன்னு கேட்டுட்டீங்களே சர்வ சாதாரணமா?" என்றிட... குமாரசாமி சித்தரும், திருவேங்கடமும் விதிர்த்துப் போய் நிமிர்ந்தனர்.

❋❋❋

# 26

'ஆய கலைகள் அறுபத்து நான்கும் நான்
அவ்வளவும் ஒருங்கிடும் ஆழ்நிலை தியானமும் நான்'

தூரன் சாமி சொன்ன விளக்கம், திருவேங்கடத்தை பதில் கேள்வியும் கேட்கத் தூண்டியது.

"சாமி..."

"என்னப்பா?"

"கல்லையும், மண்ணையும் தங்கமாக்கற ரகசியத்தை எதுக்கு இப்படி எழுதி வைக்கணும்? அப்படி எழுதி வெச்சதை 144 வருஷம் பாதுகாத்துட்டு, இன்னிக்கு ஆத்துல போட்டுடணும்னா என்ன சாமி அர்த்தம்?"

"எழுதி வெச்சது. பின்னாலவர்றவங்களுக்கு பயன்படுறதுக்காக! அதை ஆத்துல போட்டுடணும்னு நான் இப்ப சொல்றது... இனி இது பயன்படாதுங்கறதுக்காக!"

"குழப்பறீங்களே... அப்ப இந்த ஏடுகளால இனி ஒரு பிரயோஜனமும் கிடையாதா?"

"ஆமா... அதான் உண்மை!"

"அப்ப பின்னால வர்றவங்களுக்கு பயன்படணும்னு எழுதி வெச்சது?"

"பயன்பட வேண்டியவங்களுக்கு பயன்பட்டு முடிஞ்சிடிச்சு."

"எப்ப சாமி... எனக்கு தெரிஞ்சு வீடு பல வருஷமா பூட்டித்தானே கிடக்கு?"

"இந்தத் தலைமுறைக்கே இதெல்லாம் புது விஷயம்தான்! கடந்த 144 வருஷத்துல ஒன்பது பேர் இதே வீட்டுக்கு வந்து, ஏடை எடுத்து தங்கம் செய்யற ரகசியத்தைத் தெரிஞ்சிக்கிட்டு தங்கமும் செய்திருக்காங்க. 'பதஞ்சலி' சித்தரும் அவங்களுக்கு ஒத்துழைப்புக் கொடுத்தார்."

"என்ன புதுக்கதையா இருக்கு...? இது ராஜேந்திரன் அப்பா - அம்மா, அவங்களோட பெற்றோர் வாழ்ந்த வீடு. அவங்களுக்குத் தெரியாம அப்படி ஒண்ணு எப்படி நடந்திருக்க முடியும்?"

"தெரியாமன்னு யார் சொன்னா... தெரிஞ்சே நடந்தது."

"சாமீ..."

"உணர்ச்சி வசப்படாதே! அப்பா திருஞான சம்பந்தமும், அம்மா ராஜாமணியும் எப்படி இறந்தாங்கன்னு மகன் ராஜேந்திரனுக்கு தெரியும் தானே?"

தூரன் சாமி, ராஜேந்திரனைப் பார்த்தார்.

"ஒரு கார் விபத்துல ரெண்டு பேரும் இறந்துட்டாங்க. அதுக்கு முன்பு தாத்தாவை காவிரி நீர்ச்சுழல் கொண்டு போயிடுச்சு. அதைக் கேட்டு பாட்டி அதிர்ச்சியில் செத்துட்டாங்க. இதுதான் என் முன்னோர்கள் இறந்த விதம்."

"ஆமா! அந்த விபத்து நடந்த அன்னிக்குதான் ஒன்பதாவது நபர், தங்கம் செய்தார். ராஜேந்திரனோட அப்பாவே அவருக்கு ஏடுகளை எடுத்துத் தந்தார்."

தூரன் சாமி முக்கியமான கட்டத்தை தொட்டவராக அனைவரையும் ஒரு பார்வை பார்த்தார். எல்லோர் முகத்திலும்

நம்ப முடியாத பிரமிப்பு. 'அடுத்து என்ன சொல்லப் போகிறார்?' என்கிற எதிர்பார்ப்பு.

"நீ அப்ப மெடிக்கல் காலேஜ்ல படிச்சிக்கிட்டிருந்தே! ஹாஸ்டல்ல இருந்ததால உனக்கு இங்க நடந்தது தெரியாது" என்று ராஜேந்திரனைப் பார்த்து சொன்ன தூரன் சாமி...

"உன் அப்பா - அம்மா துர்மணம் அடைய பேராசைதான் காரணம். ஒன்பதாவதா வந்த நபர், தங்கத்துலயே ஒரு சிவலிங்கம் செய்ய விரும்பினார். அந்த சொர்ணலிங்கத்தை ஊரோட நன்மைக்காக அவர் வழிபட விரும்பி... அதனாலதான் தங்கத்துல செய்ய ஆசைப்பட்டார்.

இப்ப இங்க நான் உங்களுக்கு சில ஆகம ரகசியங்களைச் சொல்றேன். இதை நம்பறதும்... நம்பாததும் உங்க விருப்பம். நீங்க நம்பறதைவிட நம்பாம போறதுலதான் நன்மை அதிகம்" - என்றவரை குமாரசாமி சித்தர் புன்னகையோடு பார்த்தவராக... "சரியா சொன்னீங்க சாமி" என்றார்.

"சாமி! இடையில பேசாதீங்க... எல்லா உண்மைகளையும் சொல்லி முடிக்கட்டும். அப்புறம் கேள்விகள் கேட்போம். நீங்க சொல்லுங்க சாமி. அந்த ஒன்பதாவது நபர், தங்க லிங்கத்தைச் செய்தாரா?" என்று மிக ஆவலாக கேட்டார் இன்ஸ்பெக்டர் அருளானந்தம்.

"முதல்ல ஏடுகளை கேட்டப்போ திருஞானசம்பந்தம்... அதாவது, இந்த ராஜேந்திரனோட அப்பா மறுத்தார். அவரும் மகனை மாதிரி யோசிக்கிறவராதான் இருந்தார். மிகச் சரியா இந்த 21-ம் நூற்றாண்டு பிறந்த 1.1.2001 அன்னிக்குத்தான் நான் சொல்ற சம்பவம் நடந்தது. அந்த ஒன்பதாவது நபர் ஒரு சித்தர். 'வசியப் பார்வை' பார்த்தே ஏடுகளை எடுத்துத் தரச் செய்தார். நல்ல காரியத்துக்காகங்கறதால பதஞ்சலி சித்தரும் குறுக்கிடல! வழி விட்டார்."

ஏட்டோட பாட்டுல இருந்த ரகசிய குறிப்புகளின்படி சொர்ணலிங்கம் செய்ய மிகச் சரியா 18 நாள் ஆனது. ஏடு

திரும்பவும் பெட்டியில் வைக்கப்பட்டு, பரண் மேல் போயிடிச்சு. தான் செய்த தங்க லிங்கத்துக்கு முதல் பூஜை செய்தப்போ... அதுல திருஞான சம்பந்தமும், ராஜாமணி அம்மாளும் கலந்துக்க விரும்பினார் அதே சித்தர். அவங்களும் கலந்துக்கிட்டாங்க.

தங்க லிங்கத்தைப் பார்த்த திருஞான சம்பந்தம் ஆச்சரியப்பட்டார். அப்போதான் தன் வீட்டு மரப்பெட்டியோட மதிப்பு அவருக்கு தெரிஞ்சது. பூஜை முடிஞ்சு திரும்பும்போது, பெட்டியைத் திறந்து ஏடுகளை எடுத்துப் பார்த்து நாமும் தங்களும் செய்யணும்கற ஆசை அவருக்குள்ள பெருக ஆரம்பிச்சிடுச்சு. அதன் காரணமாக பதற்றத்தோட காரை ஓட்டவும்தான் விபத்தாகி ரெண்டு பேரும் இறந்தாங்க."

தூரன்சாமி சொன்ன செய்தி ராஜேந்திரனை ஒரு உலுக்கு உலுக்கியது. அவன் அம்மா - அப்பா இறந்த தேதி 18.1.2001 தான்! பிரமிப்போடு தூரனைப் பார்த்தவன், "இது எப்படி சாமி உங்களுக்கு தெரியும்?" என்று கேட்டான்.

அவர் மிக நிர்மலமாய் ஒரு அரைச்சிரிப்போடு பார்த்தவராக..." அந்த தங்க லிங்கத்தைச் செய்த ஒன்பதாவது சித்தன் நான்தானே! எனக்கு எப்படி தெரியாம போகும்?" என்று கேட்ட நொடி எல்லோரிடமும் விதிர்ப்பு.

"சாமீ..."

"ஆமாப்பா... நான்தான் அந்தச் சித்தன். சொர்ண லிங்கம் இப்பக்கூட இமய மலையில் ஓர் ஆசிரமத்துல நித்திய பூஜையில இருக்கு."

தூரன் சாமியின் பதில் அருளானந்தத்தைத்தான் அடுத்து உசுப்பியது.

"சாமி... அந்த ரகசியத்தை தெரிஞ்சுகிட்ட நீங்க... சிவலிங்கம் மட்டும்தான் செஞ்சீங்களா? வேற எதுவும் செய்யலையா?"

"அதை மட்டும் செய்யச் சொல்லித்தான் என் குருநாதர் உத்தரவு போட்டார்."

“என்ன சாமி சொல்றீங்க... தங்கம்கறது இன்னிக்கு எவ்வளவு பெரிய விஷயம்? ஒரு கிராம் விலை 2,800 ரூபா. அப்படின்னா கிலோ 28 லட்ச ரூபா. உங்க ரகசியத்தை வெச்சு ஒருடன்... அதாவது, ஆயிரம் கிலோ தங்கம் செய்திருந்தா 280 கோடி ரூபா.”

அந்த ரகசியத்தை அரசாங்கத்துகிட்ட ஒப்படைச்சு, நம்ம நாடு தங்கம் செய்தா நாமதான் உலகத்துலயே வல்லரசு. விட்டுட்டீங்களே சாமி.

அதுவரை பேசாமல் இருந்த குமரேசன், கணக்கே போடத் தொடங்கிவிட்டான்.

“குமரேசா... இந்த கணக்கெல்லாம் பிறகு! சாமி சொல்றது முதல்ல எவ்வளவு தூரம் உண்மைன்னு தெரியணும். நம்ப நாட்டுக்கு வெளிநாட்டுல என்ன பேர் தெரியுமா?”

அருளானந்தம்தான் கேட்டார். எல்லோரும் மவுனமாக பார்த்தனர்.

“தண்ணி இல்லாத தேசம், பரதேசி சாமியாருங்க நடமாடுற வறுமையான தேசம், பாம்பாட்டிங்க திரியற தேசம்னு மோசமான பேர்தான் வெளிநாட்டுல இருக்கு. இவர் சொல்றத பார்த்தா... உலகத்துலயே இந்த சித்தர் பரதேசிங்கதான் பணக்காரங்களா இருக்க முடியும். ஆனா, இங்க அப்படியா இருக்கு நிலைமை?”

அருளானந்தத்திடம் அவரையும் மீறி அவரது சந்தேகமும், நம்பிக்கையின்மையும் வெளிப்பட்டுவிட்டது.

“சரி... நான் இனி எதையும் பேசல! இந்தப் பேச்சை இத்தோடு விட்டுடுவோம். போலீஸ்காரய்யா எப்படி வேணா நினைச்சிக்கிட்டு போகட்டும். வாழ்க்கையையே துச்சமாகருதி இதுல இருந்து விலகி, யோகம் - தியானம்னு வாழற எங்களை இவரோட எந்த கருத்தும் எதுவும் செய்துடாது” - என்று தூரன் சாமி கூறவும் பதறிப்போனது திருவேங்கடம்தான்!

“சாமி... அப்படி அவசரப்பட்டு ஒரு முடிவுக்கு வந்துடாதீங்க. நீங்க சொல்றதை நான் பரிபூரணமா நம்புறேன். எனக்கு இப்ப

ஒரே ஒரு சந்தேகம்... அதுக்கு மட்டும் பதில் சொல்லுங்க... உங்கள் கெஞ்சிக் கேட்டுக்கறேன்" என்றான். 'அமைதியாகேளு...' என்பது போல பார்த்தார் அவர்.

"இந்த 144 வருஷத்துல இது ஒன்பது பேருக்கு மட்டும்தானா பயன்பட்டது?"

"ஆமா!"

"சரி... இனி பயன்படாது. ஆத்துல போட்டுடணும்னு எதை வெச்சு சொன்னீங்க?"

"உண்மைதான். இனிமேல் பயன்படாது. இதை இன்னொரு 144 வருஷம் பாதுகாக்கற சூழல் இப்ப இல்ல. அது மட்டுமில்ல... கால மாற்றத்தால பல மூலிகைகள் நசிஞ்சே போச்சு. மக்கள் தொகை - வாகனப் பெருக்கம், அதனால் சுற்றுச்சூழல் பாதிப்பு ஏற்பட்டு... தட்ப வெப்ப நிலையும் மாறிப் போச்சு. சில மூலிகை வளர தட்ப வெப்ப நிலை முக்கியம். அந்த தட்ப வெப்பத்துக்கு இனி இங்கே இடம் இல்லை. அதனால இந்த ஏடுகளில் உள்ள ரகசியங்களால எந்த பயனுமில்ல."

"நீங்க சொல்றது ரசவாதத்துக்கு வேணா பொருந்தலாம். மற்ற ரகசியங்களுக்கு...?"

"ரகசியங்களை உணர சித்த அறிவு முக்கியம். அது உங்க யார்கிட்டேயும் இல்லையே?"

"அப்ப அப்படியொரு சித்தன் இல்லாததாலதான் இதை தூக்கிப் போடச் சொல்றீங்களா?"

"ஆமா..."

"இன்னிக்கு இருக்கற நீங்களெல்லாம் யார் சாமி?"

"நாங்க யாருன்னுதான் உங்களுக்குத் தெரியுமே?"

"நீங்க... எங்க வரையில் சித்தர்கள். அப்படி இருக்க... ஏன் இதை நீங்களே பயன்படுத்தக்கூடாது?"

"நீ சொல்றது ஒரு தேவை. அதாவது விருப்பம். இது எங்க யார்கிட்டேயும் இப்ப கிடையாது. குறிப்பா நாங்க அவ்வளவு

பேரும் இந்த புஷ்கர நீராடல் முடிஞ்சு... தெரிஞ்சும் தெரியாமலும் செய்த எங்க பாவங்கள், எங்களோட முன்னோர்கள் பாவங்கள்னு சகலத்தையும் காவிரி மாதாகிட்ட விட்டுட்டோம்."

"இப்ப புனிதப்பட்டு இருக்கோம். இந்தப் புனிதத்தை தினமும் எங்களோட தவத்தால் காப்பாத்திகிட்டு, கபால முக்தியோ இல்ல காலமுக்தியோ அடையறதையே நோக்கமாக கொண்டிருக்கோம்."

"வாழ்க்கைங்கறது உலக இன்பங்களை நேர்மையான முறையில் அனுபவிக்கறதுதானே சாமி?"

"அது உங்களைப் போன்ற லவுகீகமானவங்களுக்கு..."

"ஏன் நீங்களும் அப்படி வாழக்கூடாது?"

"அந்த லவுகீக வாழ்க்கை அலுத்துப் போய்தான் இந்த முடிவு எடுத்திருக்கோம்."

தூரன் சாமி எல்லா கேள்விகளுக்கும் சரியான பதிலை சொல்லியபடியே வந்தார். 'அடுத்து என்ன கேட்பது?' என்றுதான் யாருக்கும் பிடிபடவில்லை. இருந்தும் குமரேசன் ஒரு விருப்பத்தை வெளியிட்டான்.

"சாமி..."

"சொல்லுப்பா..."

"எனக்கு ஒரேயொரு ஆசை மட்டும் சாமி..."

"உனக்கு ஒரு ஆசைதானா... ஆச்சரியமா இருக்கே?"

"ஆமா... இங்க ஒரே ஒரு விருப்பம்தான்! நான் பார்த்த அந்த பதஞ்சலி சித்தரை சாரும் பார்த்துட்டா போதும். அவர் நம்பிடுவாரு."

"நீங்க நம்ப வேணாம். உங்க வேலையைப் பாருங்கன்னு சொன்னேனே...?"

"அப்படி சொல்லாதீங்க! எனக்காக என் 'சீனியர் ஆபீசருக்கு' ஒரு தெய்வீக அனுபவத்தைக் கொடுங்க" – குமரேசன் கருத்துக்கு

தூரன் சாமி பதில் கூறாமல் தன்னோடு நிற்கும் பல சித்தர்களில் ஒருவரை மட்டும் பார்த்தார்.

கண்ணை மூடிக்கொண்டு மவுனமாக சிலை போல் நின்றிருந்த அவர், அந்த வீட்டின் கண்ணாடி அருகே போய் நின்றார். தூரனும், “அவர்கிட்ட போய் விபூதி வாங்கிக்கோங்க முதல்ல...” என்றார்.

“எதுக்கு சாமி?”

“வாங்கிக்குங்க... சொல்றேன்...” – தூரன் சாமி கட்டளையிடுவது போல் பேசவும்... அருளானந்தமும், குமரேசனும் அவரை நெருங்கினார். குமரேசனுக்கு விபூதியை நெற்றியில் இட்டுவிட்டார்.

அப்போது அவர் கண்களைப் பார்த்தான். மிக வித்தியாசமான சிறிய பூனை விழிகள்! பார்வையே அலாதியாக மிரட்டியது.

அருளானந்தமும் அந்தப் பார்வையை அதற்கு முன் பார்த்திராத உணர்வோடு விபூதி பூச அனுமதித்தார். அவர் கரமானது நெற்றியில் பட்ட நொடி, இவருக்கு மின்வெட்டு போல் ஒரு சிலிர்ப்பு.

அதே சிலிர்ப்போடு திரும்பினால்... பக்கவாட்டின் கண்ணாடியில் அந்த சித்தரின் தலைக்கு பதிலாக ஐந்து தலை நாகம் படம் விரித்து நின்று அவரையும் பார்த்தது.

அருளானந்தத்துக்கு தன் மேல் ஒரு மின்னல் பாய்ந்தது போல் இருந்தது. சில நொடிகளில் பாம்புத் தலைகள் மாறி... சித்தரின் தலை மட்டும் தெரிந்தது.

அருளானந்தத்திடம் அதன் பின் பேச்சு இல்லை. மவுனமாக, ‘இனி கேள்விகளே கேட்கமாட்டேன்!’ என்பது போல அங்கிருந்து புறப்பட... குமரேசனும் பின்தொடர்ந்தான். ராஜேந்திரனையும், தெய்வானையும் உறைந்து போயிருந்தனர். ஆஷா படம் வரையத் தொடங்கியிருந்தாள். அந்தப் படம் அச்சு அசலாக மழை லிங்கத்தை ஞாபகப்படுத்துவது போல இருந்தது.

தூரன் சாமியும், மற்றவர்களும் அதைப் பார்த்து புன்னகைத்தவர்களாக ராஜேந்திரனை ஏறிட்டனர்.

“தம்பி... இந்த பெட்டியை இன்னிக்கு நடுராத்திரியில ஆத்துல விட்டுடு” என்றார் தூரன் சாமி.

“ஆத்துல போட்டா அழிஞ்சுதானே போகும்! இப்படியே இருந்துட்டுப் போகட்டுமே சாமி” என்றான் ராஜேந்திரன்.

“ஏம்ப்பா... நீ இந்த சமூகத்துக்கு நிறைய நல்ல தொண்டு செய்து, உன் மனைவி - மகளோடு வாழ வேண்டாமா?”

தூரன் சாமி அப்படிக் கேட்பார் என்று ராஜேந்திரன் எதிர்பார்க்கவில்லை. ‘பெட்டியை ஆற்றில் சேர்க்காவிட்டால் நல்ல விதமாய் வாழ முடியாது’ என்கிற தொனி அவரது கேள்வியில்.

தெய்வானைக்கு அது நன்றாக புரியவும்...

“போட்டுடுறோம் சாமி...” என்றாள்!

❋❋❋

# 27

**'மானுடப் பிறப்பு உயிர்களின் உச்சம்;**
**உச்சத்து உயிரெலாம் சிவத்தின் எச்சம்!'**

ஆற்றில் போட்டுவிடுவதாக தெய்வானை கூறவும் சிரித்தார் தூரன் சாமி.

"தொடக்கத்துல ரொம்ப பயந்து போய் குழம்பினவ! ஆனா, நீதான் இப்ப ரொம்ப தெளிவான மனநிலைக்கு வந்துருக்கே!! இனி உனக்கு யோக காலம்தான்" என்று பாராட்டவும் செய்தார்.

"என்ன யோக காலமோ... என் பெண்ணைப் பார்த்தீங்களா?" - என்று ஆஷாவிடம் வந்து நின்றான் ராஜேந்திரன்.

"ஓ... உனக்கு இன்னும் தெளிவு ஏற்படலையா?"

"எப்படி சாமி ஏற்படும். இவளுக்கு என்ன சொல்றீங்க...?"

"இவளுக்கு என்ன குறை? இவதான் 'பாலா'வாச்சே...?"

"அதான் இப்ப என் கவலையே! இந்த வயசுக்குன்னு ஒரு அறிவும், ஆசாபாசங்களும் இருக்கும்போது... அதைக் கடந்து பார்க்கறது. பேசறது, படம் வரையறதுன்னு அவ செயல்படுறதை எப்படி எடுத்துக்கறதுன்னு தெரியல சாமி. நான் இந்த ஊருக்கு வரும்போது இவ நோயாளி. இப்ப அப்படி

இல்லேன்னாலும், அவளை புரிஞ்சுக்க எனக்கே கஷ்டமா இருக்கு. பள்ளிக்கூடத்துக்கு போகும்போது இவளை எப்படி நடத்துவாங்களோன்னு பயமா இருக்கு" - ராஜேந்திரன் மிக எதார்த்தமாகத்தான் பேசினான்.

தெய்வானைக்குக் கூட அவன் கேட்டதில் உடன்பாடு இருப்பது அவள் முகக்குறிப்பில் தெரிந்தது. தூரன் சாமி பதிலுக்கு ஆஷாவைப் பார்த்தபோது... மழை லிங்கத்துக்கு மேல் மேகம் போல் வரைந்து, அது மழை பொழிவது மாதிரி தூறல்களை வரைந்தபடி இருந்தாள்.

"பாப்பா..." - என அழைத்தார்.

அவள் கவனம் திரும்பவில்லை!

"பாலா..." என்கவும் திரும்பினாள்.

"இங்க நடக்கறதை எல்லாம் கேட்டுக்கிட்டுத்தானே இருக்கே?"

"ம்... அதுக்கென்ன இப்போ?"

"உங்க அப்பாவோட கவலையை நீ உணரலையா?"

"அதெல்லாம் போகப் போக சரியாயிடும்."

"என்ன தாயே... இப்படி சொல்றே?"

"சரி... நான் வேணா விலகிக்கட்டுமா?"

அவள் 'பளிச்'சென்று அப்படி கேட்பாள் என யாரும் எதிர்பார்க்கவில்லை!

"விலகிடும்மா... நீ நினைச்சா ஆயிரம் வழிகள்! இவ உடம்பு உனக்கு எதுக்கு?" தூரன் சாமி இப்படிச் சொல்லவும்... ஆஷா எல்லோரையும் ஆழமாக பார்த்தாள். ஒரு சின்னப் பெண் பார்க்கிற பார்வையாகவே அது இல்லை. முக பாவனையிலும் அப்படியொரு முதிர்ச்சி. பார்க்கும் போதே கையை ஆசீர்வதிப்பது போல உயர்த்தினாள்.

அந்த சன்னியாசிகள் அடுத்த நொடி, "ஹர ஹர மகாதேவ..." என்றும், அதே ஜோரில் "ஓம் சக்தி..." எனவும் கோஷமிட்டனர்.

ஆஷா அந்தக் கோஷத்தை கேட்டபடியே சிரித்தாள். அப்படியே மயங்கி விழத் தொடங்கினாள். தெய்வானை ஓடிச்சென்று தாங்கிப் பிடித்தாள்.

“பயப்பட வேணாம். பாலா மலை ஏறிட்டா...” என்றார் தூரன். ராஜேந்திரன் மலங்க மலங்க விழித்தான்.

“டாக்டர் தம்பி... இனி இந்த வீட்டை தாராளமா நீங்க விக்கலாம். இல்லேன்னா அப்படியேகூட வெச்சுக்கலாம். அதிசயங்கள் நிறைஞ்சது இந்த வீடு. இது இப்படி சொத்தா இருக்கறதும். பணமா மாறுவதும் உங்க விருப்பம். மகளும் பூரணமா திரும்ப கிடைச்சிட்டா. உங்களோட குடும்பத்துக்குன்னு பெரிய ஆசீர்வாதம் இருக்கறதால இவளும் மருத்துவம் படிச்சு சேவை செய்வா. நாங்களும் புறப்படுறோம். இந்த புஷ்கர காலத்துல என்னவெல்லாம் நடக்கணுமோ அதெல்லாம் நடந்து முடிஞ்சாச்சு. நாங்க எங்க வழியில் இனி போக வேண்டியதுதான்! எல்லாரும் புறப்படலாமா?”

தூரன் சாமி கேட்க... வந்திருந்த சித்தர் சாமிகள் அவ்வளவு பேரும் “போகலாம் சாமி...” என்றனர் ‘கோரசாக!’ போலீஸ் அதிகாரிகள் குமரேசனும், அருளானந்தமும் முன்பே போய்விட்டிருக்க... திருவேங்கடம் மட்டும் போகாமல் அந்த வீட்டில் இருந்தான். அவனை வழி நடத்தும் குமாரசாமி சித்தர் கூட அவர்களோடு சேர்ந்து தற்காலிகமாக புறப்பட்டிருந்தார்.

மயங்கிய ஆஷா மெல்ல கண் திறந்தாள். தெய்வானை மடி மேல் கிடந்தவள். கண்களைத் திறந்து பெற்றோரை ஒரு தினுசாக பார்த்தாள்.

“ஆஷா...”

“மம்மி...”

“மம்மியா... எப்படிம்மா இருக்கு?”

“எனக்கு என்னாச்சு மம்மி?”

“உனக்கு... உனக்கு...”

தெய்வானை என்ன சொல்வதென்று தெரியாமல் தடுமாற... ராஜேந்திரனை அவளை தொட்டுத் தூக்கி தோளில் சாய்த்தவனாக, "ஆஷா... இப்ப உடம்பு எப்படிம்மா இருக்கு?" என்று கேட்டான்.

"ஐ ஆம் ஆல்ரைட் டாடி! ஒய் யூ ஆஸ்க் லைக் திஸ்..." - என்று அவளுக்கே உரித்தான 'கான்வென்ட்' ஆங்கிலத்தில் கேட்கவும்தான் அவனுக்கு உயிரே வந்தது.

"தெய்வா... இஸ் வெரி நார்மல்! நமக்கு நம்ம பொண்ணு கிடைச்சிட்டா..." என்றான். திருவேங்கடம் இதைப் பார்த்தபடியே இருந்தான். சிறிது நேரம் செல்லவும் ஆஷாவை இறக்கிவிட்டவனாக திருவேங்கடத்திடம் வந்தான் ராஜேந்திரன்.

"என்ன திருவேங்கடம்... நீ இன்னும் போகலையா?"

"போக மனசு வரலை டாக்டர்..."

"டாக்டரா... இது என்ன புது மரியாதை? சகஜமாவே பேசு."

"பேச்சு வரமாட்டேங்குது! நம்ம ஊர், அப்புறம் இந்த வீடு எல்லாமே எவ்வளவு பெரிய அதிசயங்கள்! இல்ல...?"

"ஆமா! எனக்கும் எல்லாமே கனவு மாதிரிதான் இருக்கு. இதையெல்லாம் எப்படி எடுத்துக்கறதுன்னும் தெரியல..."

"அதுசரி... வீட்டை விக்கப்போறீங்களா... இல்லை இப்படியே வெச்சுக்க போறீங்களா?"

"இப்ப எந்த முடிவையும் எடுக்கப் போறதில்லை. முதல்ல இந்த சம்பவங்களின் தாக்கத்துல இருந்து நான் வெளிய வரணும். பிறகுதான் முடிவு செய்யணும்."

"அப்ப... இது?" - திருவேங்கடம் இறுதியாக பெட்டியிடம் வந்தான். ராஜேந்திரனும், தெய்வானையும்கூட அவன் கேட்கவும் அதை வெறிக்கப் பார்த்தனர்.

ராஜேந்திரன் அதன் அருகே சென்று வருடினான். மெல்ல திறந்தான். உள்ளே கட்டுக்கட்டாய் ஏடுகள். திறந்தநொடி ஒரு

வகை எண்ணெய் - மூலிகை வாசம் கலவையாக மூக்கை நிரடியது. திருவேங்கடம் விழிகள் படபடத்தன.

'இவ்வளவும் ரகசியங்கள்! ஒவ்வொரு சித்தனும் தன் மனதையும், உடம்பையும் அடக்கி தவமியற்றிக் கண்டறிந்த மகா ரகசியங்கள்!'

'இதைப் போய் ஆற்றில் போடச் சொல்லிவிட்டார்களே சித்தர்கள்!'

திருவேங்கடம் மனது துடித்தது.

"பெட்டியை மூடுங்க... பெரியவங்க சொன்னபடி இதை ஆத்துல போட்டுருவோம். அதான் நமக்கு நல்லது" என்றாள் தெய்வானை.

"இல்ல தெய்வானை.. இதை ஆத்துல போடுறதால என்ன நன்மை? நீயே சொல்லு பார்ப்போம்..."

"அப்ப நீங்க இதைப் போடப் போறதில்லையா?"

"இல்லை... போடப் போறதில்லை. வீட்டையும் விக்கப் போறதில்லை!"

"அதுவேணா உங்க விருப்பப்படி இருக்கட்டும். பெட்டியைப் போட்டுடுவோங்க..."

"சொன்னதையே சொல்றியே...! ஆத்துல போடுறதால யாருக்கு என்ன பிரயோஜனம்?"

"இந்த உண்மை. இதை ஆத்துல போடச் சொன்ன பெரியவங்களுக்கு தெரியாதுங்களா?"

தெய்வானையின் கேள்வி முன் ராஜேந்திரன் சற்று தேங்கினான்.

"அவங்க காரணமில்லாம சொல்லலைங்க! அதை அப்படியே தூக்கிட்டுப் போய் போட்டு நாம மூணு பேரும் ஒண்ணா காவேரில முழுக்குப் போட்டு குளிச்சிட்டும் வருவோங்க. ஊருக்கு வந்ததுல இருந்து இந்த புஷ்கர குளியலை நாம செய்யவே இல்ல."

தெய்வானை சொன்னது ராஜேந்திரன் காதில் விழுந்த மாதிரியே தெரியவில்லை. அவன் தீவிர யோசனைக்கு மாறியிருந்தான். வேலைக்காரர்கள் வந்துவிட்ட நிலையில் அங்கம்மாள், மாலைப்பொழுதுக்கான வாசல் தெளிப்பிலும். கோலம் போடுவதிலுமாக இருந்தாள்.

வீட்டை விற்கப் போவதில்லை என்கிற முடிவு. கந்தசாமிக்கு திருப்தியைத் தந்திருந்தது. ஆனால், திருவேங்கடம் அங்கே நின்றுகொண்டு... நடப்பதை எல்லாம் விடாமல் கவனிப்பது சற்று உறுத்தலாக இருந்தது.

"என்னப்பு... நீ இன்னும் போகலையா? போ... போய் பொழப்பைக் கவனி..." - என்று கூறவும், திருவேங்கடம் அவனை முறைத்துப் பார்த்தான்.

"என்ன முறைக்கிறே...? அதான் எல்லாம் நடந்து முடிஞ்சிடிச்சே! இன்னும் என்ன பார்வை...?"

"கந்தசாமி... நீ ஒரு வேலைக்காரன். அதுக்குண்டான ஜோலியை மட்டும் பாரு. என் வாயைப் புடுங்காதே!"

"என்ன வேலைக்காரன்... ஜோலின்னு மட்டமா பேசறே? நீ என்ன பெரிய டாட்டாவா... இல்ல பிர்லாவா?"

"தா... அவங்க காலம் முடிஞ்சு அம்பானி, அதானின்னு காலம் போய்க்கிட்டிருக்கு. நீ அது தெரியாம எதையாச்சும் பேசாதே! பெட்டியை ஆத்துல போடுறதா இருந்தா நானே தூக்கிட்டுப் போய் போட்டு அந்தப் புண்ணியத்தைக் கட்டிக்கலாம்னு பார்க்கேன். அதான் நிக்கறேன்."

திருவேங்கடத்தின் பேச்சு, ராஜேந்திரனை அவனை நோக்கித் திருப்பியது.

"திருவேங்கடம்... நீ கிளம்பு. நான் இதை ஆத்துல போடப் போறதில்லை! இப்போதைக்கு இந்த வீட்டை வீட்டும் போகப் போறதில்லை. நடந்த சம்பவங்கள் எனக்குள்ள நிறைய மாற்றங்களை உண்டாக்கிடுச்சி... நீ புறப்படு! எங்களுக்கும்

கொஞ்சம் படுத்தா போதும்னு இருக்கு" - என்று 'பளிச்'சென்று சொன்னான்.

அதற்கு மேல் திருவேங்கடம் அங்கே நிற்க முடியாதவனாக புறப்பட்டான்.

"கந்தசாமி... பசிக்குது! அய்யர் கடையில 'டிபன்' வாங்கிட்டு வர்றியா?" என்று ராஜேந்திரன் கேட்கவும், "இதோ இப்பவே போயிட்டு வந்துடுறேன். நீங்க இங்கேயே இருக்கப் போறேன்னு சொன்னதைக் கேட்டு சந்தோஷமா இருக்குய்யா. ரொம்ப நல்ல முடிவு. அரண்மனை மாதிரி வீட்டை விக்கப் போறதில்லங்கறதும் நல்ல முடிவு..." - என்று சொல்லிக்கொண்டே துணிப்பை, சாம்பாருக்கு தூக்கு வாளி என்று பார்த்து எடுத்துக்கொண்டு புறப்பட்டான்.

தெய்வானை, ராஜேந்திரன் அருகில் வந்தவளாக பார்வையாலேயே அவ்வளவும் தவறான முடிவு என்பது போல் பார்த்தாள். ஆஷா வெறித்து பார்த்துக் கொண்டிருந்தாள்.

"தெய்வா... என்ன கொஞ்சம் தனியா யோசிக்க விடு. அதான் எல்லாம் முடிஞ்சிடிச்சே. எதுக்கு ஒரு மாதிரி பார்க்கறே?"

"இந்தப் பெட்டி ஆத்துல போய் விழுந்தாதான் எல்லாம் முடிஞ்சதா அர்த்தம். அதுவரை எதுவும் முடியாது. புதுசா ஏதாவது பிரச்சினை வரப்போகுது. பார்த்து நடக்கப் பாருங்க... அவ்வளவுதான் சொல்வேன்" என்றவள், ஆஷாவோடு சமையல்கட்டு நோக்கி சென்றாள்.

ராஜேந்திரனுக்குள் அலை பாய்ச்சல்!

திருவேங்கடம், தெருவில் இறங்கி நடந்தான். வழியில் ஒரு பெட்டிக்கடைக்கு வெளியே மரப்பெஞ்சில் அவனுக்காக காத்திருந்தார் குமாரசாமி. இவனும் நெருங்கினான். அவர் கூர்மையாக பார்த்தார்.

"ராஜேந்திரன். பெட்டியை ஆத்துல போடப் போறதில்லை போல தெரியுது சாமி..."

"அப்படியா?"

"ஆமா சாமி. ஆனா, அவன் சம்சாரம், சாமிங்க சொன்னபடி செஞ்சிடுங்க. அதான் நல்லதுங்குது..."

"ஆமா... அதுதான் நல்லது."

"என்ன சாமி நீங்க? அவ்வளவும் பொக்கிஷம்னுட்டு ஆத்துல போடுறதுல என்ன சாமி பிரயோஜனம்?"

"அதையெல்லாம் சொன்னா உனக்குப் புரியாது. அந்த கணக்கே வேற!"

"அப்ப தங்கம் செய்யறதும், உங்க 'அஷ்டமா சித்தி' சமாச்சாரம் எல்லாமும் அவ்வளவுதானா?"

"நான் எங்கே அப்படிச் சொன்னேன்?"

"ஆத்துல போடுறதுதான் சரின்னா அப்படிதானே சாமி அர்த்த மாகுது?"

"அந்த அர்த்தம் ராஜேந்திரனுக்கு சரியா இருக்கும். எனக்கும், உனக்கும் சரிப்படாதே...?"

"அப்படின்னா?"

"பெட்டி அந்த வீட்லயே இருக்கட்டும். அப்பதான் அதை நாம் அடையறது சுலபம்."

"எப்படி சாமி?"

"நானும் ஒரு சித்தன்கறதை மறந்துட்டியா?"

"அதை எப்படி மறப்பேன்? ஆனா, உங்க வழி எப்பவுமே தனி வழியால்ல இருக்கு...?"

"தனி வழியில போனாதான் உலகத்தையே ஆட்டிப் படைக்க முடியும் திருவேங்கடம்."

"சாமி எது எப்படிப் போனாலும் அந்த தூரன் சாமி தங்கம் செய்த மாதிரியே எனக்கும் செய்து கொடுத்துடுங்க. அது முடியும்தானே?"

“செய்த காட்டுறேன்...”

“சாமி. ‘இனிமே அதெல்லாம் சாத்தியமில்லே’ன்னு சொன்னாரே?”

“எல்லாத்தையும் போகப் போக பார்க்கத்தானே போறே?”

குமாரசாமி பொடி வைத்துப் பேசிய பேச்சில் நிறைய மர்மங்கள்!

“சாமி... ஒருவேளை அவன் மனம் மாறி, பெட்டியைத் தூக்கி ஆத்துல போட்டாலும் போடலாம். அப்படி போட்டுட்டா என்ன சாமி பண்ணுறது?”

“அதுவும் நல்லதுக்குதான்! அப்படி நடந்தா வீட்டுக்குள்ள நுழைஞ்சு, வசியத்தால் பெட்டியை அடையறதுங்கற முயற்சி தேவையில்லாம போயிடும். ஆத்துல விழுந்த பெட்டியை... தண்ணியில குதிச்சே நாம் எடுத்துட முடியும்..?”

“முடியுமா?”

“முடிச்சு காட்டுறேன். நீ ஒரு பரிசலை ஏற்பாடு செய்.”

“இப்பவா சாமி?”

“ஆமா...”

“இருட்டப் போகுது.. இப்ப எப்படி சாமி?”

“அப்ப விலகு! நான் பார்த்துக்கிறேன்.”

“வெட்டு ஒன்று; துண்டு இரண்டு” என்று பேசினார் குமாரசாமி சித்தர். பதறிப் போனான் திருவேங்கடம்.

***

# 28

**"எதையும் அடக்குவது திறமை;
எப்பொழுதும் அடங்குவதே மகிமை!"**

பதறிய திருவேங்கடம், குமாரசாமியை சற்று பயத்துடனும் பார்த்தவனாக, "சாமி... இப்படி 'வெட்டு ஒண்ணு; துண்டு ரெண்டு'ன்னு பேசினா எப்படிங்க?" என்று குரலில் இழைந்தான்.

"நான் சித்தன். உன்னைப் போல வெந்ததை தின்னுட்டு, விதி வந்த உடனே செத்துப் போற கர்மப் பிறவி இல்ல! அப்படித்தான் பேசுவேன். ஒரு சித்தன்கூட பழகறவன் கொஞ்சமாச்சும் சித்தனைப் போல நடக்க முயற்சி செய்யணும்."

"ஐயா சாமி... திடீர்னு 'பரிசல்' கேட்டா எங்கே போறது? இந்த ஊர் காவிரியில் 'பரிசல்' போற வழக்கமே கிடையாது. எனக்கு தெரிஞ்சு மேட்டூர் பக்கத்துல பூலாங்குறிச்சியிலதான் 'பரிசல்கள் உண்டு. அதனாலதான் அப்படி சொன்னேன்."

"ம்... 'பரிசல்'னா வட்டமாதான் இருக்கணும்னு இல்ல. பத்து வாழை மரத்தை வெட்டி, ஒண்ணா கட்டி தண்ணியில தூக்கிப் போட்டா... அதுகூட ஒரு 'பரிசல்'தான்! எனக்குத் தேவை... தூக்கிப் போடப் போற பெட்டியைச் சுமக்க ஒரு மிதவை வேணும். அவ்வளவுதான்!"

“இப்ப பேசினீங்களே இது பேச்சு! இப்பவே போறேன். வாழை மரத்தண்டுகளைச் சேர்த்து கட்டி, மிதவையைத் தயாரிச்சுட்டு அப்புறம் அடுத்த வேலையைப் பார்க்கறேன்.”

“சபாஷ்! இப்படிதான் ‘எள்ளுன்னா எண்ணெயா’ இருக்கணும். போ... போய் வேகமா வாழை மரத்துண்டுகளை வச்சி ‘பரிசல்’ செய். கூடவே நானும் வர்றேன். அந்தப் பெட்டி இன்னிக்கு நம்ம கையில கிடைச்சே தீரணும்.”

குமாரசாமியின் கண்களில் ஆசை மின்னியது.

“அப்ப வீட்டுக்கு முதல்ல போகணும். அங்கதான் அருவா இருக்கு. பரிசலாட்டம் கட்டுறதுக்குகயிறு வேணும். அதையும் எடுத்துக்கணும்.”

“அப்ப புறப்படு. போலாம்.”

இருவரும் பெட்டிக் கடையை விட்டு புறப்பட்டனர். கடைக்காரன், சிந்தனையோடு பார்த்தான்.

மணி ஏழரை!

தெருவின் வீடுகளில் உள்ள ‘டிவி’க்களில் அந்த நேரத்துக்குரிய சீரியலின் டைட்டில் பாடல் ஒலிக்க ஆரம்பித்தது.

சுந்தசாரி வாங்கி வந்திருந்த ‘டிபனை’ தெய்வானை எவர் சில்வர் தட்டில் போட்டு, சாம்பார்சட்டினி விட்டு, சிந்தித்தபடியே இருந்த ராஜேந்திரன் முன்னால் வைத்து, “சாப்பிடுங்க... பசிக்குதுன்னு சொன்னீங்களே...?” என்றாள்.

அவளது குரலால் அவன் கலையவில்லை. தீவிர சிந்தனையிலேயே இருந்தான். அதை கலைப்பது போல் அவனது கைபேசியில் சத்தம். தெய்வானை எடுத்து காதைக் கொடுத்தாள்.

“டாக்டர் ராஜேந்திரன்...?”

“இல்ல! நான் அவர் மனைவி பேசுறேன்... நீங்க?”

“ஓ... நான் டாக்டர் பத்மநாபன்தான். சார் இல்லையா?”

"இதோ பக்கத்துலதான் இருக்கார். தர்றேன்" அவள் தர, அடுத்து அவன் ஆரம்பித்தான்.

"எஸ் டாக்டர்..."

"என்ன ராஜேந்திரன்... சென்னையையே மொத்தமா மறந்துட்டீங்களா? நாளைக்கு நீங்க 'அட்டெண்ட்' பண்ண வேண்டிய 'ஆபரேஷன் கேஸ்', உங்க ஞாபகத்துல இல்லையா?"

"அது சம்மந்தமா டாக்டர் ஜோசப்கிட்ட பேசினேனே? 'நான் போய் பார்த்துக்கிறேன்'னு அவர் சொன்னாரே?"

"சொன்னார்... எதனால இப்படியொரு முடிவு?"

"நான் இப்ப என் சொந்த ஊர்ல இருக்கேன். இங்க வந்து நாலஞ்சு நாளாச்சு. ஆனா, நாலஞ்சு வருஷம் ஆன மாதிரி ஒரு 'ஃபீலிங்' டாக்டர்!"

"அதுதான் சொந்த ஊருக்கு இருக்கற சக்தி! அதுக்கும், நீங்க சென்னை வந்து 'ஆபரேஷன்'ல இறங்கறதுக்கும் என்ன சம்பந்தம் ராஜேந்திரன்?"

"பத்மநாபன் சார்... இங்க எனக்கு ஏற்பட்ட அனுபவங்களைக் கேட்டா, வாயைப் பொளந்துடுவீங்க! இப்போ நான் ரொம்பவே குழப்பத்துல இருக்கேன்."

"அப்படி என்ன அனுபவம்... சொன்னாத்தானே தெரியும்?"

"சொல்றேன்! யார்கூடயாவது பேசினாத்தான் எனக்கும் மனசுல இருக்கற பாரம் குறையும். ஒரு தெளிவும் கிடைக்கும். இப்ப நீங்க ஒண்ணும் 'பிசி'யா இல்லையே?"

"இல்ல... 'டிஸ்பென்சரி'யிலதான் இருக்கேன். கடுமையான மழைங்கறதால எங்க பார்த்தாலும் ரோட்ல தண்ணி. அதனால் ஹெவி டிராபிக்! வழக்கமா வர்ற பேஷண்டுகளைக்கூட காணோம். அப்புறமா ஒண்ணா வந்து நிப்பாங்க. அதனால நீங்க தாராளமா பேசலாம். எனக்கும் பொழுது போகும்."

“இல்ல டாக்டர்! நான் சொல்லப் போற விஷயங்கள், அரட்டை சமாச்சாரங்கள் கிடையாது. அவ்வளவும் ‘திகில்’ அனுபவம்.”

“சரி... சொல்லுங்க. அது திகிலா இல்லையான்னு அப்புறமா சொல்றேன்” என்றார்.

ராஜேந்திரனும் சொல்ல ஆரம்பித்தான்.

அருகில் தட்டில் அய்யர் கடை ரவா தோசையும், வடையும், சாம்பார் சட்டினியும் ஊறியபடியே அவனுக்காக காத்திருந்தன. ஆஷாவுக்கு தெய்வானை இட்லி தர...

அவள், “சாம்பார் காரம்...” என்றபடியே சாப்பிட்டதை துப்பிக் கொண்டிருந்தாள். “சரி... இதைத் தொட்டு சாப்பிடு” என்று சர்க்கரையைப் போட்டுவிட்டு திரும்பி வந்தாள்.

ராஜேந்திரன் செல்போன் காதோடு கொல்லைப்புறம் போய் பேசிக்கொண்டிருந்தான். நின்று பார்த்தவளுக்கு சலிப்புதான் ஏற்பட்டது. கந்தசாமியும், அங்கம்மாளும் கூட எதிரில் நெளிந்தபடி வந்தனர்.

“நீங்க இன்னும் போகலையா?”

“இல்லேம்மா... கொஞ்சம் பேசணும்னுதான் காத்துக் கிட்டிருக்கோம்.”

“பேசணுமா... என்கிறீங்களா? அதான் நல்லா பேசிக்கிட்டிருக்கீங்களே?”

“ஐயோ... அது இல்லம்மா! நீங்க இங்கேயே இருக்கறதா இருந்தா நானே உங்க வேலைக்காரியா நிரந்தரமா வந்துடுறேம்மா. அதைச் சொல்லதான் ஆசைப்பட்டேன்.”

“ஆமாம்மா... இதுக்கு இதோட வேலை. எனக்கும் என்னோட வேலை. நம்ம வயக்காட்டை எப்பவும் போல நானே குத்தகைக்கு எடுத்துக்கிறேம்மா. பாண்டு பேப்பர்ல ‘கண்டிசன்’ எல்லாம் போட்டு எழுதிக்கூட வாங்கிக்குங்க.”

“அதுசரி! நாங்க சென்னைக்கு போறோம்னாலும் விடமாட்டீங்க போல தெரியுதே?” என்று கேட்டு சிரித்தாள்.

"அரண்மனை மாதிரி வீட்டை வெச்சிட்டு எதுக்கும்மா பாழாப்போன பட்டணத்துல போய் கஷ்டப்பட்டுக்கிட்டு? கிருஷ்ணா தண்ணி வந்தாதான். அங்க குழாய்ல தண்ணி வருமாமே? இங்க இனி காவிரியில தண்ணி குறை இல்லாம போகும்மா. நீங்க வேணா பாருங்க."

தெய்வானை அவர்கள் பேச்சை ரசித்தாள்.

அப்படியே திரும்பி ராஜேந்திரனைப் பார்த்தாள்.

அவன் நள்ளிரவில் தென்னந்தோப்பில் ஆஷாவை மையமாக வைத்து நடந்ததை சொல்லிக்கொண்டிருந்தான்.

அதைப் பார்த்து ஒரு பெருமூச்சுவிட்டாள்.

ஆஷாவோ சர்க்கரை தோய்த்த இட்லியைச் சாப்பிட்டு முடித்தவளாக தட்டில் ஒட்டி இருந்த துணுக்குகளை விரல் நுனியில் ஒத்தி எடுத்து, நாக்கில் தடவிக்கொண்டிருந்தாள்.

இவள்தான் முந்தைய இரவில் தெய்வமாய் காட்சி தந்தவள் என்று சொன்னால் யாரும் நம்ப மாட்டார்கள்!

"அவர் பேசிட்டு வரட்டும். நாங்க இன்னும் தெளிவா முடிவு எடுக்கல. இந்தப் பெட்டிய வேற தூக்கிட்டுப் போய் ஆத்துல போடணும்! கந்தசாமி... நீ வேணும்ன்னா போய் அய்யர் கடையில டிபன் சாப்பிட்டுட்டு வந்துடுறியா? அப்புறமா பேசலாம்."

கேள்வியோடு ஒரு நூறு ரூபாய் தாளை கந்தசாமியிடம் தந்து, "அங்கம்மாவுக்கும் வாங்கிக் கொடு..." என்றாள்.

இருவரும் புன்னகையோடு புறப்பட்டனர். கொல்லையில் டாக்டர் பத்மநாபனை ராஜேந்திரன் பிடித்து பிசைந்து கொண்டிருந்தான்.

"ராஜேந்திரன்... நீங்க சொல்றதெல்லாம் எனக்கு நம்ப முடியாததாவே இருக்கு. ஆமா... நான் 'சீரியசா' கேக்கறேன். அந்த அஞ்சு தலை நாகம் நிஜமா?"

"நூறு 'பெர்சன்ட்' நிஜம் சார்!"

“நீங்க பார்த்ததைத்தான் சொல்றீங்க. ஆனா, ஒரு டாக்டரா கொஞ்சம்கூட ஏத்துக்க முடியல. இதுல எனக்கு கொஞ்சம் ‘லாஜிக்’ இடிக்குது.”

“என்ன லாஜிக்?”

“அப்ப எதுக்கு அந்தப் பாம்பு, இவ்வளவு வருஷம் பெட்டியை காவல் காக்கணும்? ஆத்துல போகப்போற விஷயத்தை... அதாவது, குப்பையா. தூக்கிப் போடப் போறதுக்கு இவ்வளவு மெனக் கெடணுமா?”

“டாக்டர்... இதைவிட லாஜிக்கலா கேட்டுட்டேன். என்னை விட லாஜிக்கலா யோசிச்ச இன்ஸ்பெக்டர் அருளானந்தம் என்கிறவர் வாயை மூடிக்கிட்டே போயிட்டாருன்னா பார்த்துக்குங்க...”

“இல்ல... இல்ல... நிச்சயமா அறிவியல்பூர்வமா எதாவது இருக்கும். ‘ஃபேஸ்புக்’, ‘வாட்ஸ்அப்’ல இப்ப உலகம் பூரா நடக்கற விஷயங்கள் வந்துகிட்டிருக்கிறதைத்தான் பார்க்கிறோமே?”

கண் எதிரில் ஓர் உருவம் மறையறதும், ஒரு நொடியில ‘டிரெஸ் சேஞ்ஜ்’ பண்றதும், ஒருத்தர் உடம்பை ரெண்டா வெட்டி, இன்னொருத்தர் உடம்போடு ‘ஃபிட்’ பண்றதும்னு எவ்வளவு பெரிய மேஜிக்?

“டாக்டர்... நான் இதெல்லாம் ‘மேஜிக்’ இல்லேன்னு முடிவுக்கு வந்துட்ட நிலையில் குழப்புறீங்களே! போதாக்குறைக்கு கட்டுக்கட்டா ஏடுங்க வேற... அதை ஆத்துல தூக்கி போடச் சொல்லிட்டு போயிட்டாங்க அவங்க...”

“இல்ல... அந்த தப்பை மட்டும் பண்ணவே பண்ணாதீங்க. ஏடுகளை படிக்கத் தெரிஞ்ச ‘ஆர்கியாலஜிஸ்ட்’ ஒருத்தரை உடனே ‘கன்சல்ட்’ பண்ணுங்க.”

“அப்படி யாரும் எனக்கு இப்ப ஞாபகத்துல வரல டாக்டர்...”

“நான் சொல்றேன். டாக்டர் கவுதம் பிரகாஷ், ‘புரொபசர்’ பல்ராம் பாண்டே! ம்... அப்புறம் நம்ம மதுரைக்கார பரிமேலழக பாண்டியர்... இப்படி எத்தனையோ பேர்.”

"அவங்க 'போன் நம்பரை' கொஞ்சம் அனுப்ப முடியுமா?"

"இதோ ஒரு நிமிஷத்துல உங்களுக்கு எஸ்.எம்.எஸ். பண்ணிடுறேன்."

"நன்றி..."

"அப்ப இப்போதைக்கு நீங்க இங்கே வரப்போறதில்ல... அப்படிதானே?"

"ஆமா..."

"ஆஷாவோட படிப்பு?"

"அது சம்மந்தமாவும் ஒரு முடிவு எடுத்தாகணும்."

"என்ன பெரிய முடிவு? எல்லாரும் கிராமத்துல இருந்து பட்டணத்தைத் தேடி வர்ற இந்தக் காலத்துல... தலைகீழா முடிவெடுத்தா என்ன அர்த்தம் ராஜேந்திரன்? வேணும்னா பெட்டிய எடுத்துக்கிட்டு கிளம்பி வந்துடுங்க. மிச்சத்தை நேர்ல பேசி முடிவு எடுக்கலாம்."

"அப்ப... அதை ஆத்துல போட வேண்டாங்கிறீங்களா?"

"விடிய விடிய கதை கேட்டும் சீதைக்கு ராமன் சித்தப்பாவா? அப்படியே செய்யுங்க ராஜேந்திரன். வீடும், நிலமும் ஓடியா போயிடப்போகுது...? வீட்டைப் பூட்டிட்டு வாங்க."

டாக்டர் பத்மநாபன் பேச்சு, 'பெட்டியோடு புறப்படுவது' என்கிற தீர்மானத்தை ராஜேந்திரனுக்குள் கொண்டு வந்துவிட்டது. அந்த முடிவோடு கொல்லைப்புறத்தில் இருந்து உள்ளே வந்தவன் முன்னால் வெறித்தபடியே நின்றாள் தெய்வானை.

"தெய்வா... நாம நாளைக்கு காலையில சென்னைக்கு கிளம்பறோம்."

"என்னங்க இது திடீர்னு...?"

"திடீர்னு இல்லை. இப்பதான் எனக்கு கொஞ்சம் தெளிவு கிடைச்சிருக்கு..."

"எனக்கு எப்பவோ கிடைச்சிடிச்சு. உங்களுக்கு இப்பதான்னா என்ன அர்த்தம்?"

"ஏன் படபடன்னு பேசுறே... கோபப்படுற மாதிரி வேற தெரியுது..."

"பின்ன...? ஆமா... போன்ல எதுக்கு அரட்டை?"

"அரட்டை இல்ல! டாக்டர் பத்மநாபன் கூடதான் பேசினேன்."

"இங்க நடந்ததையெல்லாம் சொன்னீங்களா?"

"ஆமா! ஆனா, அவர் நம்பவே மாட்டேங்கிறாரு. 'மேஜிக்' கோட பின்னணி மாதிரி எல்லாமே சைன்டிஃபிக்தான்னு சொல்றாரு."

"இதை அவர் என்ன சொல்றது? ஒரு சித்தர் சாமியே அதைத்தான் என்கிட்டேயும் சொன்னாரு. எல்லாமே விஞ்ஞானம் தாம்மா! ஆனா, விளங்கினாதான் விஞ்ஞானம். இல்லைன்னா 'பொய்ஞானம்'னு ஆகிடிச்சுன்னாரு."

"போதும்... நாம் இனியும் இங்கே இருந்து மண்டைய உடைச்சிக்க வேணாம் பேசாம் புறப்படுவோம்..."

"சரி... புறப்படலாம்! பெட்டியை ஆத்துல போட்டுட்டு, அப்படியே இப்பவேகூட கிளம்புவோம்."

"இல்ல... அதை 'ஆர்கியாலஜி'காரங்ககிட்ட கொடுத்து, அவங்க என்ன சொல்லப் போறாங்கன்னு கேட்கப் போறேன்."

"இப்படி நீங்க எதாவது செய்வீங்கன்னு தெரிஞ்சுதான்... கந்தசாமிகிட்ட அதை கொடுத்து ஆத்துல போடச் சொல்லிட்டேன். முதல்ல போய் டிபன் சாப்பிட்டுவான்னு அனுப்பினவனை திரும்பக் கூப்பிட்டு, எடுத்துகிட்டு போகச் சொல்லிட்டேன். அவனும் தன் சைக்கிள்ல வெச்சு எடுத்துகிட்டுப் போயிட்டான்" என்ற தெய்வானையை வெறித்த ராஜேந்திரன் அடுத்த நொடி தெருவில் இறங்கி வேகமாக ஓட ஆரம்பித்தான்!

***

# 29

> **“தன்னையறியாமல் என்னை அறியவே முடியாது;**
> **என்னையறியாமல் தன்னை அறியவும் முடியாது!”**

அந்த இரவு நேரம்... ராஜேந்திரன் தெருவில் இறங்கி ஓடுவதைப் பார்த்த தெய்வானைக்கு கலக்கமாகிவிட்டது! ‘மழை விட்டும் தூவானம் விடாத குறையாக... இதென்ன இவர் இப்படி நடந்து கொள்கிறார்?’ என்றுதான் தோன்றிற்று. அந்நொடியில் அந்த வீட்டின் எளிய பூஜை மாடத்தின் முன் போய் நின்றபடி சுவாமி படங்களைப் பார்த்து பிரார்த்திப்பதைத் தவிர அவளுக்கு வேறுவழி இருப்பதாக தெரியவில்லை.

***

ஆச்சாரி வீடு!

திருவேங்கடமும், குமாரசாமி சித்தரும் வந்து சேர்ந்திட... ஆச்சாரி அப்போதும் ஒரு நகை செய்வதில் தீவிரமாக இருந்தார். குமாரசாமி சித்தர், வீட்டுத் திண்ணையில் ‘குக்குடாசனம்’ போட்டு அமர்ந்தவராய், ‘நீ போய் அரிவாள், கயிறு என்று வேண்டியதை எடுத்து வா’ என்பது போல திருவேங்கடத்தைப் பார்த்தார்.

அவரை வீட்டுக்குள் அவன் அழைத்தான், "உள்ளே வாங்க சாமி..."

"அதுக்கெல்லாம் நேரமில்ல! போயிட்டு சடுதியில் வா..." என்றபடியே ஒரு சிகரெட்டை எடுத்து அதன் இருபுறமும் தட்ட ஆரம்பித்தார்.

"சா...மி..."

"என்ன?"

"இது என்ன சிகரெட்?"

"உனக்கு சிகரெட்... எனக்கு இது மோகினி..."

"மோகினியா?" அவன் நெற்றியைச் சுருக்கினான்.

"பேச நேரமில்லை... போ முதல்ல...!"

அவன் அதற்கு மேல் பேசாமல், உள்ளே சென்றான். அவர்கள் பேசிக்கொண்டது ஆச்சாரி காதிலும் விழுந்தது. பாலிஷ் போடுவதில் இருந்து மெல்ல விலகியவர், திருவேங்கடத்தை கூர்மையாக பார்த்தார்.

"எல்லாம் நல்லபடியாத்தான் போயிட்டிருக்குய்யா..." என்றான் திருவேங்கடம்.

"அப்ப ஏடெல்லாம் கிடைச்சிடுச்சா?"

"கிடைச்சிடும்."

"அப்ப... இதுவரை கிடைக்கல!"

"ஆ... ஆமா..."

"அவரும் வந்திருக்காரோ?"

"ஆ... ஆமாம்!"

"திண்ணையில உக்கார அவர் என்ன ஆண்டிப் பண்டாரமா? உள்ளார கூப்புட்டு பால்பழம் கொடுக்கறதுக்கு என்ன?"

"வரமாட்டேங்கறாரு!"

"வரமாட்டேங்கறாரா?" கேள்வியோடு எழுந்து ஆச்சாரி வெளியே செல்ல... திருவேங்கடம் கயிறை உள்ளே தேடத் தொடங்கினான். அவன் தாய் அகண்ட கண்களோடு... நடப்பது எதுவுமே சரியில்லை என்பது போல பார்த்தபடியே இருந்தாள். வெளியே...

"சாமி உள்ளே வாங்க, கொஞ்சம் பசியாறலாம்."

"இல்ல... நான் லங்கணத்துல இருக்கேன்."

"ஓ... விரதமோ?"

"ஆமா... சமைச்ச எதையும் சாப்பிடுறதில்லைன்னும் ஒரு சங்கல்ப்பம்."

"எதனால் அப்படி?"

"எல்லாம் நம்மளை சுத்திக்கிட்டிருக்கற அந்த ஒன்பது பேரை ஒண்ணுமில்லாம் பண்ணத்தான்."

"யார் அந்த ஒன்பது பேர்?"

"விவரிச்சு சொன்னாதான் உனக்குப் புரியுமாக்கும்?" என்று மேலே நட்சத்திரங்கள் சிமிட்டும் வானத்தைப் பார்த்தார். ஆச்சாரிக்கு அதன்பின் புரிந்துவிட்டது. அவர் நவக்கிரகங்களை சொல்லி இருக்கிறார்.

குமாரசாமி சித்தர் புகைக்கவும் தொடங்கினார்.

புகையில் வேறுவித வாடை!

"சாமி... இது கஞ்சாதானே?" என்று ஆச்சாரி சரியாக கேட்டார்.

"அப்படி சொல்லாதே... 'மோகினி'ன்னு சொல்லு." என்று திருத்தினார் குமாரசாமி சித்தர்.

"மோகினியா...?"

"இந்திரசபையில ஆடிகிட்டிருந்த மோகினிப் பொண்ணுங்க ரெண்டு பேரை பிரம்ம முனி சபிக்க போய்... அவங்கதானே பூலோகத்துல புகையிலையா, கஞ்சாவா பொறந்திருக்காங்க."

“ஓ... அப்படியொரு கதை இருக்குதா?”

“கதை இல்ல... வரலாறு! உனக்கு ஒண்ணுமே தெரியல. ஆனா, ரச வாதம் பண்ணி குபேரன் ஆகணுங்கற ஆசை மட்டும் இருக்கு.”

“உங்களை மாதிரி சாமிங்களை அடிக்கடி பார்க்க நேர்ந்தா எல்லாம் தெரிய வந்திருக்கும். எங்க... நீங்களே இப்பத்தான வந்திருக்கீங்க. வந்தும் எனக்கு புண்ணியம் இல்ல. என் வீட்ல பால்பழம் சாப்பிடச் சொன்னா... ‘லங்கணம்’ன்னு சொல்லிட்டீங்க.”

“இதோ பாரு... நானெல்லாம் உன்கிட்ட பேசுறதே பெருசு. அதுவே என்ன மாதிரிப்பட்டவங்களுக்கு கூடாது. இருந்தாலும் நானும் உன்னை மாதிரி ஆசையை இன்னும் விடாதவனாத்தான் இருக்கேன். அதான் பேசிக்கிட்டிருக்கேன். அந்த ‘அஷ்ட வித்தை’ வசமாச்சுன்னா... இந்த மண்ணுமேலயே என் கால் படாது. பறந்துடுவேன்... எஞ்சாமி குடியிருக்கற பனிமலைக்கு.”

“உங்க பேச்சு எனக்கு கொஞ்சம் புதிரா இருக்கு. அஷ்ட வித்தையைக் கத்துக்கிட்டு எதுக்கு இமயமலைக்கு போகணும்? அதெல்லாம் தெரிஞ்சிருந்தாதான் அங்க இருக்க முடியும்?”

“இதுக்கெல்லாம் நான் எதுக்கு உனக்கு பதில் சொல்லணும்? நம்ம மண்ணுல ஐ.ஏ.எஸ்., ஐ.பி.எஸ்ங்கற மாதிரிதான் எங்க உலகத்துல ‘அஷ்ட வித்தை’ங்கறது! அதுல வசப்பட்டுட்டா இந்த ஜீவனை ரொம்ப சுலபமா என் சாமிகிட்ட கொண்டு சேர்த்துடலாம்.

இல்லாட்டி மாணிக்கவாசகருங்கற நாயனார் பாடின மாதிரி பறவையாய், பாம்பாய், பல மிருகமாய்... எல்லா பிறப்பும் பிறந்திளைத்தேன் இறைவான்னு நான் பல பிறப்பு எடுத்துக்கிட்டு திரும்ப திரும்ப இந்த பூமியையே சுத்திச் சுத்தி வரணும். உன்னை மாதிரி ஆசையில் இங்கிட்டு அல்லல்படுற கூட்டத்தோடு கிடந்து வாழணும். போதும்டா சாமி...”

குமாரசாமி சித்தர் கஞ்சா போதைக்கு நடுவிலும் மிகத் தெளிவாக பேசியது ஆச்சாரிக்கு பலத்த ஆச்சரியத்தைத் தந்தது.

அவர் கஞ்சாவை 'மோகினி'யோடு ஒப்பிட்டு சொன்ன வரலாறும் தெரியாததால் அதற்குபின் ஒரு ரகசியம் இருப்பது போலவும் தோன்றியது.

"சாமி... உங்க பேச்சில பாதி புரியுது; மீதி புரியல! ஆனா ஒண்ணு... உங்களுக்கு உங்க ஆசை ஈடேறணும். எனக்கு என் ஆசை ஈடேறணும். இது நடந்தா போதும்,"

ஆச்சாரி சொல்லி முடிக்க... திருவேங்கடம் தோளில் கயிற்றோடும், கையில் அரிவாள் மற்றும் 'டார்ச் லைட்'டோடும் வந்து நின்றான்.

"எங்க கிளம்பிட்டீங்க?" ஆச்சாரி அவனைப் பார்த்து கேட்கவும்... எழுந்து நிற்க முயன்ற குமாரசாமி சித்தர், 'போச்சுடா...' என்றார். திரும்ப அமர்ந்தவராய்!

"எலேய்... போய் தண்ணி குடிச்சிட்டு, எனக்கும் ஒரு மண்பாத்திரத்துல கொண்டு வா" என்றார்.

"ஏன் சாமி?"

"ஏன்னா... 'சகுனத்தடை'யைத் தண்ணியாலதான் சரி பண்ண முடியும். அப்பன், மவன் ரெண்டு பேருக்கும் ஆசை இருக்குற அளவுக்கு அறிவு இல்லை. எப்ப எதை பேசணும்னு தெரியல,"

"தப்புதான் சாமி... மண்பாத்திரம் எதுக்கு?"

"அந்தத் தண்ணிக்குத்தான் தோஷம் கிடையாது. இதெல்லாம் சித்த பாடத்துல எல்.கே.ஜி. மாதிரியான விசயங்க. இதுகூட தெரியல உங்களுக்கு..."

"மண்பாத்திரம் இல்லாட்டி...?"

"வாழைமட்டை இருக்கா?"

"தோட்டத்துல மரத்துல வெட்டிக்கலாம் சாமி..."

"போய் வெட்டி எடுத்துக்கிட்டு வா. அது வழியா தண்ணியை விடு... குடிச்சிக்கறேன். வாழைக்கும், பசுவுக்கும் எதனாலேயும்

தோஷம் கிடையாது. கோவிலும், பசு உடம்பும் ஒண்ணு! அதுலேயும் அது சிதம்பரம் கோயில்! வாழையோ சிரஞ்ஜீவி..."

"புதுசா இருக்குதே நீங்க சொல்ற தகவல்கள்..."

"வயித்தைக் கழுவறதுக்காக வாழ்ந்தா எல்லாமே புதுசாதான் தெரியும். பசியை ஜெயிக்க வாழ்ந்து பாரு. நம்மளைச் சுத்தி எவ்வளவு அதிசயமும், ரகசியமும் இருக்குன்னு புரியும்..."

"உங்க உபதேசங்களைப் பதிவு பண்ணி வெச்சிக்கிட்டா... வருங்காலத்துல பல விஷயங்களுக்கு பயன்படும். கொஞ்சம் விபரமா சொல்றீங்களா?"

"இதா பாரு... எதையும் உபதேசம் பண்ற நிலையில் இப்ப இல்ல. அங்க பெட்டியை அவன் ஆத்துல போட்டு, அது அடிச்சிக்கிட்டுப் போயிட்டா அம்புட்டுதான். நான் எதுக்காக இந்த ஊருக்கு வந்தேனோ... அது வீணாயிடும். முதல்ல பெட்டி பிறகு பேச்சு" என்றவர் முன், வாழை மட்டையை வெட்டி எடுத்து வந்தவனாக நின்றான் திருவேங்கடம்.

அதன் ஒரு பக்கம் அவர் தன் வாயை வைத்துக்கொள்ள அரைவட்டமான அதன் மறுபக்கம் தண்ணீரைவிட...

அது வாய்க்காலில் ஓடி வருவது போல் மட்டையில் ஓடிச் சென்று அவரது வாயில் சேர்ந்தது.

"நீயும் இதே போல குடி..." என்க... அவனும் குடித்தான்.

"சாமி... பாத்திரத்துல குடிச்சா என்னாயிடும்?" என்று ஆச்சாரி அப்போதும் கேள்வியை விடவில்லை.

"ஒட்டிக்கும்டா! எனக்கும், உனக்கும் நன்றிங்கற விஷயம் கடனா மாறி ஒட்டிக்கும். அப்புறம் நான் அதை அடைக்க திரும்ப வரணும். மண் சம்பந்தப்பட்டுட்டா... அதோட கணக்கு வேற! உலோகத்தை நீ என்னன்னு நினைக்கறே? மண்ணோட மறுபிறவி தான் உலோகம். விட்டா நான் பேசிக்கிட்டே போவேன். ஆனா நேரமில்லை. வர்றேன்... நல்லா இரு!"

என்ற பதிலோடு இருவரும் அங்கிருந்து கிளம்பி தெருவில் இறங்கி மறைந்தும் போனார்கள்.

ஆச்சாரி திரும்பினார். லேசாக பனி பெய்யத் தொடங்கியது. அவர் மனைவி வெறித்து பார்த்தபடியே நின்றுகொண்டிருந்தாள். அவருக்கும் புரிந்தது.

“எல்லாத்தையும் பார்த்துக்கிட்டுதான் இருக்கியா?”

“பாக்காம...? நான் பேசினால்தான் என்ன புண்ணியம்? யாரும் காது கொடுத்து கேட்க மாட்டீங்களே...”

“அதுவும் சரிதான்! நீ ஒரு மழைப் பூனைடி! மொனங்கறதே உனக்கு பொழப்பு.”

சலித்தபடி தன் தொழிற்கூடம் நோக்கி சென்றார் ஆச்சாரி.

அந்தப் பெண்மணியோ, “சாமி... தப்பா எதுவும் ஆகிடாம பாத்துக்க...” என்கிற பிரார்த்தனைக்கு மாறிவிட்டாள்!

காவிரி கரையோரம்! வழக்கமாய் ஜனங்கள் வந்து செல்லும் படித்துறை பக்கமாய் இல்லாமல், நாயக்கர் தோப்பையொட்டிச் செல்லும் காவிரிப் பகுதிக்குள் சைக்கிளில் பெட்டியோடு நுழைந்திருந்த கந்தசாமி, ஒரு குறிப்பிட்ட இடத்தில் சைக்கிளை நிறுத்திவிட்டு பெட்டியை எடுத்து தலையில் சுமந்தபடியே நடக்கத் தொடங்கினான்.

நாயக்கர் தோப்பின் சருகுகள் காலில் பட்டு சப்தமிட்டன.

“யாரும் பாக்காதபடி... பார்க்காத இடத்துல ஆத்துக்குள்ள இறங்கி நின்னு, பெட்டியைத் தண்ணியில விட்டுடு... அப்புறம் அதோட பாடு; ஆத்தோட பாடு” என்று தெய்வானை சொன்னதற்கு ஏற்ப செயல்படத் தொடங்கிவிட்டான். இரவு நேரமாதலால் நடப்பதில் சிரமம். இருந்தபோதிலும் ‘நான் இருக்கிறேன்’ என்பது போல நிலவின் ஒளித்தூவல் ஓரளவு உதவி செய்தது.

பின்னாலேயே ராஜேந்திரன் ஓடி வந்தான். அதே வேளையில் அந்த ஆற்றின் ஒரு பகுதியில் வாழைமரத் துண்டுகளைச் சேர்த்து

கட்டி, தெப்பம் போல் செய்துகொண்டிருந்தான் திருவேங்கடம். கிட்டதட்ட தெப்பம் ஒரு முடிவுக்கு வந்துவிட்ட தருணம். கந்தசாமி ஆற்றில் இறங்கிவிட்டிருந்தான். சிலுசிலுவென ஓடும் நீரால் உடம்பெல்லாம் சிலிர்த்துப் போனது.

எவ்வளவோ முறை ஆற்றில் இறங்கிக் குளித்திருந்தாலும்... இப்படி இரவில் ஆற்றில் இறங்குவது என்பது அவன் வரையில் மிக புதிய அனுபவம்!

ஆற்றுக்குள் வண்டல் மண்ணின் கரகரப்பில் பாதத்தில் ஒரு குறுகுறுப்புப் புதைவு. பெட்டியும் அப்படி ஒன்றும் பாரமாக இல்லை. விட்டால் மூழ்காது. மிதந்துதான் செல்லும்.

டார்ச் லைட் வெளிச்சம் போட்டு இடுப்பளவு தண்ணீருக்குள். சென்றபோது, இழுவை அதிகமாக இருந்தது. அதேவேளை அவன் பார்க்க முடியாத ஒரு இடத்தில் இருந்துகொண்டு குமாரசாமி சித்தரும், திருவேங்கடமும் அவனைப் பார்த்துவிட்டனர்.

"சாமி... அதோ தலையில் பெட்டியோட டாக்டர்."

"அது டாக்டர் இல்ல... வேலைக்காரன்! அமைதியா இரு. பெட்டியை அவன் விட்டுட்டு திரும்பட்டும். அது அவ்வளவு சுலபத்துல மூழ்காது. அதுக்குள் நாம் அதை எடுத்துடலாம்..."

குமாரசாமி சித்தர் சொல்லி முடிக்க... கந்தசாமியும் பெட்டியை தலையில் இருந்து இறக்கி, தண்ணீர் மேல் விட... பெட்டி மிதந்தபடியே செல்லத் தொடங்கியது. கந்தசாமி ஒரு பெருமூச்சோடு வானத்தைப் பார்த்து கையெடுத்து கும்பிட்டவனாக திரும்பிய போது... அவனை நோக்கி ஒருவர் ஆற்றில் அதே இடத்தில் மெல்ல நடந்து வந்தபடி இருந்தார்!

***

# 30

**'தன்னையறிந்தவன் என்னை அறிந்தவன்;**
**என்னையறிந்தவன் எதையும் அறிந்தவன்!'**

**க**ந்தசாமி அந்த இருளில் தன்னை நோக்கி நடந்து வந்த மனிதரை வியப்போடு பார்த்தான். இருளில் கருப்பாக தெரிந்தார். துல்லியமாகத் தெரியவில்லை. 'நிலவின் வெளிச்சத்தை மேகம் மறைத்துவிட்ட நிலையில், தன்னைப் போலவே துணிச்சலாக நடந்து வருவது யார்?' என்று டார்ச் லைட்டை அடித்துப் பார்த்தான்.

பார்த்த மாத்திரத்தில் விதிர்த்தான்!

பூனை விழிகளையொத்த மாறுபட்ட விழிகளோடு முகத்தில் புன்னகை ததும்ப தெரிந்தவர். பெட்டியை காவல் காத்த 'பதஞ்சலி' சித்தர்தான்! அவரைப் பார்த்த நொடி தடுமாறியவன், "சாமி... நீங்களா?" என்றான்.

அவர் மவுனமாக ஆமோதித்தார்.

"பெட்டியை... பெட்டியை நீங்க எல்லாம் சொன்னபடி ஆத்துல விட்டுட்டோம் சாமி..."

'பதிலுக்கு தெரியும்' என்பது போன்ற பாவனை சித்தரிடம்!

“சாமி... நீங்க சொன்னபடி நாங்க நடந்துக்கிறோமா... இல்லையான்னு பார்க்கத்தான் இப்ப வந்திருக்கீங்களா?” - என்று தனக்குள் தோன்றிய சந்தேகத்தையும் கேள்வியாக்கினான்.

ஆற்றோட்டத்தின் நடுவே நின்றபடி கேட்ட அவ்வேளையில்... அவனது கால்களை மீன்கள் கடிக்க ஆரம்பித்து உடம்பில் கூச்சம் உருவானது. ஆனால், சித்தரிடம் எந்த உணர்வும் தெரியவில்லை. அவர் பதிலும் கூறவில்லை. மாறாக அவனைக் கடந்து நடக்கத் தொடங்கினார்.

“சாமி... போகப் போக ஆழமா இருக்கும். இந்த நேரத்துல எங்கே போறீங்க?” என விடாமல் கேட்டான். திரும்பிப் பார்த்தவர், அப்படியே அவன் கண் எதிரில் மூழ்கினார். பின் எழுந்தார்.

அவனுக்கு ஒன்றும் புரியவில்லை!

அந்த இருளில் மேகம் விலகியதில் ஓரளவு பார்க்க முடிந்த நிலையில் ‘டார்ச் லைட்’டை அடித்து பார்க்க முனைந்தான். அவர் முறைக்கவும் பதற்றப்பட்டான். அப்போது ‘டார்ச் லைட்’, தண்ணீரில் விழுந்து மூழ்கிப் போனது. அவர் இரண்டாவதாக ஒரு முறை மூழ்கிவிட்டு எழுந்தார். அடுத்து மூன்றாவதாக மூழ்கியவர் எழுந்திருக்கவில்லை!

கந்தசாமிக்கு படபடவென்று நெஞ்சம் அடித்துக்கொண்டது. ‘பெட்டியும் மூழ்கிவிட்டிருக்கும்!’ என்று எண்ணிக்கொண்டே திரும்பி நடந்தான்.

அவன் பார்க்க... அந்த காவிரியில் எவ்வளவோ பேர் சுழலில் சிக்கி இறந்து போயுள்ளனர். ஆனால் புன்னகை முகத்தோடு ஒருவர் மூழ்கியதை முதல் தடவையாக பார்த்ததில் அவனுக்கு எதுவும் தோன்றவில்லை. ஆயுள் முடியப் போகும் தருணத்தில் சித்த யோகிகள் கங்கையில் ‘ஜலசமாதி’ புரிவார்கள். ஒரு சன்னியாசியின் உடம்பு எந்த நிலையிலும் நெருப்புக்கு இரையாகக் கூடாது; அதேபோல் மண்ணுக்கும் இரையாகக் கூடாது.

மண்ணில் அந்த உடம்பில் புழுக்கள் உருவானால், வாழ்க்கை வேறு வடிவில் தொடருவதாக பொருள். எனவே, கண்டதுண்டமாக வெட்டி... காக்கை கழுகுகளுக்கு இரையாக்குவதே சன்னியாச விதிப்பாடு. இல்லாவிட்டால் 'ஜலசமாதி'யாகி... மீன்களுக்கு உணவாகி... உடல் கூட்டை தொலைக்கலாம்.

இதெல்லாம் கந்தசாமிக்கு தெரிந்திருக்க வாய்ப்பு இல்லை. இப்போது காவிரியும் கங்கையின் தன்மைகளோடுதான் ஓடிக் கொண்டிருக்கிறாள். எனவே, இதுவும் ஒரு தூய்மையான ஜலசமாதியே!

கந்தசாமி கரையேறி சைக்கிள் அருகே வரவும்... ஓடி வந்த நிலையில் மூச்செரிய நின்றான் ராஜேந்திரன்.

"ஐயா... நீங்களா?"

"நானேதான். பெட்டி எங்கே கந்தசாமி?"

"ஆத்துல விட்டுட்டேன்ய்யா..."

"விட்டுட்டியா?"

"ஆமாய்யா... அம்மா அப்படித்தானே செய்ய சொன்னாங்க..."

"தெய்வானை அவசரப் பட்டுட்டா. நீயும் அவசரப்பட்டுட்டே! பெட்டி ரொம்ப தூரம் போயிடுச்சா?"

"தண்ணீ போற வேகத்துக்கு அது எங்க இருக்குதோ... யாருக்கு தெரியும்?"

"போச்சு... எல்லாம் போச்சு! அதோட மதிப்பு தெரியுமா உனக்கு?" கோபமாய் கத்தினான் ராஜேந்திரன்.

"ஐயா... என்னய்யா பேசுறீங்க? நான் உங்கக்கூடதானே எப்பவும் இருக்கேன். எனக்கு தெரியாதுங்களா?"

"தெரிஞ்சுமா இப்படி செய்தே? அவ்வளவும் விலை மதிப்புமிக்க ரகசியங்கள். அதையெல்லாம் படிச்சு புத்தகமா போட்டா உலகமே திரும்பிப் பார்க்கும்."

“நீங்களா இப்படி பேசுறீங்க... சாமிங்க சொன்னதை அப்ப நீங்க ஏத்துக்கலையா?”

“அவங்க சொன்னா... நமக்கு அறிவுன்னு ஒண்ணு இருக்குல்ல?”

“அறிவா... அதால நீங்களோ... நானோ எதைங்க சாதிச்சோம்? அவங்க இல்லாட்டி பாப்பாதான் கிடைச்சிருப்பாளா? இல்லை... அதோட உடம்புதான் பூரண குணமாயி இருக்குமா?”

“எல்லாமே சித்து வேலை. உனக்கு படிப்பறிவு இல்லை. இப்படிதான் பேசுவ. நான் அப்படி இல்ல.”

“போதும்ய்யா... இங்க நின்னு எதையும் பேச வேணாம். உங்களுக்கு இன்னொரு விஷயத்தையும் சொல்லிக்கிறேன். பாம்பா இருந்து காவல் காத்த சித்தரும் இப்பதான் காவிரியில இறங்கி போறாரு...”

“என்ன உளறுறே?”

“உளறல... கண்ணால பாத்ததைச் சொல்றேன். நான் பெட்டியைப் போட்டுட்டு திரும்பினேன். அப்போ எதிரில் வந்தாரு. ஒரு வார்த்தைப் பேசல. பெட்டியைப் போடுறோமா... இல்லையான்னு பார்க்க வந்த மாதிரியே இருந்திச்சு. அதைக் கேட்கவும் செய்தேன். எதுவும் சொல்லாம என்னை கடந்து போனவர்... மூணு முழுக்கு போட்டாரு. அப்புறம் எழுந்திரிக்கவே இல்ல. இதைத்தான் ‘ஜலசமாதி’ங்கறாங்களோ... என்னவோ?”

கந்தசாமி சொன்ன விதமே மிக அமானுஷ்யமாக இருந்தது. அதற்கு மேல் ராஜேந்திரனால் எதையும் பேச முடியவில்லை. மவுனமாக... கந்தசாமியோடு அடர்ந்த இருளில் அந்தத் தோப்புக்குள் நடக்கத் தொடங்கினான்.

காவிரிக் கரையின் மறுபக்கம்! பெட்டியோடு ஒதுங்கியிருந்தார் குமாரசாமி சித்தர். அவரும், திருவேங்கடமும் தயாரித்திருந்த வாழைமரத் தெப்பம், பெட்டியை இறக்கிவிட்டு ஆற்றோடு ஓடத் தொடங்கியது.

ஆற்றில் நனைந்துவிட்டிருந்த நிலையில் திருவேங்கடத்தின் உடல் குளிரில் நடுங்கிட... குமாரசாமி சித்தர் பெட்டியை கரை மேல் வைத்தவராக அப்படியே அருகில் சம்மணமிட்டு உட்கார்ந்து விட்டார். அவர் செயல் திருவேங்கடத்துக்கு புரியவில்லை.

"சாமி... நாம் எதிர் கரையில் ஒதுங்கியிருக்கணும். ஆனா, தப்பா இந்த பக்கம் வந்துட்டோம். தெப்பத்தை வேற போகட்டும்னு விட்டுட்டோம். அடுத்து என்ன சாமி பண்ணப் போறோம்?"

தயங்கித் தயங்கி பேசினான் திருவேங்கடம்.

"கொஞ்ச நேரம் சும்மா இரு. விடியும்போது பாத்துக்கலாம்" என்றார் சித்தர்.

"திடீர்ன்னு தண்ணி அதிகமா வந்தா இங்கக்கூட இருக்க முடியாது..."

"அதெல்லாம் அதிகமா வராது. பேசாம இரு..."

"விடிஞ்ச பிறகு பெட்டியோட ஊருக்குள்ள போறது நல்லது இல்லை சாமி..."

"எல்லாம் எனக்குத் தெரியும். ஏடுகளை மூட்டை கட்டி எடுத்துக்கிட்டு, பெட்டியை ஆத்துல விட்டுட்டு போய்கிட்டே இருப்போம்..."

"அப்ப சரி சாமி..."

"போதும்... இனி எதுவும் பேசாம மல்லாக்கப் படு. நடுச்சாமம் கழியட்டும்."

"ஏன் பேச வேண்டாங்கிறீங்க? இதுக்குத்தானே கஷ்டப் பட்டோம். இதைக் கொண்டு... 'அடுத்து என்ன செய்யப் போறோம்?'ன்னு இந்த நேரத்துல திட்டம் போடலாமே?"

"அப்படியெல்லாம் ஏதோ புத்தகம் படிக்கற மாதிரி அவ்வளவு சுலபத்துல படிச்சிட முடியாது. இதுக்கு பூஜை போடணும். இதை எழுதின சித்தர் சாமிங்க எல்லாம் இந்தக் காவிரியிலதான் சமாதியாகி இருக்காங்க. அவங்ககிட்ட மன்னிப்பு கேட்கணும்."

“ஓ... இதெல்லாம் வேற இருக்கா?”

“இன்னும் நிறைய இருக்கு. நான் இப்ப தப்பு செய்த குற்றவாளி. ஆத்தோடு விட வேண்டியதை எடுத்தது பெரிய தப்பு. அதுக்காக மண்டி போட்டு மன்னிப்பு கேக்கப் போறேன். அதனாலதான் எதையும் பேசாதேன்னு சொன்னேன்.”

“சாமி... தப்பு செய்துட்டதா நீங்க சொல்றதே எனக்கு ஆச்சரியமா இருக்கு. நாம் இதை திருடலையே! ஆத்துல வந்ததைத்தானே எடுத்தோம்?”

“இது திருட்டு இல்ல... ஆனா, கட்டுப்பாட்டை மீறின செயல்.”

“நீங்க என்ன அவங்களோடு ஒண்ணாவா இருந்தீங்க? வந்ததுல இருந்தே உங்க வழி தனி வழியால்ல இருந்திச்சு?”

“போதும் திருவேங்கடம். இனி ஒரு வார்த்தைப் பேசக்கூடாது. நீ உப்பு, புளி, காரம்னு வக்கணையா தின்னு வாழுற ஆசையுள்ள மனுசன். உன்னோட நியாயங்களே வேற! நான் உடம்பால் மட்டும் தான் உன்னைப் போல மனுசன். என் நியாயம் வேற! சொன்னா உனக்குப் புரியாது...”

“சாமி... நான் விளங்கிக்கதான் கேள்வியா கேட்டேன். உங்களோடு சண்டை போடுறது என் நோக்கம் இல்ல. அது என்னால முடியவும் முடியாது. எனக்கு தேவை... ‘ரசவாத ரகசியம்’. அதை மட்டும் எப்பாடு பட்டாவது சொல்லிக் கொடுத்துடுங்க...”

“உனக்கு உலோகம் பொன்னாகணும். எனக்கோ இந்த உடம்பே பொன்னாகணும். இது ஒரு பேராசைதான்! இருந்தாலும் இதை அடையறதுதான் என் லட்சியம். கிட்டதட்ட அடைஞ்சிட்ட மாதிரிதான் உணர்றேன். இனி ஒவ்வொரு அடியையும் பார்த்துப் பார்த்து வைக்கணும்...”

“வாஸ்தவம்தான் சாமி! ஆமா... நாம் தொலைவுல இருந்து பார்க்க... ஒரு சாமி ஜலசமாதி ஆனாரே... அவரு இந்தப் பெட்டியைக் காவல் காத்த ‘பதஞ்சலி’ சாமிதானே?”

"ஆமா..."

"எப்படி சாமி... இப்படி உசுரைக் கொடுக்க துணிவு வருது? பொறந்திருக்கறதே வாழுறதுக்குத்தானே?"

"போதும்... நிறுத்திக்க. இனி பேசினே... நான் ஏடுகளோடு என் போக்குல கிளம்பிடுவேன்..."

குமாரசாமியின் அதட்டலுக்கு பணிந்து தற்காலிகமாய்... காவிரியின் கரையில் கைகளை இறுகக் கட்டிக் கொண்டு நடுக்கத்தோடு மவுனமானான் திருவேங்கடம்!

வீட்டுக்குள் நுழைந்த ராஜேந்திரனுக்குள் மூச்சிளைப்பு. மகள் ஆஷா தூங்கிவிட்ட நிலையில் தெய்வானை விழித்திருந்தாள். கூடவே வந்த கந்தசாமியைப் பார்க்கவும் அவள் 'திருதிரு'வென விழித்தாள்.

"என்னாச்சு கந்தசாமி?"

"உங்க விருப்பப்படியே ஆத்துல விட்டுட்டேம்மா..."

"அப்பாடா... இப்பதான் எனக்கு நிம்மதி!"

"ஆனா, ஐயாவுக்கு இதுல விருப்பம் இல்லம்மா. ரொம்பவே வருத்தப்படுறாரு..."

"பட்டா படட்டும். நீ கிளம்பு. போய்த் தூங்கு. இந்த உதவிக்கு ரொம்ப நன்றி..."

"அய்ய... எதுக்கும் மகாபெரிய வார்த்தையெல்லாம்...?"

"இது என் கடமை கந்தசாமி. போ... போய் தூங்கிட்டு காலையில வா. அப்புறம் நாங்க நாளைக்கு சென்னை புறப்படுறதா இருக்கோம். இனி இங்க என்ன வேலை? ஆனா, முன்னே மாதிரி இல்லாம மாச மாசமோ... இல்ல மூணு மாசத்துக்கு ஒரு தடவையோ வருவோம். நீயே நிலத்தை பாத்துக்கோ. இந்த வீட்டையும் பாத்துக்கோ. இதை விக்கறதைப் பத்தி இப்ப நாங்க எந்த முடிவுக்கும் வரப் போறதில்ல. பின்னால் தேவை வரும்போது பார்த்துக்கலாம்."

கந்தசாமிக்கு சொல்வது போல கணவன் ராஜேந்திரனுக்கு தன் விருப்பங்களை சொன்னாள் அவள்.

கந்தசாமியும் மெல்ல திரும்பி நடந்தான். ராஜேந்திரன் மனைவி அருகில் வந்து வெறித்தவனாக...

"உன்பேச்சை நான் கேக்கப் போறதில்லை தெய்வானை. பொழுது விடியவும் காவிரிக் கரையோரமா போய் பெட்டியைத் தேடப் போறேன்" என்றான்.

அதிர்ச்சியுடன் பார்த்தாள் தெய்வானை!

"ஆமா... நான் அதைத் தேடப் போறேன். நிச்சயம் அது முக்கொம்பைத் தாண்டி இருக்காது. மரப்பெட்டிங்கறதால மூழ்கினாலும் மிதக்கும். நான் விடமாட்டேன்" என்றான். உறுதியான குரலில்!

"வேண்டாங்க... பெரியவங்க எல்லாத்தையும் நல்லபடி செய்து விட்டுட்டுப் போயிருக்காங்க. அவங்க சொன்னபடி நடக்கறதுதாங்க நமக்கு நல்லது. ஏன் இப்படி புத்தி கெட்டுப் போய் பேசுறீங்க? நடந்ததை எல்லாம் கொஞ்சம் நினைச்சிப் பாருங்க..."

"ரொம்ப கரெக்ட்! நடந்ததை நினைக்கறதாலதான் இந்த முடிவுக்கே வந்தேன். நமக்கு நடந்த மாதிரி யாருக்குமே நடந்திருக்காது. எல்லாமே அறிவுக்கு அப்பாற்பட்ட விஷயங்கள்!

இதை 'ஜஸ்ட் லைக் தட்'ன்னு கடக்க நான் தயாரில்லை. இதோட ரகசியங்களை தெரிஞ்சே தீரணும். எல்லாம் 'மேஜிக்'கா... இல்ல 'லாஜிக்'கா? தெரிஞ்சிக்க வேணாமா?"

ராஜேந்திரன் கொஞ்சம் வெறி கொண்டவன் போலதான் பேசினான். அவள் நேராக சாமி படம் முன் போய் உருக்கமாய் பிரார்த்தனை செய்யத் தொடங்கினாள்.

அந்த நள்ளிரவில் சுவரில் தொங்கியபடி இருந்த ராஜேந்திரனின் அப்பா படம் மட்டும் அசைந்தபடி இருந்தது. அதை அவர்கள் கவனிக்கவில்லை!

***

# 31

‘எனது ஆட்டமே பிரபஞ்ச ஓட்டம்;
எனது எண்ணமே சப்தங்களின் கூட்டம்!’

அந்த நள்ளிரவில் ஆடிய ராஜேந்திரனின் அப்பா புகைப்படம், மாட்டப்பட்டிருந்த ஆணியிடமிருந்து விடுபட்டு சொத்தென்று கீழே விழுந்து கண்ணாடிகள் நொறுங்க சப்தமிட்டது. பிரார்த்தனைக்குள் மூழ்கியிருந்த தெய்வானை அந்தச் சப்தம் கேட்டு திரும்பினாள். ராஜேந்திரனும் படம் விழுந்ததைக் கவனித்தான். எடுப்பதற்காக வேகமாக அதை நெருங்கியவன், தெரித்து விழுந்த கண்ணாடித் துண்டை கவனிக்கவில்லை. ‘நறுக்’கென்று நடுப்பாதத்தில், அதுவும் வலது காலில் ஏறி... அவனை ‘ஆ...’ என அலறவிட்டது.

ஒரு நொடியில் காலில் இருந்து ரத்தம் வெளிப்பட்டு பீறிட ஆரம்பித்தது. தெய்வானை அதைக் கண்டு பதைத்துப் போய், “அய்யோ... என்னங்க இது அபசகுனமா?” என்று காலைப் பிடித்துக்கொண்டு கதற ஆரம்பித்தாள்.

“கத்தாதே... பாழாப் போன கண்ணாடி இப்படியா குத்தும்? போ... போய் கார் டிக்கியில் இருந்து ஃபர்ஸ்ட் எய்டுகிட்டை எடுத்துட்டு வா...” என்று நொண்டிக்கொண்டே ஒரு நாற்காலியில் அமரச் சென்றான்.

தெய்வானையும் வெளியே ஓடினாள். 'கார் டிக்கி'யைப் பரக்க பரக்க திறந்து, முதலுதவிப் பெட்டியை எடுத்து வந்தாள். வந்த வேகத்தில் அதில் இருந்து பஞ்சை எடுத்து ரத்தத்தை துடைத்தவள், 'மளமள'வென்று 'டிஞ்சரை' நனைத்து காயத்தின் மேல் வைத்தாள். பின் மருந்துப் பொடியைத் தூவி, பஞ்சை வைத்து 'பேண்டேஜ்' துணியால் கட்டுப் போட்டு முடித்தாள்.

ஒரு டாக்டரின் மனைவியான அவளுக்கு ராஜேந்திரன் அதற்கான பயிற்சிகளைத் தந்திருந்தான். அது அவனுக்கே அப்போது பயன்பட்டது. கட்டு போட்டு முடித்தவள், கவனமாக நடந்து சென்று அந்தப் படத்தை எடுத்தாள். படத்தில் மாமனாரின் அந்த நாளைய தோற்றம்.

'கவலைப்படாதே! அவனால் இரண்டு நாளைக்கு எங்கும் நடக்க முடியாது. வீட்டோடு கிடந்தே தீர வேண்டும்' என்று அது சொல்வது போல்பட்டது.

"அந்தப் படத்தை எதுக்கு அப்படி பார்க்கறே? இங்க வா... ஒரு 'பெயின் கில்லர்' மாத்திரை இருந்தா கொடு. 'கிட் பேக்'ல இருக்கும் பாரு..." என்றான் ராஜேந்திரன்.

"தர்றேங்க... இந்த நேரத்துல படம் கீழே விழுந்து உங்களை இப்படி கட்டுப் போட வைக்கும்னு நான் கொஞ்சம்கூட எதிர்பார்க்கலீங்க. உங்க முடிவு மாமாவுக்கே பிடிக்கல... அதான் இப்படி வந்து தடுத்துட்டார்." - என்று சொன்னவளை வலியை மறந்து ஊன்றிப் பார்த்தான் ராஜேந்திரன்.

"என்ன பார்க்கறீங்க... இப்படியொரு சம்பவத்தை நம்மால் கற்பனை செய்தாவது பார்க்க முடியுமா?" என்று கேட்டவள், அப்படியே படத்தை கண்களில் ஒற்றிக்கொண்டாள்.

ராஜேந்திரனிடமோ எந்த பதிலும் இல்லை.

தெய்வானையின் கேள்வி நியாயம் அவனைக் கட்டிப் போட்டிருந்தது. 'அவன் மவுனமாக யோசிக்கட்டும்' என்பது போல் கிட் பேக்கை நோக்கிச் சென்றவள்... வலி மாத்திரையோடு,

தூக்க மாத்திரையையும் எடுத்து வந்து சாப்பிட தந்தாள். அவனும் போட்டுக்கொண்டான்.

அப்படியே பெருமூச்சு விட்டவனாக... "நம்ப வாழ்க்கையில இந்த பத்து நாள் அனுபவம் நம்ப முடியாத அதிசயமா மாறிடிச்சு இல்லையா தெய்வானை?" என்று கேட்டான்.

"ஆமாங்க... வாழ்கையைப் பத்தின என்னோட பார்வையும் மாறிடுச்சுங்க. நாம் நம் செயல்களால வாழுறதா நினைக்கிறோம். ஆனா, அது உண்மை இல்லை. நம்மோட ஒவ்வொரு நாளும், ஒவ்வொரு மணி நேரமும் ஏற்கெனவே தீர்மானமாயிடுச்சுங்கறது தான் என் எண்ணம். அதுக்கேற்பதான் நாம் நடந்துக்கறோம்.

யோசிச்சு பாருங்க. இப்ப காயம்படும். இப்படியெல்லாம் வாழ்க்கையைப் பற்றி நாம் பேசுவோம்னு எதிர்பார்த்தோமா? இல்லை... நம்ம விருப்பப்படிதான் இப்படி நடந்ததா? அதுவா நடக்குது. அதற்கேற்ப நாமளும் நடந்துக்கிறோம்."

"வாஸ்தவம்தான் தெய்வானை! இந்நேரம் இந்த மகேந்திர மங்கலமே தூங்கிட்டு இருக்கு நாமளோ வாழ்க்கையைப் பற்றி பேசிக்கிட்டிருக்கோம். அப்பா படம் விழுந்தது தற்செயலாதெரியல. அதுவும் வரிசையா நடந்துகிட்டு வர்ற 'அமானுஷ்ய' விஷயங்களோட தொடர்ச்சியா?"

"நிச்சயமா தற்செயல் இல்லை. காலையில நீங்க காவிரி பக்கமா போய் அந்த ஏடுகளை திரும்ப எடுத்து வந்துடக் கூடாதுங்கறதுக்காகதான் இப்படி நடந்திருக்கு."

"நீ சொல்லுறது உண்மைன்னா... ஏன் கவனிச்சிக்கிட்டு இருக்கணும். அப்ப அது இவ்வளவு நாளும் சாந்தி அடையாமலா இருந்தது?"

"இந்த மாதிரி பல கேள்விகளுக்கு நமக்கு பதில் கிடைச்ச மாதிரி இருக்கும். கிடைக்கும்ங்க... நீங்க படுங்க. காலையில பேசிக்கலாம்."

"நான் விரும்பினாலும் முழிக்க முடியாது. மாத்திரை என்னை கண் விழிக்க விடாது."

"பரவாயில்ல... எப்ப விழிக்க முடியுதோ அப்ப விழிங்க."

"என்ன தெய்வானை... காலையில் சென்னைக்கு புறப்படலாம்னு சொன்னே! இப்ப இப்படி பேசறே?"

"நீங்க முதல்ல ஓய்வெடுங்க... காலையில பேசிக்கலாம்."

தெய்வானை அவன் முன் படுக்கையை விரிக்கச் சென்றாள்! ஆஷா எப்போதோ உறங்கிப் போயிருந்தாள்.

இந்த பத்து நாளில் இவளிடமும்தான் எத்தனை பெரிய மாற்றங்கள்! புத்தி பேதலித்தது போல்... தன்னையே மறந்துவிட்ட குழந்தையாக இருந்தவள் இப்போது பூரண குணமாகிவிட்டாள்.

ஒருவர் வாழ்வில் 10 நாளில் வாழ்க்கைப்பாடே தலை கீழாக மாறுமா என்ன? ஆஷாவைப் பார்த்து சிந்தித்துக்கொண்டே வந்து ராஜேந்திரனை படுக்க அழைத்துச் சென்றாள்.

"வேடிக்கையா இருக்கு தெய்வானை... கால் ஒடிஞ்ச ஒருத்தருக்கு நம்ம பொண்ணும், நானுமே வைத்தியரானோம். இப்ப பாரு... என் கால்லயே கோளாறு. இதை என்னன்னு சொல்றது?"

இது ராஜேந்திரன்.

"நான்தான் சொன்னேனே... மனுஷ வாழ்க்கைங்கறது ஏற்கெனவே தீர்மானமான ஒண்ணுங்க. அதன்படி தான் நாம் நடப்போம். நாமளா சுயமா எதையும் செய்ய முடியாதுங்க." என்றாள். அதில் கொஞ்சம் விரக்தியும் தெரிந்தது.

அதிகாலை நேரம்.

கிழக்கு வானம் லேசாய் வெளுக்கத் தொடங்கியது. பறவைக் கூட்டங்களுக்கு விடியப் போகிறது என்று யார்தான் தகவல் தருகிறார்களோ? அவைகளின் 'கீச்சு' சப்தம் திருவேங்கடத்தை தூங்க விடவில்லை. காவிரி ஆற்றின் மறுகரையில் படுத்திருந்தவன், கண் விழித்தபோது பதறிப் போனான். அவனோடு சேர்ந்து ஏடுகள் அடங்கிய மரப்பெட்டியுடன் கரை ஒதுங்கிய குமாரசாமி சித்தரைக் காணவில்லை.

'எங்கே போனார்... எப்படி போனார்?' என்றே தெரியவில்லை. திருவேங்கடத்துக்கு பெரிதும் ஏமாற்றமாக இருந்தது. குமாரசாமி சித்தர் இப்படியொரு ஏமாற்றுப் பேர்வழியாக இருப்பார் என்பதை அவனால் கற்பனை கூட செய்து பார்க்க முடியவில்லை.

பொழுதும் 'பொலபொல'வென்று விடிந்து, காவிரி ஆறு குளிரக் குளிர கண்ணில்பட்டது. ஏமாற்றத்தை சகித்துக்கொண்டு நீரில் இறங்கிய திருவேங்கடம், எதிரில் தெரியும் ஊருக்கானன். படித்துறையை நோக்கி நீந்த ஆரம்பித்தான். படித்துறையை அடைந்து அதில் ஏற முற்பட்டபோது, குடத்துடன் தெய்வானை வந்திருந்தாள்.

அவளை அந்த ஆற்றங்கரையில் பார்க்கவும் அவனுக்கு 'சுருக்'கென்றது. அவளும் அவனைப் பார்த்து சன்னமாய் சிரித்தாள். அதுவே... அவனை அவள் சந்தேகப்படவில்லை என்று சொல்வது போல் இருந்தது.

"என்னம்மா அதிசயமா காவிரிப் பக்கம்?" என்று வாயைத் திறந்தான்.

"நீங்க என்ன தலைகூட நனையாம் ஆத்துல குளிச்சிருக்கீங்க?" - அவள் அப்படிக் கேட்டாள் என்று அவன் எதிர்பார்க்கவில்லை.

"அது... அது... கொஞ்சம் ஜலதோஷம் அதான் தலை முழுக்கு போடல."

"எவ்வளவோ பேர் காய்ச்சல் குளிரோடகூட குளிச்சிருக்காங்க. ஜலதோஷத்துக்காக தலை முழுகலன்னா எப்படிண்ணே?"

தெய்வானை 'அண்ணே' என்றதும் அவனுக்குள் மெல்லிய புல்லரிப்பு.

"என்ன குளிச்சு என்ன புண்ணியம்மா... நாம் ஆசைப்படுற மாதிரி எது நடக்குது?" - என்று குமாரசாமி சித்தரின் மேலான கோபத்தையும், ஏமாற்றத்தையும் அவளிடம் கேள்வியாக்கினான் திருவேங்கடம்.

“ரொம்ப சரிண்ணே! வாழ்க்கைங்கறது நம்ம கையில இல்லவே இல்லை. அது கையிலதான் நாம் இருக்கோம். நேத்து ராத்திரி என் புருஷன் இருந்த இருப்பு எனக்குத்தான் தெரியும். இப்ப தூக்க மாத்திரைப் போட்டுட்டு, நல்லா தூங்கிட்டு இருக்கார். இல்லேன்னா இந்த காவிரிக் கரை பக்கமா அந்த மரப்பெட்டியைத் தேடி சுத்திக்கிட்டு இருப்பார்...”

“என்னது... மரப்பெட்டியைத் தேடியா?”

“ஆமா... அதை ஆத்துல போடச் சொல்லிட்டாங்க சித்தர் சாமிங்க. நானும் கந்தசாமிகிட்ட கொடுத்து, தூக்கிப் போடச் சொல்லிட்டேன். ஆனா, இவருக்கு அது பிடிக்கல! சென்னையில இருக்கற தொல்பொருள் இலாகாகாரங்க, அப்புறமா இந்த ஏடுகளை ஆராய்ச்சி பண்றவங்களோட எல்லாம் சேர்ந்து அந்த ஏடுகளை ஆராய்ஞ்சு பார்த்துடணும். அவ்வளவும் பெரிய ரகசியம். நல்லதுன்னு பேச ஆரம்பிச்சிட்டார்...”

‘தெய்வானை சொல்லச் சொல்ல திருவேங்கடத்துக்கு தலையைச் சுற்றியது. அது இப்போது குமாரசாமி சித்தரிடம்தான் இருக்கிறது’ என்று கூறினால் என்னாகும்? என்று தோன்றியது.

‘உனக்கு எப்படி தெரியும்?’ என ஆரம்பித்து.

ரசவாதத்துக்காக தான் அதைத் தேடுவது வரை எல்லாமே வெட்ட வெளிச்சமாகிவிடும் என்கிற உண்மையும் தெரியவரவும் திருவேங்கடம் திருதிருவென விழித்தான்.

“நல்லவேளை... அவரை அவங்க அப்பாவே தடுத்து நிறுத்திட்டார்” என்று தெய்வானை தொடரவும் அவனுக்கு தூக்கி வாரிப் போட்டது. ‘எப்போதோ போய் சேர்ந்துவிட்டவர். இப்போது எங்கிருந்து வந்து தடுத்தார்?’ என்கிற கேள்வியும் எழும்பியது.

“என்னண்ணே... நான் சொல்றது புரியலையா? ராத்திரி அவங்க அப்பா படம் சுவத்துல இருந்து கழண்டு விழுந்து, கண்ணாடி உடைஞ்சு, அது அவர் கால்ல ஏறி... இப்ப படுத்த

படுக்கையாகிட்டார். அதைத்தான் 'அப்பா தடுத்துட்டார்'ன்னு சொன்னேன்" என்று அவள் விளக்கம் தரவும். சற்று 'அப்பாடா...!' என்றிருந்தது.

"என்ன இருந்தாலும் இத்தனை வருஷம் ஐந்து தலை நாகம் படம் விரிச்சு பாதுகாத்த ஏடுகளைப் பொசுக்குன்னு தூக்கி ஆத்துல போடச் சொன்னது எனக்கும் சரியாப் படலீங்கம்மா..." என்றான்.

"அதான் பயன்பட வேண்டியவங்களுக்கு... பயன்பட வேண்டிய அளவு பயன்பட்டு முடிஞ்சிடுச்சே...?"

"என்னம்மா... இனியும் அது பயன்பட்டா என்ன தப்பு? அதுல என்ன அளவு?"

"அளவெல்லாம் இல்லை... காலம் மாறிடிச்சு! அதுல குறிப்பிட்டிருக்கற பல மூலிகைகள் இப்ப எங்கேயும் இல்லை. அதனால அது இருந்தாலும் புண்ணியம் இல்லைங்கறதுதானே சித்தருங்க சொன்னது."

"போகட்டும்... இப்படியெல்லாம் பல விஷயங்கள் இருந்துருக்குன்னு வருங்காலத்துக்கு சொல்றதுக்கு அது இருக்கலாமே? நாம் ஒரு புத்தகம் வாங்கி படிச்ச உடனே கிழிச்சா போட்டுடுறோம்? பத்திரமா 'ஷெல்பு'லல்ல வைக்கிறோம்?"

"புத்தகமும், இதுவும் ஒண்ணாண்ணே..."

"ஒரு உதாரணத்துக்குச் சொன்னேன்."

"இது சித்தர் சாமிங்களுக்கு தெரியாதா?"

"அவங்களைத்தான் புரிஞ்சுக்கவே முடியலியே! நான்கூட ஒருத்தரை நம்பி ரொம்பவே ஏமாந்துட்டேன்ம்மா..."

"அப்படியா... யார் அது?"

"அது உனக்கு தெரிய வேணாம்மா! பத்து நாளா நான் பெரிய பெரிய கனவா கண்டு வெச்சிருந்தேன். இப்ப எல்லாம் ஒண்ணும் இல்லாம போயிடுச்சு."

“இந்த பத்து நாளை எங்களாலேயும் மறக்க முடியாது. வீட்டை வித்துட்டு, பணத்தோடு பட்டணம் போவோம்னுதான் நினைச்சோம். ஆனா, எல்லாமே மாறிப் போச்சு. இந்த ஊருக்கு வந்ததுல இருந்து ஆத்துலேயும் குளிக்கல. அதான் பொழுது விடியவும் கிளம்பி வந்துட்டேன்.”

“நல்லதும்மா... எப்ப ஊருக்கு கிளம்பப் போறீங்க?”

“தெரியல... இங்கேயே இருந்துடலாமான்னுகூட தோணுது.”

“பட்டணத்துல பரபரப்பா இருந்துட்டு, இங்கயே இருக்க மனசு வருமா?”

“என்ன பெரிய பரபரப்பு? இங்க எங்களுக்கு ஒரு பாதுகாப்பு இருக்கற மாதிரி தோணுது. அதுலேயும் ராத்திரி, அவர் அப்பா படம் கழண்டு விழுந்ததெல்லாம் சாதாரண விஷயமில்லை. எங்க பெரியவங்க அந்த வீட்ல இப்பவும் இருக்கற மாதிரியே எனக்கு ஓர் உணர்வு...”

காவிரிக்கரையில் அந்த காலை வேளையில் திருவேங்கடத்தை உலுக்காமல் உலுக்கிக் கொண்டிருந்தாள் தெய்வானை. அவனுக்கும் ஒரு கோணத்தில் தான் தப்பிவிட்டது போலவும் உணர்வு. இன்னொரு கோணத்தில் ஏமாந்து நிற்பது போலவும் உணர்வு. தெய்வானையும் ஆற்றில் இறங்கத் தொடங்கினாள். அப்போது ஒரு சிறுவன், திருவேங்கடத்தை தேடிக்கொண்டு வந்தவன் போல...

“எண்ணே! இங்கியா இருக்கே நீ...? உன்னை எங்கெல்லாம் தேடுறது?” என்றான்.

“யாருடா நீ... எதுக்கு என்னைத் தேடுறே” கோபமானான்.

“சாமி உன்னை கூட்டிட்டு வரச் சொன்னாரு.”

“சாமியா... யாருடா அது?”

“அதான்... ராத்திரி உங்களோடு சேர்ந்து பெட்டில இருக்கற ஏடுகளை எடுத்தாரே! அவருதாண்ணே...?”

சிறுவன் சொன்ன பதில், ஆற்றில் இடுப்பளவு தண்ணீருக்குள் இறங்கிவிட்ட தெய்வானையை அதிர்ந்து மிக வேகமாக திரும்பிப் பார்க்க வைத்தது!

சித்தர்களைத்தான் புரிஞ்சிக்கவே முடியலியே!

***

# 32

> ‘சித்தர்கள் நாடும் ரத்தினம் நான்!
> முக்தர்கள் காட்டும் பக்தியும் நான்!’

ஆற்றுக்குள் நின்றபடியே திரும்பிப் பார்த்த தெய்வானையை பெரிதும் படபடப்போடு பார்த்தான் திருவேங்கடம். தன்னைப் பற்றிய அந்த உண்மை இவ்வளவு சீக்கிரம் உடைந்து வெளிப்படும் என்று அவன் எதிர்பார்க்கவில்லை!

கையில் உள்ள குடத்தோடு தெய்வானை வேகமாக கரை ஏறி, அவனை நெருங்கத் தொடங்கவும் படபடப்பாகிவிட்டது அவனுக்கு...

“என்னண்ணே இது? என்ன சொல்றான் இந்தப் பையன்?”

“அது... அது...”

“அப்ப ராத்திரி ஆத்துல விட்ட பெட்டிய நீங்களும், அந்த சாமியாரும் எடுத்திட்டீங்களா?”

“இல்லேம்மா... அது வந்து என்னன்னா?”

“இப்பல்ல புரியுது... பத்து நாளா நான் ரொம்பவே. தவிச்சிக்கிட்டிருந்தேன்னு நீங்க சொன்னதுக்கு அர்த்தம்!”

“அம்மா... என்னை தப்பா எடுத்துக்காதே! நீங்க இதை தப்பா எடுக்கவும் எதுவுமில்ல. ஆத்துல ஒரு பெட்டி வரவும் என்ன ஏதுன்னு எடுத்துப் பார்த்தோம். அவ்வளவுதான்...”

“அர்த்தராத்திரியில ஆத்துல பெட்டி விடப்பட்டது உங்களுக்கு எப்படி தெரியும்? என்னமோ எதேச்சையா பார்த்த மாதிரி சொல்றீங்க...?”

“அது... அது...”

“என்ன அது? பேச முடியாம தடுமாறுறதுல இருந்தே தெரியுது. நீங்க தப்பு பண்ணியிருக்கறது. இப்ப அது அந்த சாமியார்கிட்டதான் இருக்குதா?”

“ஆமாம்மா... ராத்திரி ரெண்டு பேரும் சேர்ந்துதான் எடுத்தோம். எதிர்கரையில போய் தங்கிட்டோம். நான் அப்படியே அசந்துட்டேன். கண்ணு முழிச்சி பார்த்தா அவரைக் காணோம். அவரு என்னையும் ஏமாத்திட்டு ஏடுகளோடு ஓடிட்டாருன்னு நினைச்சேன். இப்படி என்னைக் கூப்பிடுவாருன்னு நானே எதிர்பார்க்கல...”

திருவேங்கடம் நடந்ததைச் சொல்லி முடித்தான். தெய்வானைக்குள் தீவிரமான சிந்தனை ஓட்டம்.

“ராத்திரியெல்லாம் தூக்கமே வரல. இதே காவிரி ஆத்துக்கு வந்து குளிக்கணும்னும் ஒரு எண்ணம்! இந்த ஊருக்கு வந்ததுல இருந்து வராத இந்த எண்ணம், இன்னிக்கு மட்டும் எதனால வந்ததுன்னு இப்பதான் புரியுது. நான் இப்ப இங்க வரலேன்னா உங்களைப் பார்த்திருக்க முடியாது. இந்த விஷயமும் தெரியாமலே போயிருக்கும். எனக்கு தெரியணும்னு விதி இருக்கு. அதான் வந்துருக்கேன்.”

“சரிம்மா... இப்ப என்ன பண்ணப் போறே?”

“என்ன பண்ணவா? புறப்படுங்க... உங்களோடு வந்து நானும் அந்தச் சாமியாரைப் பார்க்கிறேன். எல்லா சாமிகளும் ஆத்துல

போட்டுடுன்னு சொன்னப்ப இவர் மட்டும் அதை எதுக்கு எடுத்தார்னு எனக்கு தெரியணும்."

"அதுக்குள்ள நிறைய குறிப்புகள் இருக்குதும்மா. எல்லாமே ரொம்ப மதிப்பானவை. அவ்வளவும் ரகசியங்கள்!"

"இது எனக்கு தெரியாதா... இதையேதான் என் வீட்டுக்காரரும் சொன்னார்!"

"இல்ல... அப்படிப்பட்ட ரகசியங்களை ஆத்தோட போகட்டும்னு விட முடியுமா? விட்டா நாம முட்டாளுங்க இல்லையா...?"

"அப்ப இது ஆத்தோட போகட்டும்னு சொன்ன சித்தர் சாமிங்க எல்லாம் முட்டாளுங்களா?"

"அவங்க முட்டாள்கள் இல்ல... சுயநலவாதிங்க!."

"என்ன உளறுறீங்க?"

"உளறலேம்மா... நீயே யோசிச்சு பாரு. சில ரகசியங்கள் ரகசியமா இருக்கறதுதான் நல்லதுன்னு சொல்றது எதனால தெரியுமா?"

"அப்பதான் இவங்க மஞ்சக் குளிக்க முடியும். எல்லாருக்கும் எல்லாமும் தெரிஞ்சிட்டா அது ரகசியமாவே இருக்காதே?"

"இப்படிச் சொல்ல உங்களுக்கு தயக்கமா இல்லை? அந்தச் சித்தர் சாமிங்க ஒண்ணும் உங்களைப் போல சாமான்யப்பட்ட மனுஷங்க இல்ல. அவங்க தங்களுக்காக வாழறவங்களும் இல்ல..."

"சரிம்மா! நாம் இப்படி பேசினா பேசிகிட்டே போகலாம். நான் இப்ப என்ன பண்ணலாங்கறே?"

"பெரியவங்க சொன்னபடி அதை ஆத்தோட விட்டுடணும். அதான் சரி!"

"நீங்கதான் விட்டுட்டீங்களே... அப்புறம் எதுக்குப் பேச்சு?"

"அதை திரும்ப எடுத்துட்டீங்களே?"

"அது இனி எங்க பாடு. எப்ப ஆத்துல தூக்கிப் போட்டுட்டியோ அப்பவே உன் கடமை முடிஞ்சிருச்சு. ஆத்துல அடிச்சிக்கிட்டு போனதைத்தான் நாங்க எடுத்தோம். பூமிக்கு அடியில இருக்கற புதையலைத்தான் யார் வெச்சிருந்தாலும் தப்பு. அது அரசாங்கத்துக்கு சொந்தம். இது தண்ணியில மிதந்து வந்த சமாச்சாரம். அதை நாங்க எடுத்ததுல எந்தத் தப்பும் இருக்கறதா எனக்குத் தெரியல! இதுக்கு மேலேயும் இந்த விஷயத்தைப் பத்தி நான் பேச விரும்பல. நீயும் மனசைப் போட்டு குழப்பிக்காம சென்னைக்குப் போய் பொழப்பைப் பாரு. அதுதான் உனக்கும் நல்லது."

திருவேங்கடம் ஒரு வெறி வந்தவன் போல பேசிவிட்டுப் புறப்பட்டுவிட்டான். தெய்வானைக்கு தன்னை அவன் கன்னத்தில் அறைந்து மிரட்டாமல் மிரட்டிவிட்டுப் போவது போல் தோன்றியது. 'மளமள'வென்று ஆற்றில் இறங்கியவள், மூன்று முழுக்குப் போட்டாள். அப்படியே ஈரம் சொட்ட எழுந்து நின்றவள், 'இந்த நீராடல் எனக்குத் தர வேண்டிய புண்ணியத்தையும், அருளையும் தரட்டும்' என்று மனதுக்குள் வேண்டிக்கொண்டு விறுவிறுவென நடக்க ஆரம்பித்தாள்.

தென்னந்தோப்பு! உள்ளே குடிசை. வழக்கம்போல் காற்றின் உலாவல். திருவேங்கடம் ஓட்டமாய் ஓடி அங்கே வரவும். குமாரசாமி இல்லாத இடத்துல... சித்தர் காத்திருந்தார்.

"சாமி... என்ன சாமி இப்படி என்னை விட்டுட்டு வந்துட்டீங்க?" என்று ஆரம்பித்தான் திருவேங்கடம். பதிலுக்கு அவர் முறைத்துப் பார்த்தார்.

"முறைக்காதீங்க சாமி! என் கஷ்டம் எனக்குத்தான் தெரியும். வர்ற வழியில அந்தப் பொண்ணு வேற பார்த்துடுச்சு. அது வாயைப் புடுங்கவும்... நாம் ஏடுகளை எடுத்த விஷயம் அதுக்கு தெரிஞ்சு போச்சு சாமி..."

"சரி சரி... புறப்படு" குமாரசாமி சித்தர் பட்டுக் கத்தரித்தது போல் பேசினார்.

“எங்க சாமி?”

“இனி இந்த ஊர்ல நமக்கு வேலை இல்லை. ‘காவிரி புஷ்கர’ காலமும் முடிஞ்சிடிச்சு.”

“இங்க வேலை இல்லன்னா எங்க சாமி போகப் போறோம்?”

“என்கூட பொதிகை மலைக்குப் புறப்படு...”

“பொதிகை மலைன்னா...?”

“கேள்வியா கேட்காம புறப்படும். இஷ்டம் இல்லைன்னா விட்டுடு. நான் புறப்படுறேன்.”

“சாமி... நான் ஒரு தொழில் செய்யறவன். குடும்பஸ்தன். எப்படி சாமி உங்க பின்னால நினைச்ச நேரத்துல வர முடியும்?”

“பெரிய விஷயங்களுக்கு ஆசைப்பட்டா சின்ன தியாகங்களைச் செய்துதான் தீரணும்.”

“அங்க எதுக்கு சாமி போகணும்?”

“அங்கதான்டா மூலிகை... மனுஷனோட மூச்சுக்காத்து படாத இயற்கை இருக்கு. அந்த மாதிரி இடம்தான் ‘ரசவாதம்’ பண்றதுல இருந்து காய கல்பம் செய்றதுக்கெல்லாம் ஏத்த இடம்.”

“அங்க சாப்பிட... தூங்க வசதி இருக்கா சாமி?”

“அதையெல்லாம் நாமதான் உருவாக்கிக்கணும். ‘தொண தொண’ன்னு பேசாம புறப்படுறியா... இல்லையா?”

“கொஞ்சம் வீடு வரை போய் சொல்லிட்டு வந்துடட்டுமா?”

“போனா வரமாட்டே...!”

“இல்ல சாமி... எப்படி சொல்லணுமோ அப்படி சொல்லிட்டு வந்துடுறேன்.”

“இதோ பாரு... நீ எப்படி சொன்னாலும் வீட்ல உனக்கு அனுமதி கிடைக்காது. நீ போனா வரமாட்டே!”

“இல்ல சாமி... நான் இப்படியே உங்கக்கூட வந்தா... என்னைக் காணோம்னு தேடுவாங்க. ஒரு வார்த்தை சொல்லிட்டா எதுவும் பிரச்சினை இல்லை”

“பைத்தியக்காரா... இப்படி சொல்லிட்டு போன உன் தாத்தாக்கள்ல ஒருத்தன் கடைசி வரை திரும்பல. அது தெரியுமா உனக்கு?”

“சா...மி...”

“எனக்கு எப்படித் தெரியும்னு கேக்காதே! உன் குடும்பத்துக்கு எப்படி நீயோ... அப்படித்தான் என் குடும்பத்துக்கு நானும்.”

“சாமி என்னென்னமோ சொல்றீங்களே...?”

“டேய்... இப்ப வர்றியா... இல்லையா?”

மிகவும் கடுமையான குரலில் கேட்டார்.

“வ... வ... வர்றேன் சாமி. ‘ரசவாதம்’ பண்ணிட முடியும்தானே?”

“வந்தா நீ குபேரன். வரலேன்னா காணாம போன உன் தாத்தாவுக்கு பேரன். சரி சரி... நான் கிளம்புறேன்.”

“நடந்தா சாமி?”

“என் சித்துக்களை நீ பார்த்தது கிடையாதுதானே?”

“ஏதோ கொஞ்சம் பார்த்திருக்கேன். கூடவே வா... நிறைய பார்ப்பே!”

தோப்பைவிட்டு அவர் புறப்பட... திருவேங்கடமும் பின்தொடர்ந்தான். இருவரும் நடந்து சாலைக்கு வந்தனர்.

“கார்ல போலாமா... பஸ்ல போலாமா?”

குமாரசாமி சித்தர் ஏதோ ஏழெட்டு வாகனங்கள் எதிரில் நிற்பதைப் போன்ற பாவனையோடு கேட்டார்.

“இங்க நின்னுகிட்டு இப்படி கேட்டா எப்படி சாமி?”

“சொல்லுடா... எது உனக்கு வசதி?”

“இங்க காரும் இல்ல... பஸ்சும் இல்லயே...! அப்புறம் எப்படி சாமி?”

“இல்லாத இடத்துல... இல்லாததை வர வைக்கிறதுக்கு பேர்தான் வசியம்!”

“அப்படின்னா நல்ல பெரிய படகு கார் வந்தா நல்லா இருக்கும். வருமா சாமி?”

“அவ்வளவுதானே... கொஞ்ச நேரத்துல வரும் பாரு.”

அவர் அந்தப் பதிலோடு ஓர் ஓரமாக அமர்ந்துகொண்டு கண்களை மூடி தியானிக்கத் தொடங்கினார். தோளில், வளையல்காரர்கள் சுமந்து வருவது போல ஏடுகள் கொண்ட அந்த துணிமூட்டை!

அடுத்த ஐந்து நிமிடத்திலேயே படகு கார் ஒன்று அந்த பக்கமாய் வந்தது. காரை ஓட்டி வந்தவர் ‘கோட்சூட்’ போட்ட மனிதர். அவர் கச்சிதமாக ‘பிரேக்’ அடித்து நிறுத்திவிட்டு காரைவிட்டு இறங்கியவராக குமாரசாமி சித்தரை நெருங்கி, “சாமி வந்துட்டேன்... நாம் புறப்படலாங்களா?” எனக் கேட்டார்.

குமாரசாமி சித்தரும் கண் மலர்ந்தவராக திருவேங்கடத்தைப் பார்த்தார். அவன் பிரமிப்பின் உச்சத்தில் இருந்தான். பிறகு அவர்கள் ஏறிக்கொள்ள...

கார் புறப்பட்டது.

வீட்டுக்குள் தெய்வானை நுழைந்தபோது ஆஷா, பல் துலக்கிக்கொண்டிருக்க...

ராஜேந்திரன் கட்டிலில் நல்ல தூக்கத்தில் இருந்தான். அங்கம்மாள் வந்துவிட்டிருந்தாள். அடுப்படியில் சப்தம் கேட்டது. தெய்வானை வரவும்,

“வந்துட்டீங்களாம் மா... அடடே ஆத்துக்கு போய் குளிச்சிட்டு வர்றீங்களாம்மா?” என்றுதான் ஆரம்பித்தாள்.

“ஆமா அங்கம்மா... வந்ததுல இருந்து போகவே இல்ல. அதான் போயிட்டு வந்தேன்.”

“நம்ம அய்யாவுக்கு என்னம்மா ஆச்சு? கால்ல கட்டோட இப்படி தூங்கிட்டு இருக்காரு?”

“ராத்திரி நீங்க போனதுக்கு பிறகு என்னென்னமோ நடந்துடிச்சு! ஆனா... எல்லாம் நல்லதுக்குத்தான்.”

அங்கம்மாளிடம் பாதி சொல்லி, மீதியைச் சொல்லாதபடி தெய்வானை பேசிய அந்த காலை வேளையில் அவள் வீட்டு வாசலில் ‘பைக்’ சப்தம்!

எட்டிப் பார்த்தாள். குமரேசன் சீருடையில் வராமல்... ‘பேண்ட்’, ‘டி-ஷர்ட்’டில் வந்துகொண்டிருந்தான்.

“வாங்கண்ணே...” என்று அவனைப் பார்க்கவும் உற்சாகமானாள்.

“என்னம்மா... என்ன பண்றான் ராஜேந்திரன்?”

“அவர் தூங்கிட்டு இருக்காருண்ணே...”

“இன்னுமா எழுந்திருக்கல...?”

“அதுவேற ஒண்ணுமில்லண்ணே... கால்ல கண்ணாடி குத்தி காயம். அதான் மாத்திரை போட்டுட்டு தூங்கறாரு.”

“நான்கூட ஊருக்கு புறப்பட்டுட்டு இருப்பீங்க. சரி... ஒரு பார்வை பார்த்துட்டு போவோம்னுதான் வந்தேன்.”

“அப்படிங்களா... எப்படி இருந்தாலும் நீங்க இப்ப வந்ததுல ரொம்ப சந்தோஷம்ண்ணே... உங்ககிட்ட நான் கொஞ்சம் பேசணும்.”

“நானும் நிறைய பேசணும்மா. ரெண்டு நாளா உங்க வீட்டைப் பத்தியும், அந்தப் பெட்டியைப் பத்தியும்தான் பேச்சே! எங்க ‘டிபார்ட்மெண்ட்’ல வாயைப் பிளக்கறாங்க. கூடவே, ‘இப்படியெல்லாம் சக்தி உள்ளவங்க இருக்கற நாட்ல அவனவன் கோடி கோடியா கொள்ளை அடிக்கறாங்களே?

இவங்க அந்த கொள்ளைக்காரங்களை தண்டிக்கலாம். இல்ல... திருத்தலாமே?'ன்னு பேச்சு எங்கெங்கோ போயிடிச்சு."

"அதுக்கு முந்தி ஒரு முக்கியமான விஷயம்ண்ணே..."

"என்னம்மா?"

திருவேங்கடமும், குமாரசாமி சித்தரும் ஏடுகளை எடுத்து விட்ட சம்பவத்தைச் சொல்லத் தொடங்கினாள் தெய்வானை!

❋❋❋

# 33

> ‘உலகின் மையம் என் கால் கட்டை விரலே
> உணர்வின் மையம் எனது கால் தண்டைப் பரலே...’

தெய்வானை சொல்லச் சொல்ல குமரேசனுக்குள் ஒருசேர ஆச்சரியமும், அதிர்ச்சியும் ஏற்பட்டது.

“திருவேங்கடம் இப்படியொரு ‘தில்லாலங்கடி’ வேலை பார்த்திருக்கானாக்கும்? இவனுக்கு ஒரு சித்தர் சாமியும் உடந்தைங்கறதைத்தான் என்னால் நம்ப முடியல...”

“எனக்கும்தாண்ணே!”

“ஆமா... இந்தத் திருவேங்கடத்துக்கு உங்க வீட்ல ஏடுகள் இருந்தது இப்பதான் தெரியுமா?”

“ஆமாண்ணே... அப்படித்தான் நினைக்கறேன். குறிப்பாக அந்த சித்தர் சாமிதான் சொல்லி இருக்கணும்.”

“ஆச்சரியமா இருக்கு... உங்க வீட்லயாரும் இல்லாத நிலையில் அந்த ஏடுகளை உள்ளூர்லயே இருக்கற அவன் எப்ப வேணா வந்து எடுத்துட்டுப் போயிருக்கலாம். ஆனா, அவனுக்கு தெரியாததாலதான் சும்மா இருந்திருக்கான்.”

"பதஞ்சலி சாமி அஞ்சு தலை நாகமாவே இருந்து காவல் காத்துட்டு இருக்கும்போது அவன் முயற்சி செய்திருந்தாலும் பலிச்சிருக்காதுண்ணே..."

"ஆமாம்மா! நான் அதை நினைக்கத் தவறிட்டேன் பாரு. இப்ப நினைச்சாலும் என்னால பிரமிப்பை அடக்க முடியல! ஆனா, என் 'டிபார்ட்மென்ட்'ல எல்லாரும் அவ்வளவும் 'பிரமைதா'ன்னு சாதிக்கிறாங்க."

"உங்களோட வந்த மேலதிகாரிகூடவா நம்பலை...?"

"அவர் திடீர்னு சபரிமலைக்கு மாலை போட்டுட்டாரு. முன்ன பேசிகிட்டே இருப்பாரு. இப்ப அப்படியே தலை கீழா மாறிட்டாரு..."

"எப்பவும் நிதர்சனமான அனுபவங்களுக்கு இருக்கற சக்தியே தனிதான்! இதைத் தான்... 'கண்டவர்கள் விண்டிலர்; விண்டவர்கள் கண்டிலர்'ன்னு சித்தர் சாமிங்க சொல்லி இருக்காங்க போல..."

"என்ன சொன்னே... கண்டவர்கள் விண்டிலரா?"

"ஆமாண்ணே... இறை அனுபவமோ இல்லை அது சார்ந்த எந்த அதிசயமும் முழுசா அனுபவச்சிட்டா அவங்களால பேச முடியாதாம். பேச முடிஞ்சா அவங்க முழுசா அனுபவிக்காதவங்கன்னு அர்த்தமாம்..."

"உண்மைதான...! நானும் எனக்கு ஏற்பட்டதை சொல்லத்தான் முயற்சி செய்யறேன். ஆனா, சரியான வார்த்தையே கிடைக்க மாட்டேங்குது. எனக்கு தெரிஞ்ச பாஷையில சொன்னாலும் நம்ப மாட்டேங்கிறாங்களே...?"

"யாரும் நம்ப வேண்டாண்ணே... யார் நம்பி என்ன ஆகப்போகுது? எல்லாரும் எல்லாத்தையும் நம்பிட்டாலும் அது நல்லது இல்லண்ணே..."

"எதை வெச்சு இப்படி சொல்றே?"

"அண்ணே இறை அனுபவங்கறது இலை மறை காயாவோ... இல்லை தனி நபர் அனுபவமாவோதான் எப்பவுமே இருக்குது.

இப்ப அப்படி இருக்கும்போதே திருப்பதியில் சாமி கும்பிட சில நாளில் பத்து மணி நேரமாவது ஆகுது! சபரிமலையோ கேக்கவே வேண்டாம்."

"இப்பல்லாம் ஒரு சாதாரண தெருக் கோவில்லகூட பிரதோஷம், மாசப் பிறப்புன்னா கூட்டம் ஏறிடுது. இறை அனுபவம் நமக்கு கிடைச்ச மாதிரி எல்லாருக்கும் கிடைச்சிட்டா அப்புறம் இந்த நாடே சாமியார்கள் தேசமா மாறிடும்ண்ணே! இந்தப் பூமியில ஒரு நாள் சந்தோஷமா... ஒரு நாள் துக்கமான்னு கலந்து கட்டி வாழுறதுக்கு பேசாம சாமிக்கு தலையையே பலி கொடுத்து நிரந்தர சந்தோஷத்துக்கான சொர்க்கத்துக்கு நேராவே போயிடலாம்னு எல்லாரும் முடிவு எடுத்துடுவாங்கண்ணே..."

தெய்வானை சொன்ன கருத்து குமரேசனை வாயைப் பிளக்க வைத்துவிட்டது!

"அதனாலதான் இந்த ஏடுகள் எல்லாம் யாருக்கும் கிடைக்க வேண்டாம்... ஆத்தோட போகட்டும்னு சித்தர் சாமிங்க சொல்லிட்டாங்களோ?"

"இருக்காலம்ண்ணே..."

"இருந்தும் அது இந்தத் திருவேங்கடம் கையில் சிக்கிடுச்சே! அவன் அதை வெச்சிக்கிட்டு என்ன பண்ணப் போறான்னு தெரியலையே?"

"நிச்சயமா நல்லவிதமா எதுவும் நடக்கப் போறதில்லை... அது மட்டும் நிச்சயம்!"

தெய்வானை சொல்லி முடிக்க, கொட்டாவி பிரிய ராஜேந்திரன் எழுந்து வந்திருந்தான்.

"வா குமரேசா... வந்து ரொம்ப நேரமாச்சா?" என்று கண்களைக் கசக்கியபடியே கேட்டான்.

"இப்பதான் ராஜேந்திரா வந்தேன். மழை விட்டும் தூவானம் விடாத மாதிரி உங்க வீட்டு சிக்கல் இன்னும் தீரலை போல தெரியுதே?"

“நீ என்ன சொல்றே?”

“நான் சொல்றேன்... திருவேங்கடமும், சித்தர்சாமி ஒருத்தரும் ஏட்டுப் பெட்டியை எடுத்தது இவருக்குத் தெரியாது” என்கிற பதிலிலேயே தெய்வானை அவனுக்கு தெரிவித்துவிட... ராஜேந்திரனிடம் பெரும் பதற்றம்.

“என்னது... அந்த ஏடுங்க திருவேங்கடத்துகிட்ட இருக்கா?”

“ஆமாங்க... கந்தசாமி ஆத்துல விட்ட பெட்டியை அவனும், ஒரு சித்தரும் கூட்டணி சேர்ந்து எடுத்துட்டாங்க.”

“போச்சு... அவ்வளவும் போச்சு! குமரேசா... ‘ஆர்கியாலஜி’காரங்க கையில கிடைக்க வேண்டியதுப்பா. தஞ்சாவூர் ‘சரஸ்வதி மகால் நூலகம்’ மாதிரி அரசாங்க இடத்துல போய் பாதுகாப்பா இருக்க வேண்டியது. நான்கூட அதுக்குத்தான் படாதபாடுபட்டேன். ஆனா, எல்லாமே என் கையை மீறி நடந்துடுச்சு. பாரு... இப்பகூட என்னால சட்டுன்னு எங்கேயும் போக முடியாது.” என்று ராஜேந்திரன் கண்ணாடி குத்திய காலைக் காட்ட... குமரேசன் திகைக்க...

“எல்லாம் நல்லதுக்குதாங்க... நீங்க அதைப் பத்தி கவலைப்படாதீங்க” என்றாள் தெய்வானை.

“என்ன நல்லதுக்குத்தான்...? என் அப்பா ஆவி ரூபமா இருந்து படம் கீழே விழுந்து உடைஞ்சு, அதனால் கண்ணாடி குத்தி... என்னை போக விடாம தடுத்துட்டாருன்னு சொன்னியே! அதனால என்ன புண்ணியம்? ஆத்துல இறங்கி பெட்டியைக் கொண்டு போயிட்டானே... அவனை ஏன் எதுவும் செய்யல?” ராஜேந்திரனிடம் கோபம் கொந்தளித்தது.

“இப்படிக் கேட்டா நான் என்ன சொல்ல...? நம்ம பெரிய வங்க அந்தப் பெட்டிக்காக மட்டுமில்லாம்... இந்த வீட்டை விட்டு நாம் போகக் கூடாதுன்னுகூட இப்படி நடந்திருக்கலாம். அவங்களை இனிமேகூட எந்த விதத்துலயாவது தடுத்து நிறுத்தலாம்.”

“ம்... எதையும் ‘பிராக்டிகலா’ யோசிச்சு பேசு தெய்வானை. முந்தியாவது அந்தப் பெட்டியும், பாம்போட காவலும் கொண்ட

வீடாக மதிப்போட இருந்தது. இப்ப இது ஒரு அந்தக் கால பழைய வீடு. அவ்வளவுதான்! இங்க இருக்கறது வெறும் கல்லும், மண்ணும்தான். இதை இப்படியே விட்டா காலத்தால் பாழடைஞ்சு ஒண்ணும் இல்லாமதான் போகும்"

ராஜேந்திரன்... தெய்வானை மேல் சீறிப் பாய்ந்திட, குமரேசன் இடையில் புகுந்தான்.

"ராஜேந்திரன்... முதல்ல ஏடுகளை வெச்சு அந்த திருவேங்கடம் என்ன பண்றான்னு பார்ப்போம்."

அதுக்குப் பிறகு எந்த ஒரு முடிவுக்கும் வருவோம். அது ஆத்தோட போறதுதான் நல்லதுன்னு சித்தர் சாமிங்க சொன்னது சரின்னா... இவனால் எதுவும் பண்ண முடியாது. அதைக் கொண்டு தங்க பஸ்பமோ இல்லை சூரணமோ செய்துட்டாலும்கூட போதும்... சாமிங்க சொன்னதெல்லாம் பொய்; வெறும் கண்கட்டு, நாம் நினைக்கிறதுதான் சரிங்கற முடிவுக்கு வருவோம். என்ன சொல்றே?"

குமரேசன் சொன்னதை ராஜேந்திரனும் ஆமோதிக்க...

"நீ ரெஸ்ட் எடு. அவனை இனி நான் பார்த்துக்கிறேன்." என்றவனாய் புறப்பட்டான் குமரேசன்.

***

ஆச்சாரி வீடு...

குமரேசன் தன் 'பைக்'கில் போய் இறங்கியவனாக உள்ளே நுழைந்தான். பழைய தங்கச்சங்கிலி ஒன்றை பூச்சாங்கொட்டைச் சாறில் அலசிக்கொண்டிருந்தவர் நிமிர்ந்து பார்த்தார்.

"எங்கவே உங்க அருமை மகன்?"

எடுத்த எடுப்பிலேயே 'டாப் கியரில்' தொடங்கிவிட்டான் குமரேசன்.

"எதுக்கு கேக்கறீங்க?" என்று சாதாரணமாகக் கேட்டார் ஆச்சாரி.

"உமக்கு ஒண்ணுமே தெரியாதாக்கும்?"

"தெரிஞ்சா எதுக்குய்யா இப்படி கேக்கேன்?"

"ஆத்துல தூக்கிப் போட்ட ஏட்டுப் பெட்டியை உம்ம மவன் ஆட்டைய போட்டுட்டான்ய்யா..."

குமரேசனின் 'பின் பாய்ன்ட்'டான பதிலால் ஆச்சாரி முகத்தில் முதலில் அதிர்ச்சி. பிறகு, 'அப்படியா...? அவனுக்கு அது வசப்பட்டிருச்சா...?' என்றார் மெல்லிய புன்னகையோடு.

"என்னய்யா நீங்க... ஒண்ணும் தெரியாத மாதிரி எதிர் கேள்வி கேக்கறீங்க...?"

"தெரியாதுதான் தம்பி... தெரியாதுதான்! ஏடுங்க வேணும். அது கிடைச்சா நல்லதுன்னு ஆசைப்பட்டது தெரியும். ஆனா, அதை எடுத்தது சத்தியமா எனக்குத் தெரியாது."

"இதை நான் நம்பணுமாக்கும்?"

"சரி... நம்பாம போ. எனக்கென்ன வந்துச்சு?"

"தப்புய்யா... பெரிய தப்பு."

"என்ன தப்பு? பெட்டியைக் களவாண்டா அது தப்பு. ஆத்துல தூக்கிப் போட்டதை எடுத்தா என்ன தப்பு? வேண்டாம்னுதானே தூக்கிப் போட்டீங்க?"

ஆச்சாரி பேச்சில் மடக்கிவிட்ட நிலையில்... மிக சகஜமாக திரும்பவும் சங்கிலியை அலச ஆரம்பித்தார். குமரேசனுக்கும் அவரிடம் அடுத்து என்ன பேசுவது என்று தெரியவில்லை. உள்ளபடியே திருவேங்கடம் செய்ததில் உண்மையில் எந்தத் தவறும் இல்லை! அவனை குற்றம் சொல்ல முனைவதேகூட நமது பலவீனத்தை பட்டவர்த்தனமாக காட்டுவது போல் ஆகிவிடும் என்பதை உணர்ந்தவன்...

"ஆச்சாரி. நான் போலீஸ்காரனா இப்ப இங்கே வரல. உம்ம மகன் திருடிட்டான்னும் குத்தம் சொல்லல. ஒட்டுமொத்த சித்தர் சாமிங்க எல்லாம் ஒண்ணா சேர்ந்து அதை தூக்கிப்

போட்டுடுங்கன்னு சொல்லியும் கேட்காம அதை எடுத்துட்டுப் போயிட்டானே? அதைத்தான் தப்புன்னேன். அவனுக்கு ஏதாவது ஆகிட்டா என்ன பண்றதுன்னுதான் யோசிக்கிறேன்."

"அதெல்லாம் எதுவும் ஆவாதுய்யா. அவன் என்ன தன்னிச்சையாவா இதையெல்லாம் செய்தான்? கூடவே ஒரு சாமி இருக்காருல்ல...?"

"அவரு அரைகுறைய்யா. எல்லா சித்த சன்னியாசிகளுக்கும் ஒரு வழின்னா... இவருக்கு மட்டும் தனி வழியாக்கும்?"

"தனி வழியில போறவங்கதான் தம்பி சாதிப்பாங்க. நீ அநாவசியமா கவலைப்படாதே! ஆமா... இதையெல்லாம் சொல்லத்தான் அவசரமா வந்தியா?"

"அது மட்டுமல்ல... வயசுல மூத்த உங்ககிட்ட சில விஷயங்களக் கேட்டு தெரிஞ்சுக்கவும் வந்திருக்கேன்" குமரேசன் சொன்னதோடு அருகில் மரப்பெஞ்சில் அமர்ந்தவனாக பக்கத்தில் கிடந்த விசிறியை எடுத்து விசிறிக்கொள்ளத் தொடங்கினான்.

அவனை ஏறிட்ட ராமைய்யா ஆச்சாரி.

'மவுனமாக கேளு' என்பது போல பார்த்தார்.

"உங்களுக்கு அந்த ஏடுகளால என்னய்யா காரியம் நடக்கணும்?"

"செம்பை தங்கமாக்கணும்... போதுமா?"

அவர் பதில் குமரேசனை குடைக்கம்பியால் குத்தினது போல் ஆக்கிற்று.

"ஐயா... அது சாத்தியமா?"

"சாத்தியப்படுத்தி இருக்காங்களே...!"

"அப்படின்னா இந்தியா வல்லரசாயிடுமே... உலகத்தோட பொதுப்பணமே தங்கம்தானேய்யா."

"அதை இல்லேங்கலையே நான்..."

"அந்த ஏடுங்கள்ல வேற என்னல்லாம்ய்யா இருக்கு?"

"நான் பார்க்கலியே... எனக்கு எப்படி தெரியும்?"

"சரி... தெரியாமதான் கேக்கறேன் இந்த ஊர்லயே இருக்கற உங்களுக்கு அந்த வீட்ல ஏடுகளோட பெட்டி இருந்தது தெரியாதாய்யா?"

"கூடவே ஐந்துதலை நாகப்பாம்பு இருந்து காவல் காத்துகிட்டிருக்கும்போது தெரிஞ்சு என்ன புண்ணியம்?"

"இப்ப அந்தப் பாம்பு ஏன் எதுவும் செய்யல?"

"ஆத்துல போடச் சொல்லிட்ட பின்னால அவங்க வரையில அது குப்பை. அதுக்கு எதுக்கு பாம்போட காவல்? அதான் விலகிப் போயிருக்கும்?"

"இந்த பாம்போட காவலுங்கறதே நம்ப முடியாத விஷயமாத்தான் இருக்கு. வெளியே சொன்னா யாரும் நம்ப மாட்டேங்கறாங்க!"

"எப்படி நம்புவாங்க? இப்பதான் எல்லாத்தையும் 'போட்டோ' புடிச்சி உடனேயே 'வாட்ஸ் அப்'ல போட்டுடுறாங்களே...? முன்ன கடைக்கு போய் 'ஃபிலிம்' வாங்கி, அதை கொண்டு படம் எடுத்து, அப்புறம் கழுவக் கொடுத்து படமாப் போட்டு வாங்கி பாத்தாதான் எடுத்தது தெரியும். இப்ப எடுக்கும்போதே பாத்துட்டுதானே எடுக்கிறோம்? இம்புட்டு வசதி வந்துட்ட காலத்துல பாம்பு காவல் காக்குது, ஏட்டுல உலக மகா ரகசியம் இருக்குதுன்னா எவன் நம்புவான்?"

"நீங்க கேலி பண்றீங்களா... இல்ல வருத்தப்படுறீங்களா?"

"நீ எப்படி வேணா எடுத்துக்கோ..."

"ஐயா... நான் திரும்பவும் சொல்றேன். ஒரு போலீஸ்காரனா நான் இங்க வரல. இந்த ஊர்க்காரனா வந்திருக்கேன். எவ்வளவோ ஊர் இருக்க... நம்ப ஊர்ல மட்டும் எதுக்கு இப்படி அதிசயம் நடந்திச்சு? அவ்வளவு அதிசயமும் ஏன் ரகசியமாவே இருக்குது? நான் உங்களை மதிச்சு இதை புரிஞ்சிக்கறதுக்காக

வந்திருக்கேன்ய்யா. தயவுசெய்து சொல்லுங்க. ஏட்டிக்குப் போட்டியா பதில் சொல்லாதீங்க."

குமரேசன் கெஞ்சாத குறை! சிரித்தார் ராமய்யா ஆச்சாரி. அவர் மனைவி ஒரு தம்ளர் மோரோடு வந்து நின்றாள். அவள் கண்களில் கலக்கம்.

"குடிய்யா... சொல்றேன்" என்ற ஆச்சாரி மெல்லிய குரலில்...

"சிதம்பர ரகசியம்னா என்னன்னு தெரியுமா?"

***

# 34

'பஞ்ச பூதங்களும் நானே; ஆறாம் அறிவும்,
ஏழாம் சப்தமும், எட்டாம் தவமும் எட்டிடும்
நவமும் நானே... நானே!'

“சிதம்பர ரகசியம் என்றால் என்னவென்று தெரியுமா?” என்று கேட்ட ஆச்சாரியை அதிர்வோடு பார்த்தான் குமரேசன்.

“என்ன... அப்படி பார்க்கே?”

“இல்ல... நான் ஒண்ணு கேட்டா, நீங்க ஒண்ணு சொல்றீங்களேய்யா?”

“சொல்லல... 'சிதம்பர ரகசியம்' தெரியுமான்னு கேட்டேன்?”

“இப்ப எதுக்குய்யா இந்தக் கேள்வி?”

“இந்த ஊரைப் பத்தி தெரிஞ்சிக்கணும்... அதிசயம்லாம் இங்கே மட்டும் ஏன் நடக்குதுன்னு தெரியணும்னும் கேட்டேல்ல?”

“ஆமா?”

“அதுக்கு நான் எனக்குத் தெரிஞ்ச பதிலைச் சொல்லணும்னா உனக்கு முதல்ல சிதம்பர ரகசியம் பத்தி தெரியணும்.”

“எங்க 'போலீஸ் டிபார்ட்மென்ட்'ல கண்டுபிடிக்கவே ஒரு மர்மமான விஷயத்தைப் பத்தி பேசும்போது. 'பெரிய சிதம்பர

ரகசியமா இருக்குதே!'ன்னு அலுத்துக்குவோம். அவ்வளவுதான் எனக்குத் தெரியும்!"

"ஆகக்கூடி உங்க 'டிபார்ட்மென்ட்'டாலயே கண்டுபிடிக்க முடியாத ஒரு சமாச்சாரம்தான் சிதம்பர ரகசியம்... அப்படித் தானே?"

"அப்படியும் சொல்லலாம்! ஆனா, நிஜத்துல 'சிதம்பர ரகசியம்'னா என்னன்னு எனக்குத் தெரியாதுய்யா."

"எனக்கும் தெரியாமதான் இருந்தது. ஆனா, இந்த புஷ்கரத்துல குளிக்க ஆத்துக்கு போனப்ப ஒரு சித்தர் சாமியைப் பார்த்தேன். அவர்கிட்ட பேசும்போது, என் வயசைக் கேட்டாரு. 'அறுபதைக் கடந்துட்டேன்'னேன்!"

பேசாம தீட்சை வாங்கிக்கோன்னாரு.

"என் பெண்டாட்டிகிட்ட கேட்டுட்டு வந்து சொல்றேன்னு கிளம்பி வந்துட்டேன்."

"ம்... 'தீட்சை'ன்னா என்னய்யா?"

"ஒரு குருநாதர்... நம்ம மனசு எப்படிப்பட்டதா இருந்தாலும், அதை பொருட்படுத்தாம ஒரு மந்திரத்தை நம்ம காதுல நமக்காக ஓதி ஆசிர்வாதம் பண்றதுக்கு பேர்தான் தீட்சை..."

"அந்த மந்திரத்தை நாம என்ன செய்யணும்?"

"மந்திரம்னா முதல்ல என்னன்னு தெரிஞ்சுக்கோ... 'சூ மந்திரகாளி'ன்னு நீ கதையில படிச்ச மாதிரியோ, இல்ல சினிமாவுல பார்த்த மாதிரியோ எல்லாம் கிடையாது இது! மனசுங்கறது ஒரு சப்தம்! அது மூணு விதம். ஒண்ணு பேச்சு, இன்னொண்ணு இசைங்கற பாட்டு, மூணாவது 'பாஷை'யில அடங்கா வெடிச் சப்தம் மாதிரியான சப்தங்கள்... நான் சொல்றது புரியுதா?"

"புரியுதுய்யா..."

"நாம நிம்மதியே இல்லைன்னு எப்ப சொல்வோம்னா... நம்ப எண்ணங்கள்ல குழப்பம், கவலை இருக்கும் போது சொல்வோம். சரிதானே...?"

"ஆமாம்ய்யா... சரிதான்!"

"நம்ம மனசு லேசா உற்சாகமா இருக்கும்போது சந்தோஷமா, இருக்கறதா சொல்வோம். சரிதானே...?"

"ஆமாய்யா..."

"அப்ப சந்தோஷமோ... துக்கமோ உடம்புக்கு கிடையாது. அது எப்பவும் மனசுக்குத்தான் இல்லையா?"

"ஆ... ஆமாய்யா"

"உடம்புக்கே ஒரு நோய்ன்னாலும் வருத்தப்படுறது மனசுதானே?"

"அதுல என்னய்யா சந்தேகம்?"

"அப்படிப்பட்ட மனசு சம்பந்தப்பட்டதுதான் மந்திரமும்!"

"எப்படிய்யா?"

"மந்திரம்ங்கறது என்ன...? அது ஒரு சப்தம்தானே?"

"ஆமா..."

"அந்த மந்திர சப்தம்கறது நம்ம மனசுல மண்டிக் கிடக்கற கவலை, வருத்தம், ஏமாற்றம்கற சப்தத்தை எல்லாம் சந்தோஷம், நிம்மதிங்கற சப்தமா மாத்திடும். அதுக்கு அப்படியொரு சக்தி."

"ஆச்சரியமா இருக்கே?"

"முதல்ல அப்படித்தான் இருக்கும். அப்புறம் போகப் போக ஆச்சரியம் நீர்த்துப் போய் சாதாரணமாகிடும். காட்டுல எவ்வளவோ யானைங்க! ஊருக்குள்ள வந்து அதுங்க அட்டகாசம் பண்ணும்போது, நாம் அதை துரத்த 'கும்கி' யானைன்னு ஒண்ணை அனுப்புறோம். அதைக் கொண்டு துரத்தறோம் இல்லையா? அந்த மாதிரிதான் இதுவும்."

"சரிய்யா! அந்த சித்தர் அப்படியொரு மந்திரத்தை உங்களுக்கு உபதேசம் பண்ணினாரா? நீங்க 'தீட்சை' வாங்கினீங்களா? உங்க வீட்டம்மா என்ன சொன்னாங்க?"

“இதெல்லாம் அபூர்வமான விஷயங்கள்! நாம் தேடினாலே கிடைக்காது. தானா வரும்போது அதை விடுவேனா? இருந்தாலும் பெண்டாட்டியைக் கேக்காம எதுவும் செய்யறதில்லை. இவகட்டேயும் வந்து கேட்டேன். ‘தாராளமா வாங்கிக்குங்க. போற வழிக்கு புண்ணியம்னா... நீங்க எதை வேணா செய்யுங்க’ன்னுட்டா.”

ஆச்சாரி அந்தப் பதிலோடு, மோர் கொடுத்துவிட்டு நின்றபடி இருந்த மனைவியை ஒரு பார்வை பார்த்தார்.

“வளவளன்னு நேரத்தைக் கடத்தாம இந்தத் தம்பி கேட்ட கேள்விக்கு பதிலைச் சொல்லுங்க” என்றாள் ஆச்சாரி மனைவி. “சொல்ல வேண்டியதை சொன்னாத்தானே புரியும்?”

“இந்த ஊருக்கு மட்டும் அப்படி என்ன சிறப்புன்னு கேட்ட கேள்விக்கும், சிதம்பர ரகசியத்துக்கும் என்ன சம்பந்தம்? முதல்ல அதைச் சொல்லுங்க...”

“சொல்றேன்! அந்த சித்தர் சாமி சொன்னதை அப்படியே சொல்றேன். நாம் படிக்கற ஒவ்வொரு புத்தகமுமே ‘சிதம்பர ரகசியம்’தான்னு சொன்னாரு. எனக்கு ஒண்ணும் புரியல. அப்பால் அவரே விளக்கம் கொடுத்தாரு.

ஒரு புத்தகம் இருக்கு! அதை வாசிக்கவும் அது அப்படியே நம்ப மனசுக்குள்ள ஏறிடுது. அதே நேரம் புத்தகம் அப்படியேதான் இருக்கு.

அந்தப் புத்தகத்துல நாம வாசிச்ச விஷயங்கள் நமக்குள்ள வந்துட்டதால், புத்தகத்துல அது குறைஞ்சு போயிடுறதில்லை. அப்படியேதான் இருக்கு இல்லையா?”

“ஆமா... இது என்ன பெரிய விஷயம்?”

“இதுதான் பெரிய விஷயம்! ஆனா, நாம் அதை பெரிய விஷயமா எடுக்காம சாதாரணமா நினைக்கிறோமே... அங்கதான் சிதம்பர ரகசியமும் இருக்குது.”

“என்னங்க சொல்றீங்க?”

“அட பொச கெட்டவளே! உனக்கு இன்னுமா புரியல? ஒரு புத்தகம் தன்னோட விஷயத்தை கொஞ்சமும் இழக்காம... அதே நேரம் ஒரு கோடி பேர் அதை படிச்சாலும் அவங்களுக்கு தன்கிட்ட இருந்ததை அப்படியே கொடுத்துட்டு, தானும் குறையாம... படிச்சவனுக்கும் குறைவில்லாம பார்த்துக்குதே... இது எவ்வளவு பெரிய விஷயம்?”

“அச்சடிச்சது அப்படியேதானே இருக்கும்! அது எப்படி குறைய முடியும்? இது ஒரு பெரிய விஷயமா?”

“அச்சடிச்சிட்டா ஆச்சா... படிக்கத் தெரிஞ்சாதானே எடுத்துக்க முடியும்?”

“ஆமா...”

“பாஷை தெரியாதவனால படிக்க முடியுமா?”

“முடியாது!”

“அப்ப அவன் வரையில கையில கிடைச்சாலும் புண்ணியம் இல்லைதானே?”

“ஆமா!”

“இப்ப ‘பாயிண்ட்’டுக்கு வர்றேன். நம்ம சிதம்பரம் கோவில்கூட அந்த மாதிரி ரகசியமான புத்தகம். அதை எல்லாரும் திறந்து படிச்சிட முடியாது!”

“நம்ப ஊரை பத்திக் கேட்டா சிதம்பரம் கோவிலுக்குப் போயிட்டீங்களே?”

“முதல்ல சிதம்பரம் கோவிலைப் பத்தி தெரிஞ்சுக்கோ! அங்க இருக்கற நடராஜ மூர்த்தியோட கால் கட்டை விரல்தான் நாம் வாழுற பூமியோட மையம்.”

“நிஜமாவா?”

“பூகோள ஆராய்ச்சி பண்ணுறவன்தான் இதைச் சொல்லி இருக்கான். அது மட்டுமில்ல... அந்தச் சாமியோட ஆட்டம்தான் பூமியோட இயக்கம்.”

"இதைப் பத்தி நான் கேள்விப்பட்டிருக்கேன்."

"அந்தக் கோவிலே அதிசயம்தான்! நாலு புறமும் நாலு வாசல் மட்டுமில்ல... மொத்தம் ஒன்பது வாசல். கூரையில 21,600 ஓடுகள். அதைப் பொருத்த 72 ஆயிரம் ஆணிகளை பயன்படுத்தி இருக்காங்க. அங்க நடராஜர் சாமிக்கு வலப்பக்கமா ஒரு திரை தொங்கிட்டு இருக்கும். அதை விலக்கிக் காட்டுவாங்க. அங்க ஒண்ணும் இருக்காது."

ஒரு பக்கம் ஆட்ட சொரூபம், இன்னொரு பக்கம் எதுவும் இல்லை. இந்த எதுவும் இல்லாததை 'ஆகாயம்'னும் சொல்லலாம்.

"ஆனா, இந்த ஆகாயம் இல்லேன்னா அதுல பூமி இருக்க முடியுமா? பூமி மேல நாம நடந்து திரிய முடியுமா? மேகம் கூடி மழை பெய்யுமா?"

சிதம்பரம் கோவிலைப் பற்றி விரிவாகச் சொல்லத் தொடங்கிவிட்டார் ஆச்சாரி.

"அய்யா நீங்க பெருசா எதையோ சொல்றீங்க! ஆனா, என் கேள்விக்கும், இதுக்கும் சம்பந்தம் இருக்கற மாதிரியே தெரியலியே...?"

"நாம ரெண்டு விதமா வாழப் பழகி இருக்கோம். எதையும் மேலோட்டமா மட்டுமே பார்க்கறது ஒரு விதம். அடுத்து, ஆழமா மட்டுமே பார்க்கறது. எதையும் சரியா பார்க்கறதுன்னும் ஒண்ணு இருக்கு. அதுக்கு நாம் பழகல. யாரும் சொல்லியும் தரல!

இப்ப நான் விஷயத்துக்கு வந்துடுறேன். சிதம்பரம் கோவிலுக்கு ஒன்பது வாசல்; நமக்கு ஒன்பது துவாரங்கள். அங்க 21,600 ஓடுகள். நாம் ஒரு நாளைக்கு 21,600 தடவை மூச்சு விடுறோம். அந்த ஓடுகளைப் பொருத்த 72 ஆயிரம் ஆணிகள். நமக்கு 72 ஆயிரம் நரம்புகள்! அங்க சாமி ஓர் இடத்துல காட்சி ரூபமா இருக்காரு. பக்கத்துலயே இல்லாம இருக்கார். அவருக்கு அது வலது பக்கம். நமக்கு இடது பக்கம். இது இதயத் துடிப்பைக் குறிக்குது.

இப்படியொரு மனிதனோட உடற்கூறோடு அந்தக் கோயில் பொருந்திப் போகுது. அங்க இன்னொரு அதிசயமும் இருக்கு. ஒரே இடத்துல நின்னுகிட்டு நடராஜ சாமியை மட்டுமல்ல... மகாவிஷ்ணுவான கோவிந்தராஜரையும் நீ கும்பிடலாம்.

தலையை மட்டும் திருப்பிக்கணும். ஒருத்தன் ஆட்டக்காரன்; இன்னொருத்தன் தூக்கக்காரன்! ஒருத்தன் லிங்கம்; இன்னொருத்தன் ரங்கம்! அவங்க ரெண்டு பேருமே, 'நாங்க ஒண்ணுதான்; வெவ்வேறு கிடையாது'ன்னு சொல்லாம சொல்றாங்க.

வெயிலும், நிழலும் இருந்தாதான் அதை நாம் புரிஞ்சிக்க முடியும். ஒண்ணு மட்டும் இருந்து... இன்னொண்ணு இல்லேன்னா அருமை தெரியாது. அந்த மாதிரிதான் அவங்க ரெண்டு பேரும் அங்க இருக்காங்க!

விறுவிறுன்னு போனோம் சாமியைக் கும்பிட்டோம்னு வர்றது ஒரு விதம். நுட்பமா உள் கூடுகளைப் புரிஞ்சுக்கறது இன்னொரு விதம்."

ஆச்சாரி நெடிய தன் விளக்கத்துக்கு சற்று இடைவெளி விட்டார். குமரேசன் அதைக் கேட்டு, 'அடுத்து என்ன செய்வது?' என்று தெரியாத குழப்பத்தில்தான் இருந்தான். ஆச்சாரி மனைவியிடமும் அதே நிலைதான்!

ஆச்சாரி 'கொஞ்சம் யோசியுங்கள்' என்பது போல் எழுந்து கொல்லைப் பக்கம் போய்விட்டு வந்தார்.

"என்னப்பா போலீசு... என்ன பேசாம இருக்கே?"

"என்னத்தய்யா பேச...? நான் நம்ம ஊர் அதிசயத்தைப் பத்தி கேட்டா... நீங்க சிதம்பரம் வரைக்கும் போயிட்டீங்க! அப்புறம் புத்தகத்தை உதாரணம் சொல்லி, அதுவும் 'சிதம்பர ரகசியம்'தான்னு சொன்னீங்க... ஒண்ணும் புரியலய்யா..."

"புரியலையா... அப்ப சரி!"

"என்ன... அப்ப சரி? குழப்பு குழப்புன்னு குழப்பி விட்டுட்டு, 'புரியலையா... சரி'ன்னா என்னய்யா அர்த்தம்?"

“நீ சொன்ன மாதிரிதான் நானும் அந்த சித்தர் சாமிகிட்ட சொன்னேன். அவர் சிரிச்சிக்கிட்டே பதிலுக்கு என்ன சொன்னாரு தெரியுமா?”

“என்னய்யா சொன்னாரு?”

“ம்... டாக்டராகணும்னா அஞ்சு வருஷம் ‘காலேஜுக்குப் கானே?’ன்னு கேட்டார். ‘ஆமா!’ன்னே மாதிரி இதெல்லாம் புரியணும்னா இதுல முழுசா இறங்கு. நான் உபதேசம் பண்ணப் போற மந்திரத்தை ஓயாம சொல்லு. அப்புறம் யாரும் எதுவும் சொல்லாமலே ‘தானா உனக்கு எல்லாம் புரியும்’னார்.”

“அது சரி! இது பயங்கர சாமர்த்தியமால்ல இருக்கு?”

“ஒரு விஷயத்தை நல்லா புரிஞ்சுக்கோ. நமக்கு முதல்ல நம்மளை தெரியணும். நம்மையே நமக்கு சரியா தெரியாதப்ப... வெளிய இருக்கற விஷயங்களைத் தெரிஞ்சிக்க ஆசைப்படக் கூடாது.”

“இது என்னய்யா பேச்சு... எனக்கு என்னைத் தெரியாதாய்யா?”

“சரி நீ யாரு... சொல்லு பார்ப்போம்.”

“நான்... நான் குமரேசன்.”

“அப்ப அந்த பேர்தான் நீயா?”

“பேர்தான் நீயான்னா... ஆமாய்யா...!”

“இங்க ஊர்ல நூறு குமரேசனுங்க இருக்காங்க. அப்ப அவங்கல்லாம் யாரு?”

“அவங்கல்லாமும் குமரேசனுங்கதான்!”

“உனக்கே இந்தப் பதில் தப்பா தெரியல...?”

“சரி... நீங்க என்ன சொல்லவர்றீங்க?”

“நீ யாருங்கறதை முதல்ல புரிஞ்சுக்கோ. உன்னோட உடம்பைப் பத்தியும் தெரிஞ்சுக்கோ. உடம்பை உனது கட்டுப்பாட்டுல கொண்டு வா. ஒரு முடிகூட உன் விருப்பப்படிதான் வளரணும்... இல்ல உதிரணும். முடியுமா உன்னால்?”

“யாராலேயும் முடியாதுய்யா...”

“அப்படிச் சொல்லாதே... சிதம்பர ரகசியத்தைத் தெரிஞ்சிக்கிட்டவனால எல்லாம் முடியும். அப்படி எல்லாத்தையும் செய்ய முடிஞ்சவங்க எழுதினதுதான் அந்த ஏடுகள்! அதுல உள்ளபடி செய்ய வேண்டியதைச் செய்தா நம்மாலேயும் எல்லாம் முடியும். அதை செய்யத்தான் என் மகனும், அந்த குமாரசாமி சித்தரும் இப்ப களத்துல இறங்கி இருக்காங்க.”

முடிவாக ஆச்சாரி ஏடுகளிடமும், தன் மகனிடமும் வந்து நின்றார். குமரேசனுக்கும் தான் தெரிந்து கொள்ள... பிரதான விஷயத்தின் பக்கம் வந்துவிட்டது போல் தோன்றியது.

அப்போது ஒரு தொலைபேசி அழைப்பு. காதைக் கொடுத்த குமரேசன் ஸ்தம்பித்தான்!

சிதம்பரம் கோவில்கூட ரகசியங்கள் நிறைந்ததுதான்!

❋❋❋

# 35

**'எனை அறிய தனக்கொரு கேடில்லை;**
**எனை அறியார் எதையறிந்தும் பயனில்லை!'**

குமரேசன் ஸ்தம்பிக்கவும், ஆச்சாரியும் அதிர்ந்தார்.

"என்னப்பா ஆச்சு... யார் என்ன சொன்னாங்க 'போன்ல?'" என்று கேட்டார். குமரேசனிடம் சட்டென்று ஒரு பதில் இல்லை.

"உன்னைத்தான்ல... என்னாச்சு...?"

"அதை எப்படிய்யா சொல்வேன்...?"

"எப்படிய்யான்னா?"

"உங்க மகன் திருவேங்கடமும், அந்த குமாரசாமி சித்தரும் ஒரு கார்ல போயிருக்காங்க போல..."

"அதனால...?"

"காரு விபத்துக்குள்ளாகி ஓடுற காவிரி ஆத்துல விழுந்திடுச்சாம்! உங்க மகனுக்கு பலமான காயமாம். ஆனா அந்த சித்தர் செத்துட்டாராம். அதுவும் கோரமா தலை நசுங்கி..."

குமரேசன் சொன்ன மறுநொடி ஆச்சாரி அப்படியே சிலையானார். அவர் மனைவி புலம்ப ஆரம்பித்தாள்.

“ஐயோ திருவேங்கடம்... ‘வேண்டாம் வேண்டாம்’னேனே! கடைசியில் கேக்காம இப்படி ஆகிடிச்சேடா? எல்லாம் இவர் கொடுத்த இடம்...” என்றவள், “தம்பி... புறப்படுப்பா... இப்ப என் மகன் எங்க இருக்கான்?” என்று விரைவானாள். ஆனால், ஆச்சாரியிடம் புலம்பல் எல்லாம் இல்லை. அவரிடம் மிகவே ஆழ்ந்த அமைதி!

திருச்சி அரசு பொது மருத்துவமனை! விபத்துப் பிரிவில் தலையில் கட்டோடு படுத்திருந்தான் திருவேங்கடம். ஆச்சாரியும், அவர் மனைவியும் குமரேசனோடு ஓடி வந்து நின்றனர்.

அந்த ஆஸ்பத்திரி முழுக்க அங்கும் இங்குமாய் ஏராளமான நோயாளிகள். அதில் ஒரு நோயாளி பிளாட்பார கடையில் முட்டை பரோட்டா வாங்கி வரச் செய்து அவசர அவசரமாக விழுங்கிக் கொண்டிருக்க... இன்னொரு நோயாளி, மறைத்து மறைத்து பீடி பிடித்துக்கொண்டிருந்தான். எழுந்து சென்று புகையை ஜன்னலுக்கு வெளியே விட்டு விட்டு, அதன் வாடை உள்ளே வந்து விடாதபடி ஜன்னலையும் அடைத்தபடி இருந்தான். இப்படியொரு கூட்டத்தில்தான் திருவேங்கடம் கிடந்தான். அவனிடம் சுயநினைவே இல்லை. பிறந்த குழந்தை புதிய உலகத்தைப் பார்ப்பது போல்தான் பார்த்தபடி இருந்தான்.

ஆச்சாரி மனைவியோ வந்து பார்த்து வெறித்தாள்.

“டேய் திருவேங்கடம்... அம்மா வந்துருக்கேன் பாருடா. கண்ணு... இங்க பாருடா...” என்று அவள் கொடுத்த குரலுக்கு, ‘யாரது... இங்கு வந்து சத்தம் போடுவது?’ என்பது போல பார்த்தான் திருவேங்கடம்.

அதற்குள் ஒரு டாக்டர் அங்கு வேகமாய் வந்தவராக, “அம்மா... மெல்லப் பேசுங்க. இது நோயாளிகள் ‘வார்டு’! சந்தைக்கடை இல்ல...” என்றார்.

“டாக்டர்... நான் இவனோட தாய். இவன் இப்ப எப்படி இருக்கான்?” என்று அதே பதற்றம் குறையாமல் கேட்டாள்.

“உயிருக்கு எந்த ஆபத்தும் இல்ல... ஆனா, தலையில அடிபட்டதுல சுயநினைவு போயிடிச்சு. போகப் போக நிறைய பரிசோதனைகள் செய்ய வேண்டியது இருக்கு. அப்புறம்தான் முழுமையா என்ன பிரச்சினைன்னு சொல்ல முடியும்!”

“ஐய்யோ... இப்படிக்கூடவா அடிபடும்?”

“ஒரு சிறு நரம்புப் பிசகுகூட பெரிய பின்விளைவை உருவாக்கும்மா. நீங்க வேணா ‘டிஸ்சார்ஜ்’ பண்ணி கூட்டிட்டுப் போய் ‘பிரைவேட்’ டாக்டர்கள்கிட்ட காட்டுங்க. எங்களுக்கு ஆட்சேபணை இல்லை.”

டாக்டர் பதில், ஆச்சாரி காதுகளிலும் விழுந்தது. அப்போது ஒரு போலீஸ் அதிகாரியும், கான்ஸ்டபிளும் வந்தனர். குமரேசன் அவர்களோடு ஒதுங்கினான்.

“என்ன சார்... ‘ஆக்சிடெண்ட்’ உங்க ‘லிமிட்’ல நடந்ததா?”

“ஆமா சார்... காவிரி பாலம் எங்க ‘லிமிட்’லதான் வருது. ‘ஆக்சிடென்ட்’ தகவல் வரவும் போய் பார்த்தோம். சாமியார் மாதிரி ஒருத்தர் காருக்குள்ளயே தலை நசுங்கி செத்துக் கிடந்தார். இவர் ஆத்தோட கரையில கிடந்தார். இன்னொருத்தர் கோட் சூட்டெல்லாம் போட்டிருந்தார். அவரும் ‘ஸ்பாட் அவுட்’! காரும் ஆத்துல விழுந்து கிடந்தது.

‘பிரேக்’ பிடிக்காத நிலையில... எதிர்ல வந்த வண்டிக்காக ஓரமா ஒதுங்கும்போது கட்டுப்பாடு இல்லாம போய் பாலத்துல இருந்து விழுந்திருக்கு. இதை பார்த்தவங்க சொன்னாங்க. நாங்க போய் பார்த்தப்ப ஆத்து தண்ணியில சில ஏடுகளும் கிடந்தன. நிறைய ஏடுகள் இருந்திருக்கு போல! எல்லாமே அடிச்சிட்டுப் போயிடிச்சு. உள்ளே இருக்கிறவர் உடம்பு கிடந்த இடத்துல ஒரு ஏடு கிடந்தது. செத்துப் போன சாமியார்கிட்டேயும் ஒரு ஏடு இருந்தது.”

அந்த போலீஸ் அதிகாரி சொல்லச் சொல்ல குமரேசனிடம் பெரும் ஆர்வம்.

“அந்த ஏடுகள் இப்ப எங்க?” என்று கேட்டான். அவர் திரும்பிப் பார்க்கவும், ‘கான்ஸ்டபிள்’ தன் வசம் உள்ள பையில் இருந்து அதை எடுத்துக் காட்டினார்.

பையில் திருவேங்கடத்தின் ‘வாட்ச்’ மற்றும் ‘மணிபர்ஸ்’, மோதிரம் உள்ளிட்ட ஐட்டங்கள்!

கிடைத்த ஏட்டைப் பார்த்த குமரேசனுக்கு ஒன்றும் பிடிபடவில்லை. எறும்புகள் ஒன்றன்பின் ஒன்றாய் ஊர்வது போல எழுத்துகள்!

“ஆமா... இவரை உங்களுக்குத் தெரியுமா?” என்று பதிலுக்கு கேட்டார் அந்த போலீஸ் அதிகாரி.

“நல்லா தெரியும் சார். எல்லாரும் ஒரே ஊர்! அந்த வயசான தம்பதிங்க ரெண்டு பேரும் சுயநினைவு இல்லாத திருவேங்கடத்தோட அப்பா அம்மா...” என்றான் குமரேசன்.

“அப்படியா... நல்லவேளை! அவங்க பையனுக்கு இவ்வளவு பெரிய விபத்துல உயிர் சேதம் இல்ல. சரியான சிகிச்சை கொடுத்தா... சுயநினைவும் திரும்பிடலாம்.

உடம்புல எங்கேயும் பெரிய காயமே இல்லை. சில விபத்துங்க எங்களுக்கே புரியாத புதிர். எதனால அந்த விபத்து நடந்ததுன்னு கடைசி வரை தெரியாது. தெரிஞ்சா மட்டும் விபத்தால் ஏற்பட்ட நஷ்டங்கள் சரியாகிடப் போகுதா என்ன?

அதனால நாங்க விட்ருவோம். இந்த விபத்தையும் அப்படி விட்டுட வேண்டியது வரும்னு நினைக்கறேன், செத்துப் போன இரண்டு பேர்ல ஒருத்தர் ‘கோட் சூட்’ போட்ட பணக்காரர். ‘கார் நம்பரை’ வெச்சே அவர் யாருன்னு கண்டுபிடிச்சிட்டோம். நாமக்கல்ல ‘ஸ்கூல்’ நடத்தராரு. காலேஜ் நடத்த முயற்சி செய்துகிட்டிருந்தாராம். பேரு ராமமூர்த்தி!

இவருக்கு ‘வலிப்பு’ வருமாம். அதனால் வீட்ல யாரும் கார் எடுக்க விடுறதில்லையாம். டிரைவரோடுதான் எங்கேயும் போவாராம். இன்னிக்குன்னு பார்த்து டிரைவர் ‘லீவு’ போடவும்,

இவர் காரை எடுத்துட்டு தானே ஓட்டிட்டு வந்திருக்காரு. அப்படி வர்ற வழியில சாமியாரும், திருவேங்கடமும் எப்படி கார்ல ஏறினாங்கன்னு தெரியல!

அனேகமா கார் பாலம் மேல வரும்போது அவருக்கு வலிப்பு வந்து... இப்படி ஆகி இருக்கலாம்னு யூகிக்கறேன். இந்த சாமியார்தான் யாருன்னு தெரியல... இனிதான் கண்டுபிடிக்கணும்." - என்ற போலீஸ் அதிகாரியிடம் அந்த சாமியார் பற்றி கூறத் தொடங்கினான் குமரேசன்.

"சார்... இவர் பேர் குமாரசாமி! ஒரு அரை சித்தர். இதை அவரே சொல்லி இருக்காரு."

மகேந்திரமங்கலத்துல புஷ்கர காவிரிக்கு வந்த பல சித்த சன்னியாசிகள்ல இவரும் ஒருத்தர்!

மகேந்திரமங்கலத்துல என் நண்பர் டாக்டர் ராஜேந்திரனுக்குச் சொந்தமா ஒரு வீடு இருக்கு. அந்த வீட்ல ஏடுகள் கொண்ட மரப்பெட்டி இருந்தது. இந்த ஏடுகள் எல்லாமே ஏதோ ரகசியத்தை தனக்குள்ள வெச்சிருக்கு. எல்லாமே சித்தர்கள் எழுதினது!

குறிப்பா. 'தங்கம்' பண்ற 'ரசவாத' வித்தை. அப்புறமா... கூடு விட்டு கூடு பாயறது எப்படிங்கற விளக்கம், எந்த நோய்க்கு எந்த மூலிகை சாப்பிட்டா. குணமாகும்கற ரகசியம், ஜோதிட சூட்சுமங்கள் இப்படி பல...

இதை அடையறதுதான் இந்த குமாரசாமி நோக்கம். இவரோடு சேர்ந்து 'ரசவாதம்' கத்துக்கிட்டு, சுயமா தங்கம் செய்யணுங்கறது திருவேங்கடம் விருப்பம். இவங்க ரெண்டு பேரும் கூட்டு சேர்ந்து, இந்த ஏடுகளை எல்லாம் எடுத்துட்டுப் புறப்பட்டிருக்காங்க.

என் யூகம் சரியா இருந்தா... இவங்க ஏதாவது மலையை நோக்கி புறப்பட்டிருக்கணும். அனேகமா அது சதுரகிரி, இல்லேன்னா பொதிகையா இருக்கலாம். ஆனா, போற வழிலயே இப்படி ஆகிடிச்சு!

"இதுல ஒரு ஆச்சரியம் என்னன்னா... இந்த ஏடுகளை ஆத்துல போட்டுடச் சொல்லிட்டாங்க சித்தர் சாமிங்க. அப்படி

போட்டதைத்தான் இவங்க எடுத்திருக்காங்க! இருந்தும் விபத்துல எல்லா ஏடும் ஆத்தோடதான் போயிருக்கு! ரெண்டு மட்டும்தான் மிஞ்சி இருக்கு. இதுல என்ன எழுதப்பட்டிருக்குன்னும் தெரியல சார்..." என்று தன் பக்க விளக்கத்தை அந்த போலீஸ் அதிகாரிக்குக் கொடுத்தான் குமரேசன்.

"நடந்ததையும்... நீங்க சொல்றதையும் வெச்சு பார்த்தா 'அமானுஷ்யமா' நிறைய விஷயங்கள் நடந்த மாதிரி தெரியுதே?"

"ஆமா சார்! இதுல பல 'அமானுஷ்யங்களை' நேர்லயே பார்த்துட்டேன். கேட்டா... நீங்க ரொம்பவே ஆச்சரியப்படுவீங்க! ஆனா, அதையெல்லாம் சொல்ல எனக்கு இப்ப நேரம் இல்லை."

"ஒரு நாள் தனியா சந்திச்சு பேசுவோம். இப்போதைக்கு நாம் 'டூட்டி'யைப் பார்ப்போம். இந்த சித்த சன்னியாசியை என்ன பண்றதுன்னுதான் தெரியல! 'அன் கிளைம்டு'ன்னு வழக்கை 'குளோஸ் பண்ணி, 'பாடி'யைப் புதைக்கிறதுதான் ஒரே வழின்னு நினைக்கறேன்."

போலீஸ் அதிகாரி அப்படிச் சொல்லவும்... ஆச்சாரி அவர் முன் மிகவேகமாய் வந்தவராய், "வேண்டாங்க... அப்படி பண்ணிடாதீங்க! அவர் உடம்பை எடுத்துட்டுப் போய் முறைப்படி அடக்கம் செய்யறேன்" என்றார். ஆச்சரியமாய் இருவரும் பார்த்தனர்.

"ஆமாங்க... நான் அடக்கம் செய்யறேன். அவர் யாரோ இல்லை. என்னோட அப்பாங்க..." என ஆச்சாரி கூற... அதைக் கேட்ட குமரேசனுக்கு கடும் அதிர்ச்சியாகிவிட்டது.

"என்னய்யா சொல்றீங்க?" என்றான் மிக பதற்றமான குரலில்!

"ஆமா தம்பி... இந்த உண்மை என் மனைவிக்குக்கூட தெரியாது. அவர் எங்க ஊருக்கு வந்த பிறகுதான் எனக்கே தெரியும்!"

"உங்க அப்பாவை எப்படி பேரனுக்கே அடையாளம் தெரியாம போச்சு...?"

“எனக்கு கல்யாணமாகறதுக்கு முந்தியே ஊரை விட்டு ஓடி சாமியார் ஆகிட்டாரு! அவர் படமும் எங்க வீட்ல இல்லை. எதுக்கோ ஜாதகம் பார்த்தப்ப... ‘அவருக்கு விபத்தால் மரணம் நேரும்’னு ஜோசியம் சொல்லி இருக்காரு. அப்படி சொன்னவர் ஒரு சித்தர் சாமி.

முதல்ல என் அப்பா அதை பெருசா எடுத்துக்கல. ஆனா, சித்தர் சாமி சொன்ன பல விஷயங்கள் வரிசையா அப்படியே நடக்கவும்... அவருக்கு நம்பிக்கை வந்திருக்கு. கூடவே பயமும் வந்துடுச்சு. தான் சாகாம வாழ வழி இல்லையான்னு அதே சித்தர் சாமிகிட்டயே கேட்டிருக்காரு.

‘ஒரே ஒரு வழி தான் இருக்கு! நீ சாமியாரானா தப்பிக்கலாம். ஏன்னா... ஒரு மனுஷன் சாமியாராகறதுங்கறது மறு பிறப்பு. ஆதிசங்கரரே இப்படித்தான் சாமியார் ஆனாருன்னு சொல்லவும்... என் அப்பா அந்த சித்தர் சாமிகிட்டயே ‘தீட்சை’ வாங்கி சாமியார் ஆகிட்டாராம்.’

இவ்வளவுதான் எனக்கு அப்ப தெரியும். அப்படி சாமியார் ஆனவர், புஷ்கரத்துக்கு வரவும்... உண்மை புரிந்தது. யாருக்கும் தெரியாம நான் சந்திக்கற ஒரு சூழல் ஏற்பட்டது. அப்ப தன்னை என்கிட்ட அடையாளப்படுத்தினாரு. அவர் சாப்பிட்ட மூலிகை சார்ந்த காயகல்பங்களால் உடம்புல நிறைய மாற்றங்கள். அதனால எனக்கே அவரை அடையாளம் காண சிரமமா இருந்தது.

‘எவ்வளவுதான் சன்னியாசியா மாறினாலும் பாச பந்தம் விடலை!’ன்னாரு. திருவேங்கடத்தை என்கூட அனுப்பு.

எனக்கு தெரிஞ்ச ‘வித்தை’களைக் கத்துக் கொடுக்கிறேன்’னும் அப்ப சொன்னாரு. அப்படியே... தனக்கு விதிப்படி நாள் நெருங்கிடிச்சு! அதனால எவ்வளவு சீக்கிரம் நான் கத்துக்கிட்டதை என் பேரனுக்கு கத்துக் கொடுக்கணுமோ கத்துக் கொடுத்துடுறேன்னு சொல்லிதான் அவனைக் கூட்டிட்டுப் போனாரு.

டாக்டர் வீட்ல இருந்த இந்த ஏடுகள் எல்லாம் ரொம்ப ரகசியமானது! கூடுதலா அது கிடைச்சா ரொம்ப நல்லதுன்னாரு.

தான் சாதிக்காததை தன் பேரனாவது சாதிக்கணும்னு ஆசையும்பட்டாரு.

'ஏடுகளை எடுக்கும்போது எனக்கு ஏதாவது நடந்தாலும் கவலை இல்லை'ன்னாரு. அந்த ஏடுகள் இந்த உலகத்துக்கு சித்த ரகசியங்கள் அசாதாரணமானதுங்கறதை சொல்லணும்கறது அவரோட விருப்பம். ஆனா, அந்த விருப்பம் ஈடேறல! அவர் பயந்தது மட்டும் அப்படியே நடந்துடிச்சு.'

இதெல்லாம் தெரிஞ்சதாலதான் நான் பதற்றம் இல்லாம இருந்தேன். என் மகன் ஒரு சித்தனா வருவான். பல பேர் நோயை குணப்படுத்துவான். அப்படியே தங்கம் செய்யற 'ரசவாத வித்தை'யால எங்க குல சாமிக்கு தங்கத்தாலயே கோவில் கட்டவும் ஆசைப்பட்டேன்.

ஆனா, தன்னிச்சையான ஆசைகளால் எதையும் சாதிக்க முடியாது. சுயநலம் இல்லாத மேலான ஆசைகள்தான் லட்சியமா மாறி வெற்றி பெறும்கறது இப்ப புரியுது."

ராமையா ஆச்சாரி பேசப் பேச குமரேசன் பிரமிப்பில் புதைந்து போனான். அவன் கையில் இருந்த இரண்டு ஏடுகளையும் பார்த்த ஆச்சாரி...

"தம்பி, இந்த ஏடுங்க எப்படி கிடைச்சது?" என்று கேட்க... அவை மட்டும் காவிரியில் இரண்டு பேர் அருகில் கிடந்ததை கூறினார் போலீஸ் அதிகாரி. "அதை இப்படி கொடுங்க" என்று வாங்கியவர் விறுவிறுவென படிக்க ஆரம்பித்தார்.

"ஐயா... உங்களுக்கு இதைப் படிக்கத் தெரியுமா?"

"கொஞ்சம் கொஞ்சம் தெரியும் தம்பி. எங்க தொழில் ரகசியங்களே அந்தக் காலத்துல ஏடுகள்லதானே இருந்திச்சு? அதனால் ஓரளவு படிப்பேன்" என்றவர்... அந்த இரண்டில் முதல் ஏட்டை வாசித்தார்.

“அம்பலம் மையம் மகேந்திரம் சுழியம் அரங்கம் அனந்தம் ஆரூர் சுகந்தம் வேங்கடம் வேட்டல் கச்சி கிச்சை மதுரை அமிர்தம் காசியே அந்தம்!” என்று வாசித்தவர், நிமிர்ந்து பார்த்தார்.

“என்னய்யா ஊர் பேரா இருக்கு...?” என்றான் குமரேசன்.

“ஆமா! அம்பலம்னா சிதம்பரம். அதுதான் உலகத்தோட மையம். மகேந்திரம், சுழியம்னா... நம்ம மகேந்திரமங்கலம் ‘பூஜ்ஜியம்’னு அர்த்தம். ‘பூஜ்ஜியம்’கறது சாமியார்களைக் குறிக்கும் அவங்களுக்கான இடம்னும் எடுத்துக்கலாம், அடுத்து, அரங்கம்... அனந்தம்னா... ஸ்ரீரங்கம். நல்ல சந்தோஷம் தரும் ஊர்னு பொருள். ‘ஆரூர் சுகந்தம்’னா... திருவாரூரும் புகழோடு கூடிய சுகம் தரும் ஊர்னும் அர்த்தம். வேங்கடம், வேட்டல்னா திருப்பதி.”

வேண்டிப் பெறும் இடம்னு அர்த்தம். கச்சி கிச்சைன்னா காஞ்சீபுரம். மனிதனின் நியாயமான ஆசைகளை நிறைவேற்றித் தரும் இடம்னு பொருள். மதுரை அமிர்தம்னா மதுரை நகரம் அமிர்தம்பட்ட ஊர்.

அமிர்தத்துக்கு அழிவு கிடையாது, அழியாதது கலைகள்... அந்தக் கலைகள் கொண்ட ஊருன்னு பொருள் கொள்ளலாம். காசியே அந்தம்னா... காசிதான் மனித உயிர்களுக்கு நல்ல முடிவைத் தரும் ஊர்...” என்று கூறி முடித்தார்.

குமரேசன் கண்களில் பேரொளி.

“ஐயா... எவ்வளவோ ஊர் இருக்கும்போது, நம்ம ஊர்ல ஏன் இதெல்லாம் நடந்ததுன்னு நான் கேட்டுகிட்டே இருந்தேன். அதுக்கு இந்த ஏடு வழியா பதில் கிடைச்சிடிச்சு! மகேந்திரம் சுழியம்னா ‘பூஜ்ஜியம்’னு சொல்லி புரிய வைச்சுட்டீங்க. கணக்குப்படி ‘பூஜ்ஜியம்’ தனியா இருந்தா அது ஒண்ணும் இல்லாதது. பக்கத்துல ஒரு எண் போய் நிக்கும்போது, அது அப்படியே பத்து மடங்காயிடும். சாமியார்களும் தங்களுக்குன்னு எதுவும் வேண்டாம்னு இருக்கறவங்க. ஆனா, நாம் மதிச்சு

அவங்ககிட்ட போய் நிக்கும்போது... நம்ம மதிப்பை பத்து மடங்கு உயர்த்திடுறாங்க."

என் சந்தேகத்துக்கு பதில் சொல்லணும்னே இந்த ஏடு மட்டும் அடிச்சிட்டுப் போகாம அப்படி இருந்திருக்கறதை நினைச்சா ஆச்சரியமா இருக்குங்க..." என்றான்.

"அடுத்த ஏட்டுல என்ன இருக்குன்னு பாருங்க..." என்றார் போலீஸ் அதிகாரி. ராமையா ஆச்சாரியும் வாசிக்க தொடங்கினார்.

"ஏழதன் வடிவே பாழிந்த தாலம் ஏழுபிறப்பும் தொடருமே இது தரும் ஞானம் பாழ்வினையதுவும் இதற்குமுண்டாம்; அதனால், பாழ்படுமே சில அரி கரையானால் காதொடும் சில காலமாற்றத்தால் காதொடுபவை குறுமுனி கூடும்; பின் கூடாதே இதுவும் காதோடு..."

அவர் வாசித்ததோடு மேலே அண்ணாந்து பார்த்து பரவசப்பட்டார்.

"என்ன... இதுக்கு என்ன அர்த்தம் தெரியுமா?" என்று படபடத்தான் குமரேசன்.

"ஏன் தெரியாம...? அதான் புரியற இந்தக் கால தமிழ்ல இருக்குதே! அர்த்தம் சொல்றேன்... கேட்டுக்குங்க. 'ஏழதன் வடிவே பாழிந்த தாலம்'னா... பேச்சோட வடிவமான எழுத்தைக் கொண்டது, பனைமரத்துல இருந்து 'பாழா'ப் போய் விழுந்த இந்த ஏடுன்னு அர்த்தம்!

இந்த ஏட்டுல உள்ளது அவ்வளவும் பாடம். இதை ஒருத்தன் படிச்சிட்டா... அந்தப் படிப்பு அவன் வரையில் ஏழு ஜென்மத்துக்கும் கூடவே வரும். திருவள்ளுவர்கூட – **'ஒருமைக்கண் ஒருவர்க்கு தான் கற்ற கல்வி எழுமையும் ஏமாப்புடைத்து'** என்கிறார். அதாவது, ஆழ்ந்து படிக்கற படிப்பு ஏழு ஜென்மத்துக்கு கூடவே வரும்னு அவரும் சொல்லி இருக்கார்.

'பாழ் வினையதுவும் இதற்கு முண்டாம்' என்றால், இதுக்கும் வினைப்பாடு உண்டு. எப்படிப்பட்ட வினைப்பாடுன்னா... அழிஞ்சு

போற வினைப்பாடு. அது எப்படி அழியும்னா... கரையானால சில ஏடுகள் அழியும். 'காதொடும்'... சில காலமாற்றத்தால்னா, காவிரியில விழுந்துன்னு அர்த்தம் 'கா... தொடும்'னு பிரிச்சு படிச்சா புரியும். 'காதொடும் சில காலமாற்றத்தால்'னு அடுத்த வரி. அதாவது, இதுல இருக்கிறதை இப்ப படிச்சு சொல்றேன். இது உங்க காதை அடையுது இல்லையா? அதைச் சொல்லுது.

'காதொடுபவைகுறுமுனி கூடும்' என்றால், காவிரிய விழுந்தது குறுமுனியான அகத்தியர்கிட்ட போய் சேர்ந்திடும். அதன்பின்... 'கூடாதே இதுவும் காதோடு'ன்னா, இதுல இருக்கற விஷயங்கள் அதற்குப் பிறகு நம்ம காதுல விழாதுன்னும், விழக்கூடாதுன்னும் அர்த்தம் உண்டு."

ராமைய்யா ஆச்சாரி வாசித்து பொருள் கூறி முடித்த நிலையில் குமரேசனிடம் மட்டுமல்ல... அந்த இன்னொரு போலீஸ் அதிகாரியிடமும் பிரமிப்பு!

"ஐயா... என்னோட எல்லா சந்தேகங்களுக்கும் விடை கிடைச்சிடுச்சுங்க! ஏடுகளை ஆத்துல ஏன் தூக்கிப் போடச் சொன்னாங்கங்கற கேள்விக்கும் விடை வந்துடுச்சு. ஒரு மாணவன் தான் எழுதின 'பேப்பரை' திருத்தம் செய்ய வாத்தியார்கிட்ட கொடுக்கற மாதிரி, இதை அகத்தியர்கிட்ட தந்ததா நினைச்சு... ஆத்துல தூக்கிப் போடச் சொல்லி இருக்காங்க."

அதோட... இப்ப இருக்கற காலத்துக்கு இது பயன்படாதுங்கறதும் ஒரு காரணம். பயன்படுத்த முயற்சி செய்தா... அது விபரீதத்துல முடியும்கறதுக்கு, நடந்த விபத்தே உதாரணம்.

இதை எனக்குத் தெரிவிக்க சித்தர்கள் ஆசைப்பட்ட மாதிரி, ரெண்டு ஏடு மட்டும் தப்பி கிடைச்சிருக்கு. இதை என்னன்னு சொல்றது?

எப்படி பூமி ஒரே வேகத்துல பல லட்சம் வருஷமா - சுத்துதோ... நாள் தவறாம சூரியனும், சந்திரனும் வானத்துல

வந்துடுறாங்களோ, எந்த சக்தி இவ்வளவு பெரிய விஷயத்தை சாதிச்சிக்கிட்டு இருக்குதோ, அதுதான் நம்மை வழி நடத்திக்கிட்டு இருக்கு. இதை புரிஞ்சுக்கணும்னா... நாமளும் சித்தனாகணும்.

இல்லாட்டி நம்ம கடமையை நல்லபடியா செஞ்சுகிட்டு... போய்கிட்டே இருக்கணும். நம்ம கடமையை நல்லபடியா செய்தா போதும். மிச்சதெல்லாம் தானா நடக்கும். இதுதான் உண்மையில 'சிதம்பர ரகசியம்!' இதை எனக்கு இந்த ரெண்டு ஏடுகளும் புரிய வெச்சிடுச்சு!" என்று பரவசப்பட்டான் குமரேசன்.

அதே வேகத்தோடு ராஜேந்திரன் தெய்வானை தம்பதியைப் பார்க்க புறப்பட்டான்.

ராஜேந்திரனின் காலுக்கு கட்டு போட்டபடி இருந்தார் ஒரு சித்தர். மகேந்திரமங்கலத்துக்கும், ராஜேந்திரன் வீட்டுக்கும் தாமதமாய் வந்திருந்தவர், "நான் ஏன் காலம் கடந்து வந்தேன்னு இப்பதான் புரியுது! எல்லாம் இவருக்கு சிகிச்சை செய்யத்தான்..." என்றவர், "இரண்டு நாள்ல எல்லாம் சரியாயிடும்" என்றபடியே புறப்பட முனைய... குமரேசன் உள்ளே நுழைந்தான்.

இருவரும் ஒருவரை ஒருவர் ஆழமாய் பார்த்துக்கொண்டனர்.

"என்ன போலீஸ்கார தம்பி... கண்டுபிடிக்க வேண்டியதை எல்லாம் கண்டுபிடிச்சுட்டீங்களா? தெரிய வேண்டியதெல்லாம் தெரிஞ்சிடிச்சா?" என்று இருபொருள் படக் கேட்டார்.

"ஆமாசாமி... எல்லாம் ஓரளவு புரிஞ்சிடிச்சு. ரொம்ப பிரமிப்பா இருக்கு..." என்றான் குமரேசன்.

"இந்தப் பிரமிப்பு எல்லாம் கூட போயிடும். மனுஷ வாழ்க்கையில எவ்வளவு பெரிய விஷயமா இருந்தாலும்... முதல் தடவை மட்டும்தான் பெருசா தெரியும்.

அப்புறம் அது பழகி சாதாரணமாகிடும். அதனாலதான் கடவுள் "நம்ம கண்ணுக்கு புலப்படாம இருக்கார்" என்கிற அந்த சித்தரின் தத்துவமான பதில் ராஜேந்திரன் தெய்வானைக்கு புரியவில்லை.

ஆனால், குமரேசனுக்கு புரிந்தது!

"உண்மை சாமி..." என காலில் விழுந்தவனின் நெற்றியில் விபூதி வைத்து.

"நல்லபடியா கடமையைச் செய்" என்றார். புரியாமப் பார்த்தபடியே இருந்தனர் தம்பதியர். பள்ளிக்கூடத்தில் இருந்து கோடை விடுமுறையில் வந்திருந்த ஆஷாவோ... தன்னை மறந்து வீட்டுப்பாடம் செய்தபடியே இருந்தாள்!

முற்றும்

www.ingramcontent.com/pod-product-compliance
Lightning Source LLC
LaVergne TN
LVHW090304051026
849518LV00005B/1645